ውድቅት ለሊት

ልብ ወለድ

በተንሳይ ከበደ ደስታ

ISBN 978-0-578-86287-3

መታሰቢያነቱ

ለአባቴ ለአቶ ከበደ ደስታ ይሁን። አባቴ ጣሊያን ኢትዮጵያን በወረረበት ወቅት በሸዋና በጎጃም መሃከል በሚገኘው የአባይ ሸለቆ ውስጥ ይንቀሳቀሱ ከነበሩ አርበኞች ጋር በወጣትነቱ ተቀላቀለ። ለጣሊያን ያደሩትንና በአካባቢው በሚገኙት የጣሊያን የጦር ሰፈሮች ላይ ወረራውን በመቃወም ጥቃት በማድረስ በአምስት ዓመት በዱር በገደል ቆይታው የበኩሉን የዜግነት ግዴታውን ተወጥቷል።

ምስጋና

የህትመት ዝግጅትን በተመለከተ የረዳኝ ለልጄ ቅዱስ ተንሳይና ለባለቤቴ አይናለም ጸጋዬ። ኤዲቲንግ አልማዝ ሳህሌ፣ ምክሮችን ለለገሰኝና በኤዲትንግ ለረዳኝ ታደሰ ካሳሁን፡-

የከበረ ምስጋናዬን አቀርባለሁ።

አንድ

ወቅቱ ክረምት ነው። ምዕራባውያን ዊንተር ይሉታል። ገና ከጠዋቱ ቴን ፒ ኤም (አስር ሰዐት) ጀምሮ ይጨልማል። እንኳዋን በሃገር፣ በቤተሰብ፣ በፍቅረኛና በዘመድ ናፍቆት የሚንገላታ ይቅርና የአየሩ ባህሪ የሚደብት ነው። እዚሁ ተወልደው ባደጉበት ነዋሪዎች ላይም ቢሆን የማባባት ባህሪ አለው። ዛፎች ቅጠሎቻቸው እረግፎ ጭራሮ መስለው ቀጥ ብለው ሲታዩ የህይወት እንቅስቃሴ የቆመ ይመስላል። ግን ደግሞ በዚህ መሃል መኪናዎች መብራታቸውን አብርተው ሲጓዙ የሚሰማው የሞተር ጩኸት፣ አየሩን ቀዝፈው ሲሄዱ ዉፍ ... ዉፍ ... ሲልና የጥሩምባው ድምጽ ሲያንባርቅ ሌላ የህይወት እንቅስቃሴ እንዳለ ያስገነዝባል።

ከሚኖርበት አምስተኛ ፎቅ መኝታ ቤቱ ሆኖ፥ የመስኮቱን ሻተር አንዷን ዘለላ ከፈት አድርጎ ወደ ውጭ እያየ "ዛሬ ደግሞ እንዴት ጨልሟል፥ ብሶበታል" አለ ብሩክ ድምጹን አውጥቶ ከራሱ ጋር እየተነጋገረ። ብሩክ ብዙ ጊዜ በመስኮት ወደውጭ ማየት ይወዳል። ታዲያ ለሱ ሁሉም የአየር ሁኔታዎች ስለ አሳለፋቸው የኑሮ ውጣ ውረዶች ትውስታዎቹ ናቸው። ወደኋላ ወስደው ከትዝታዎቹ ጋር ያቀራኙታል፥ ልክ እንደሙዚቃ። ዛሬ ደግሞ ይሄ የከፋው አየር ወደ አውሮፓ ይዞት ነጎደ።

ለመጀመሪያ ጊዜ ጀርመን ፍራንክፈርት ሲገባ ወቅቱ ክረምት ነበር። የነበረው የአይሮፕላን ማረፊያ ግርግር ጥድፊያ፣ በኢስካሌተር መውጣቱ መውረዱ፥ በሱ ላይ ያስከተለው የተምታታ ስሜት ትዝ አለው።

አዲስ አበባ ሲኖር የሚያውቀው በጣት የሚቆጠሩ ነጬች ውር ውር ሲሉ ነው፤ አሁን ደግሞ በተገላቢጦሽ ሆኖ ጥቂት ጥቁሮች የሚታዩበት በታ ሆኖ ሲያገኘው በማየትና በመስማት ያለውን ልዩነት የተገነዘበ ይመስል ብነበር። ከዚያም ሊቀበሉት የመጡት፥ በሰው በኩል የተዋወቃቸው ኢትዮጵያውያን ይዘውት ሲከንፉ ያየው የመኪናዎች ፍጥነትና የመንገዱ ስፋት፥ በዚያ ወቅት እንዴት ቀልቡን እንደሳቡት ትዝ አለው። በዚያ ሁሉ ግርግር ግን ያ የመጨረሻ የስንብት ስዐት፣ ለቅሰና የወደፊት የመገናኘት ተስፋን ያለማወቅ ስጋት በበረራ ላይም ሆነ በምድር ላይ በዚያ መሃል ሾልኮ እየመጣ ያስጨንቀው ነበር። አሁንም ከአራት ዓመት በኋላ ያ የመጨርሻ ቀን፥ የመለያየት ስንብት ባይነ ህሊናው ይመጣል።“ኡ ፍ ፍ . . .” በረጅሙ ተነፈሰ፥ ልክ ህመም እንደተሰማው ሰው። “ዋው አምስት ዓመት ሊሆነው አይደለ እንዴ? ምንም ነገር ሳይታወቅ፥ እንደተዳፈነ” አለ እራሱን እየነቀነቀ፡ ፡ ስልኩ ወዲያው አቃጨለ።

“ሃሎ!” አለ ማን እንደሆነ አውቋል።

“ሰላም ብሩክ”

“ጉድ ሞርኒንግ ዳናኤል። እንዴት ነው ስዐቱ የሚበረው አለ የረፈደ ስለመሰለው ግድግዳ ላይ የተሰቀለውን ስዓት ቀና ብሎ እያየ። ለነገሩ ገና ነው። አስደነገጥከኝ እኮ። ምነው በሰላም ነው?” አለ ሳቅ ብሎ።

“ለምን ደወልክ ነው? ለነገሩ ግን አሁን ጧት ነው እንዴ? አልተነሳሁም እንዳትለኝ ብቻ። ካላበድክ መቼም እስካሁን አትተኛም። ለማንኛውም እኔ የደወልኩት ስብሰባውን ላስታውስህ ነው” አለ ዳንኤል። አላርም ሞልተህ ለምን አተኛም? ሲስቅ በስልኩ ወስጥ ይሰማል።

“እረ እባክህ ተነስቻለሁ። አሜሪካ አይደል እንዴ ሃገሩ? ቢል እኮ ከትራስህ አጠገብ ነው የሚቀመጠው። እስካሁንማ እንዴት ቅዠቱስ ያስተኛሃል? የስብሰባው ስዐት ገና ስለመሰለኝ ነው፥ አንተ ቀደም ብለህ የምትሄድበት ከሌለህ በስተቀር። ለነገሩ እኔም ለመውጣት ተዘጋጅቻለሁ። ከቻልክ አንድ ቦታ እንገናኝና ሻይ ቡና ብለን አብረን ስብሰባው ቦታ እንሄዳለን።”

ዳናኤል ትንሽ አሰብ አድርጎ “ እ . . . ጥሩ እኔ ከስብሰባው በፊት ላገኘው የምፈልገው ሰው ስላለ ወደዚያው አካባቢ እሄዳለሁ። ስትደርስ ደውልልኝ” አለ።

"እሺ ዳናኤል መጣሁ በቃ" አለ ብሩክ በመስታወት ፊቱን እያየ ኮሌታውን እያስተካከለ። ለመውጣት ስለቸኮለ፥ ወዲያው ወደ ልጆቹ መኝታ ቤት ሄደ። ቀስ ብሎ እያንኳኳ "ልደት ተነስታችኋል?" አለ

"የስ ዳዲ፥ በት ኦንሊ ሚ። ኋይ . . .? (አዎ ዳዲ ግን እኔ ብቻ ነኝ። ለምን ጠየከኝ)" አለች አልፎ አልፎ ይዟቸው ስለሚወጣ በጉጉት።

"ጀስት ቱ ሜክ ሹር (ለማረጋገጥ)" በይ እህትሽን ቀስቅሻት። *ኢት ኢዝ ቱ ሌት፤ አንቺም ዱ ዩር ሆምዎርክ* (በጣም እረፍዷል፤ የቤት ስራሽን ስሪ)። እናትሽ እየመጣች እንደሆነ ነግራኛለች። እኔ የምሄድበት ስላለ ሄጃለሁ። *ዶንት ኦፐን ዘ ዶር ፎር ኤኒ ዋን*! (በሩን ለማንም እንዳትከፍቺ)። እናትሽ የራሷ ቁልፍ ስላላት ከፍታ ትገባለች ኦኬ! *አይ ላቭ ዩ* " አለ የመኝታ ቤቱን ሳይከፍት በሩ አጠገብ ቆሞ።

"ኦኬ፤ አይ ላቭ ዩ ቱ ዳዲ" አለች ፈጠን ብላ።

ብሩክ ሌላ ጥያቄ ሳይመጣበት *"ባይ"* ብሎ በፍጥነት በሩን ከፍቶ ከወጣ በኋላ፥ ሊፍትም ሳይጠብቅ ደርጃውን በግሩ እየተንደረደረ ወረዶ ወደ መኪናው አመራ።

ከሚኖርበት በቨርጂኒያ ግዛት ቬና ከሚባለው ሰፈር ተነስቶ ቀጠሮው ቦታ ለመድረስ ብዙ ጊዜ እንደማይወስድበት ያውቃል። ጓደኛው እንዳለው ሳይሆን እንዲያውም የስብሰባው ስዐት ገና ስለሆነ፥ ትንሽ ጊዜ አለው። ወደ ኢትዮጵያውያን ካፌ ሄዶ ቁርስ ለመብላት ፈለገ። ብዙ ጊዜ ወደሚሄድበት አንድ አሌክሳንድርያ የሚገኝ ዳማ የሚባል ካፊቴርያ ለመሄድ ከሚኖርበት ሰፈር በውስጥ ለውስጥ መንገድ አድርጎ አርሊንግተን የሚባለውን መንገድ ይዞ ወደዚያው አመራ።

አብዛኛው የኢትዮጵያውያን ምግብ ቤቶች ወይም ካፌዎች በብዛት ኢትዮጵያውያን የሚስተናገዱባቸው ናቸው። መመገቢያ ብቻ ሳይሆን፣ የተጠፋፋ መገናኛ፣ ስለሃገር ፖለቲካና ስለ ኑሮ ሌላም ጉዳይ እንዲሁም ደመቅ ያለ የሀገር ወግና ጨወታ የሚገኝበት ቦታ እየሆነ መጥቷል። ባጋጣሚ የሚታወቅ ሰውም አይጠፋም ካልሆነም ቀልቀል ብሎ ጨዋታ ይጀመራል።

ትራፊክ ስላልነበረ ቶሎ ከካፌው ደረሰ። መኪናውን አቁሞ ገባ። የሚያውቀው ሰው ካለ በማለት ባይኑ ቃኘት አደረገ። በዛ ያሉ ተጠቃሚዎች ይታያሉ። አብዛኛዎቹ ቁጭ ብለው እየተገለገሉ ናቸው። ጥቂት ሰዎች የሚፈልጉትን ነገር ገዝተው ለመሄድ፥ አንዳንዶቹ ደግሞ ያዘዙትን ነገር

ወስደው እዚያው ለመመገብ ከባንኮኒው አጠገብ ሰልፍ ይዘዋል። እሱም ገልመጥ እያለ ግራ ቀኙን እያየ ወደዚያው ተጠጋ። ተራ ስለደረሰው የሚፈልገውን ነገር አዘዘ። ቡናውንና ኬክ ይዞ ቦታ ፈልጎ ተቀመጠ። አንዳንድ በአይን ብቻ ከሚያውቃቸው በስተቀር ማንም እሱ የሚያውቀው ሰው የለም።

ብሩክ ብቻውን ቁጭ ብሎ ወጭና ገቢውን ያያል። አልፎ አልፎ ከሚመጡ የሌላ ሃገር ዜጎች በስተቀር አብዛኛወቹ ኢትዮጵያዊያን ናቸው። ድንገት በሃሳቡ ብልጭ ስላለ "አይ ስደት!" አለ በመቆጨት መልክ። "ስንቱ ሃገሩን ለቆ ወጣ፥ የኔ ብጤው ተሳዶ እራሱን ለማውጣት፣ አንዳንዱ ስርአቱ አላሰራ ብሎት ሌላው ደግሞ የተሻለ ኑሮ ፍለጋ፤ ስንቱ ለሃገሩ ሊሰራ የሚችል የተማረ የሰለጠነ ሃይል ከሃገር ተገፍቶ ወጣ። የዘመኑ ባለስልጣናት እንደሆነ ለነሱ ይመቻቸው እንጂ ለእንደዚህ አይነት ነገር ቦታ አይሰጡትም። እንዲያውም የነሱን እኩይ ተግባር የሚያጋልጥ መስሎ ከታያቸው አገር ጥሎ እንዲሄድ ይገፋታል። የግል ጥቅሙን ብቻ የሚያሳድድ ባለስልጣን በዝቶ እንጂ ሰርቶ ለመኖር ሃገራችን ሁሉ ነገር ነበራት። ስልጣንን ሙጭኝ ብለው ይዘው በአቋርጭ ለመክበር ሃገራችንን በጎጥ ከፋፍለው ያባሉናል" አለ ገቢና ወጪውን እያየ

መብላት ከመጀመሩ በፊት ሞባይሉን አውጥቶ ኢንተርኔት ላይ በዓለም ምን ያህል የተማረ ሃይል ከሃገሩ እንደሚሰደድ ሲመለከት ያገኘው መረጃ አስደነገጠው። ከአስራ ዘጠኝ ዘጠናወቹ እስከ ሁለት ሺ አስር ገደማ ከመቶ ፐርሰንት በላይ አድጓል ይላል። የሚሰደደው ያልተማረ ሃይል ግን በጣም ጥቂት ሆኖ አገኘው። ጥቂት የማይባሉ የምሁራን ጥናቶች ያደጉ ሃገሮች እንዴት ገንዘብ ያላወጡበትን የሰለጠነ ሃይል ከታዳጊ ሃገሮች እንደሚያስኮበልሉ ይጠቁማል። ብሩክም መረጃውን ካየ በኋላ ጥቂት ካነበባቸው ጥናቶች ጋር ለማገናኘት ሞከረ።

በሌላው ሃገር ወጪ የሰለጠነን ሃይል ማግኘት ለኢኮነሚያቸው እድገት ከፍተኛ አስተዋጽኦ ስላለው የአደጉ ሃገሮች በተለያዩ መንገዶች የተማረ የሰው ሃይልን ወደ ሃገራቸው እንዲገባ ያደርጋሉ። ከሚጠቀሙባቸው ዘዴዎች ውስጥ ከፍተኛ ጉዳት ያደረሰው ግን በታዳጊ ሃገሮች ፖለቲካ ውስጥ ገንቢ ባልሆነ መንገድ ጣልቃ በመግባት የነሱን ጥቅም የሚያስጠብቁ አምባ ገነኖችን ስልጣን ላይ በማስቀመጥ ያልተረጋጋ የፖለቲካ፣ ኤኮኖሚና ሰሻል

ሁኔታ መፍጠር ነው። ይህም የተማረው ክፍል ሃገሩን ትቶ እንዲሰደድ መንገድ ከፍቷል ብሎ ያምናል።

ይህንኑ እያሰላሰለ የያዘዘውን ቁርስ መብላት እንደጀመረ አንድ ጠይም፣ አጠር፣ ደልደል ያለች ወጣት ሴት፥ አንድ ስድስት ወይም ሰባት ዓመት የሚሆናት ልጅ ይዛ በካፌው ውስጥ አድርጋ ሱቅ ወዳለበት ክፍል ገባች። ፊቷን በደንብ የሚያውቀው ብቻ ሳይሆን አንድ ቦታ አብረው የሰሩ፣ በቤተሰብ ወይም በጓደኛ በኩል በደንብ የሚያውቃት ግን የት እንደሚያውቃት ግራ ገባው። ለማስታወስ ሞከረ፥ ኢትዮጵያ ውስጥ፣ ጀርመን፣ ምናልባት ካናዳ ይሆናል፣ እዚህ አሜሪካም ሊሆን ይችላል እያለ አወጣ አወረደ። አይ ኢትዮጵያ መሆን አለበት፤ መስሪያ ቤት ሳይሆን አይቀርም አለ በሃሳቡ። በዚህ ሁኔታ ላይ እያለ ልጅቷ የምትፈልገውን ገዝታ ስትወጣ በመስኮት በኩል ስላያት ማናገር አለብኝ ብሎ ወጣ። መኪናዋን ካቆመችበት አስነስታ ስትመጣ መንገዱ ዳር ሆኖ ትኩር አርጎ ወደሷ እያየ ሲጠብቃት አየችው። እሷን ሊያናግራት የፈለገ ሰው መሆኑ ገባት። አጠገቡ አቆመችና ዘር ብላ አይታ "እንዴ ብሩክ!" ብላ ከመኪናዋ ወርዳ ሳቅ እያለች ስትመጣ ማን እንደሆነች ትዝ አለው።

"የሚገርም ነው፥ ማን እንደሆንሽ እኮ ጠፋሽብኝ። የት ነው የማውቃት ብዬ እኮ ነው ተከታትዬሽ የወጣሁ" እያለ ወደሷ ተጠጋ። ለመጨበጥ እጁን ዘረጋ። "በጣም ተቀይረሻል፤ እሷ ልጅሽ ነች አይደል? አለ ዘር ሲል ስላያት። እጁን እያወዛወዘ ሰላም አላት፤ ልጅቷም ምላሹን ሰጠችው።

"አዎ ልጄ ናት። ምን እቀየራልሁ፤ ወፈርሽ ልትለኝ ነው መቸም። ላንተ ጠፋሁብህ ማለት በጣም ተቀይሬአለሁ ማለት ነው። አሜሪካ እንዲህ ነው፥ ያሳብጣል። አንተ ግን ብዙ አልተቀየርክም፤ የሚገርም ነው" አለች በመገረም መልክ እያየችው። እኔ እኮ ወደ አውሮፓ መሄድህን ነው የማውቀው፤ አሜሪካ መቼ መጣህ?" አለች ትኩር ብላ እያየችው።

"ከገሬ ከወጣሁ አምስት ዓመቴ ነው በሚቀጥለው . . .። እዚህ አሜሪካ ከመጣሁ ደግሞ ወደ ሶስት ዓመት ገደማ ሊሆነኝ . . . አንቺስ?"

"ይቀራረባል፤ የኔም እንደዚያው አካባቢ ይሆናል።" አለች መንገድ ስለዘጋች መኪና መምጣት ያለመምጣቱን በተደጋጋሚ ዘወር ብላ እያየች። ጥቂት ስለኑሮና ስለቤተሰብ ደህንነት አወሩ። "የሚገርም አጋጣሚ ነው። በቃ እንኳን ተገናኘን ዘመድ አገኘሁ ማለት ነው። ቤቴም እዚሁ አካባቢ ስለሆነ

መተህ ታየዋለህ . . .፡፡" ብላ ትንሽ አሰብ ካደረገች በኋላ "ለምን እንዲያውም የምትሄድበት ከሌለ እቤት ሄደን ቡና ጠጥተህ አትሄድም?" አለችው ድንገት ሃሳቡ እንደመጣላት በሚመስል መልኩ፡፡

ብሩክም የቸኮለች መሆኗ ስለገባው "መንገድ ሳትዘጊ አትቀሪም፣ የቸኮልሽም ይመስላል፣ እኔም ደግሞ የምሄድበት አለ። በሌላ ጊዜ በሰፊው እናወራለን። ቡና ለመጠጣቱማ ዳማ አይቀርብም ነበር?" አለ ሳቅ ብሎ።

"ልክ ነህ ብሩኬ አሁን ትንሽ ቸኩያለሁ። በቃ ስልኬን ውሰድና ያንተን ቴክስት አድርግልኝ ወይም ደውልልኝ" ብላ የስልክ ቁጥሯን ሰጠችው። አቀፍ (ሃግ) አድርጋ ከተሰናበተችው በኋላ "ዋ! እንዳትጠፋ" ብላ ዞር ብላ እያየችው መኪናዋ ውስጥ ገባች፡፡

መኪናዋ ከአይኑ እስከሚሰወር ድረስ እያየ በትዝታ ወደ ኢትዮጵያ ነጎደ፡፡ የመረባበሽ ነገር ተሰማው፡፡ ምንም እንኳን ከትርሲት መስማት የሚፈልገው ዕለት ከዕለት ከአይምሮው የማይጠፋ ጉዳይ ቢኖረውም በዚህ ጥድፊያ ማንሳት አልፈለገም። ድንገት ስለተገናኙም ከየት እንደሚጀምር ግራ ተጋብቷል፡፡ ምናልባት በሚፈልገው መንገድ ካልሄደ ለመቋቋም ዝግጁም አልነበረም። አሁን እሱን ያስጨንቀው፥ እሷ ሁሉን ነገር እያወቀች እንዴት ምንም ነገር አላነሳችም የሚለው ነው። ሌላው ቢቀር ትገናኛላችሁ እንኳን ብላ ሳትጠይቀው፣ የምታውቀው ነገር ካለም አንድ ነገር ሳትል፥ ምንም ነገር እንድማያውቅ ሰው በመሄዷ መገረም ብቻ ሳይሆን አሳስቦታል፡፡

ወደ ካፌውም ተመልሶ ሳይገባ በዚያው መኪናውን አስነስቶ የኮለምቢያ ፓይክ መንግድን የደቡብን አቅጣጫ ይዞ ወደ ስብሰባው አዳርሽ ለመሄድ መንገዱን ጀመረ። ትንሽ እንደተጓዘ ዳናኤል ደውልልኝ ያለው ትዝ ስላለው ስልኩን አነሳና ለዳናኤል ደወለለት፡፡

"*አይ ዊል ኮል ዩ ባክ*" የሚል የቴክስት መልዕክት መጣለት፡፡

የስብሰባው ስዐት እየተቃረበ ስለሆነ ብሩክ ወደ አዳራሹ ጉዞውን ቀጠለ፡፡

ሁለት

“አንቺ ልጅ አልረፈደም? የምሄድበት ጉዳይ አለኝ ስትይ አልነበረም?” አሉ እናቷ ወ/ሮ ጸዳለ የሜላትን የመኝታ ቤት በር ቀስ ብለው ከፈት አድርገው ገርበብ እንዳለ አጮልቀው ሜላት ከተጠቀለለችበት ብርድ ልብስ ለመውጣት ስትታገል አየት እያደረጉ። “በይ ተነሽ” ብለው በሩን ዘግተው መለስ አሉ።

ሜላት ከስልኳ ላይ ሰዐቱን አየት አደረገችና ፈጠን ብላ ተነስታ ወደ መታጠቢያ ቤት ሄዳ ፊቷን ታጠበች። ማታ ያዘጋጀችውን ልብስ ከለበሰች በኋላ፥ ጸጉሯን እያስተካከለች ለመሄድ ስትዘጋጅ እናቷ ስለአዩ “አንቺ ልጅ ቁርስ ብይ እንጂ፥ ምን ልትሆኚ ነው?” እያሉ ከተቀመጡበት ተነሱ።

ምግብ ለማምጣት ማድቤት ሲሄዱ ሜላት ስላየቻቸው “እማዬ አሁን ስለረፈደብኝ ልሂድ ስመለስ ብበላ ይሻላል። ደግሞ ከራበኝ ገዝቼ እበላለሁ። ትንሽ ከቆየሁ የዚህን ሰፈር ነገር ታውቂዋለሽ፥ ታክሲ አላገኝም” አለች በርሳዋን ትክሻዋ ላይ እያነገተች።

“ሳትበይማ አትሄጂም፤ በይ ቁጮ በይ። ሻዩ እኮ ፈልቷል። ሌላ ነገር አልበላም ካልሽ ባይሆን ትንሽ ዳቦ ነገር ቅመሽ” አሉ መለስ ብለው አይን አይኗን እያዩ።

“አይ ልሂድ ብላ ወደ በሩ አመራች”

አለመፈልጓን ሲረዱ “ጥሩ በቃ ሂጂ በይ እንግዲህ መንገድ ስታቋርጪ ተጠንቀቂ አትጣደፊ። ስዐቱ ገና ነው ትደርሻለሽ። ደግሞ የምትችይውን ነገር

አድርጊ እንጂ አትጨናነቂ እግዚአብሄር ያለው ነገር ነው የሚሆነው። በይ ሰላም ዋይ" አሉ ከቤት ስትውጣ ከኋላዋ እየተከተሉ።

"ደህና ዋይ እማዬ" አለች እጇን እያነሳች።

እስከ ቤታቸው አጥር በር ድረስ ሄደው በሩን በአንድ እጃቸው ይዘው በሌላው እጃቸው አጥሩን ተደግፈው የኮብል መንገዱን ይዛ መታጠፊያው እስከምትደርስ ቆመው በስስት እያዩአት ካይናቸው ስትሰወር በሩን ቀስ አድርገው ዘግተው ወደ ውስጥ ገቡ።

ከኖሩበት ሰፈር ቤታቸውን ሳይወዱ በግድ ሸጠው ሌላ ሰፈር ከገቡ ብዙም ጊዜ አልሆናቸውም። አዲሱ ቤታቸው ከዱሮው ሰፈር ብዙም ስለማይርቅ ሜላት ታክሲ የምትይዘው ትንሽ ከፍ ብላ ቢሆንም እዚያው በቅሎቤት አካባቢ ነው። ሜላት ታክሲ ከሚያዝበት እንደደረሰች በርከት ያሉ ሰዎች ቢኖሩም በአጋጣሚ ይሁን ወይም ሆን ብሎ፥ እረዳቱ "አንድ ሰው! አንድ ሰው!" እያለ ሁሉንም አልፎ አጠገቧ ሲቆም አጋጣሚውን ተጠቅማ ፈጠን ብላ ታክሲው ውስጥ ገባች። ታክሲው ሙሉ ስለነበር እረዳቱ ከሚቀመጥበት መቀመጫ ተቀመጠች። ከቀደምት ገጠሞቿ ጋር በማገናዘብ ታክሲው አጠገቧ የቆመው በአጋጣሚ እንዳልሆነ የገመተች ይመስላል።

"አመሰግናልሁ አለች" ፈገግ ብላ ቀና ብላ እያየችው።

"ችግር የለም!" አለ። ሂሳብ መቀበል ላይ ሃሳቡ ስለተጠመደ ለምስጋናው ብዙም ቦታ የሰጠው አይመስልም። "እዚያ ጋ ሂሳብ!" ይላል ተራ በተራ እጁን ወደ ተሳፋሪዎች እየዘረጋ። ብዙ ጊዜ ሜላት አንድ ቦታ ለመሄድ ታክሲ ስትጠብቅ የተለያየ ነገር ይገጥማታል። ታክሲ ነጂዎች "ጋቢና ግቢ፣ ያቺን ልጅ አስገባት" የሚለውን ግብዣ ለምዳዋለች። የግል መኪኖችም ላድርስሽ እያሉ ያስቸግሯታል። እንደዚህ አይነት ነገር ላይ በጣም ጠንቃቃ ስለሆነች፥ የማታውቀው ሰው ከሆነ ፈቃደኛ ሆና አታውቅም።

ትንሽ እንደሄዱ የታክሲው ሾፌር ዞር ብሎ "በዚህ ሰዐት ያለዘመድ እዚህ ቦታ ትራንስፖርት እንደማይገኝ ታውቂያልሽ አይደል? አለ ሳቅ ብሎ አይን አይኗን እያየ፤ ሰው ለማውረድ የቆመበትን አጋጣሚ ተጠቅሞ።

"አውቄአልሁ በጣም አመሰግናልሁ" አለች ድምጿን ዝቅ አድርጋ እየሳቀች።

እረዳቱ ለጊዜው ፋታ ስላገኘ፥ መስኮቱን ደገፍ ብሎ ድምጹን ዝቅ በማድረግ "ዘመድ ምናምን ነገር ይልሻል እንዴ ደግሞ። ዓመል ሆኖበት ቆንጆ ሴት አያልፍም። ይሄ ሹፌር እኮ ማዶ ቆንጆ ካዬ መጨረሻው እዚህ ነው ብሎ ተሳፋሪውን ሁሉ አውርዶ፥ እዚያ ደግሞ ተሻግሮ ለመጫን እንደሚሄድ አትጠራጠሪ" አለ ሳቅ ብሎ ሾፌሩን በማንጓጠጥ መልክ እያየ። ሜላት አንገቷን አቀርቅራ ሳቀች። "ስሚ ቅድም እዚያ ካፌው ፊለፊት ለመጫን ከፈት ላደርግ ስል 'በር አትክፈት!' ብሎ ጮኸብኝ። እኔ ምን ነካው ብዬ ነበር፤ ለካስ አንቺን ከርቀት ሾፍ አድርጓል።" ሃሜቱን እንዳይሰማበት ደጋግሞ ወደ ሾፌሩ ገልመጥ እያለ ይመለከታል። ልል

"በጣም ቀልደኛ ነህ" አለች ፈገግ ብላ።

"ምንድን ነው የሚልሽ ይሄ አያልቅበት? ከሳቅሽለትማ ጉደኛ ነው የማይለው ነገር የለም። እኔ እጮናለሁ አንተ ታጫውታልህ!" አለ ሹፌሩ ዞር ብሎ አየት አደርጎ መለስ እያለ፥ በተጨናነቀ ትራፊክ ውስጥ ስለሆነ ሙሉ ለሙሉ ዞር ብሎ ለማየት አልቻለም። አጠገቡ ያሉት ሰዎች ሜላትም ሳቁ። ወዲያው ሰው ለመጫን ቆመ። መንገድ ላይ ብዙ ታክሲ የሚጠብቁ ሰዎች ይታያሉ። ታክሲው ያወርዳል ይጭናል። በዚሁ አጋጣሚ ሜላትም ቦታ ስላገኘች በታዋን ቀየረች።

ታክሲው በጉዞ ላይ እያለ ውጭ ውጭውን አንድ ጊዜ ወደፊት ሌላ ጊዜ ወደኋል አንገቷን መዘዝ አድርጋ ስትመለከት የምትፈልገው ነገር ቦታ ወይም ሰው ያለ ይመስላል። ልብ ብሎ ላያት ደግሞ የመረበሽ ሁኔታ ይታይባታል። የምትሸሸውም ነገር ያለም ይመስላል። ሰዐቷን አየት አደረገች። ከቀጠሮዋ ሰዐት በጣም ቀድማለች። ስቴድዮም አካባቢ ቁርስ ነገር መብላት ፈለገች። እዚህ ወራጅ አለ ብላ ለመውረድ ስትዘጋጅ፥ አንድ ደብል ጋቢና ያለው ፒክአፕ ታክሲው ፊት ዘው ብሎ ሲገባ የታክሲው ሾፌር ስላየው በፍጥነት ፍሬን ያዘ እንጂ ከፍተኛ አደጋ ይደርስ ነበር። ሾፌሩም ጥሩንባውን አንቧረቀው። ተሳፋሪዎችም ማን እንደሆነ ለማየት ቀና ቀና አሉ። ሁሉም ይህን አይነት ድርጊት የሚያደርጉ ጥጋበኞች እነማን እንደሆኑ የተስማሙ ይመስላል። ሹፌሩ "እነዚህ ሰዎች ሰርተን እንዳንበላም ሊያደርጉን ነው እንዴ!" አለ ለመሄድ መሪውን እያጠመዘዘ።

ሜላት እንደምንም ብላ ወንበሩን ይዛ እራሷን ከመጋጨት ካዳነች በኋል ከታክሲው ወርዳ ዋናውን መንገድ ማቋረጥ ስትጀምር፥ ከኋላ የሷን

ስም የሚጠራ ሰው ሰማች። መጀመሪያውንም ያን ፒክአፕ መኪና ማን እየነዳ እንደሆነ ገምታለች። ሊከተልኝ ይችላል የሚል ጥርጣሬ ነበራት። እንዳልሰማ ሰው ዝም ብላ ተሻገረች። ፒክአፑን አዙሮ ከመጣ በኋላ አጠገቧ ቆመ። ቀና ብላ ኮስተር ብላ አየችውና ምንም ሳትል መንገዷን ቀጠለች።

ከመኪናው ፈጠን ብሎ ወርዶ አጠገቧ እንደደረሰ "ምነው ስጠራሽ ዘጋሽኝ?" አለ።

"አልሰማሁም!" አለች ቀና ብላ ሳታየው ሃሳቧን ቀይራ መግባት የፈለገችበትን ቤት አልፋ እየሄደች።

ጎን ጎኗን እየሄደ "ወዴት ነው በጧት?"

"መንገር ያለብኝ አይመስለኝም!" አለች በንዴት ትኩር ብላ እያየችው ድምጿን ከፍ አድርጋ በቁጣ መልክ። አስተያየቷ ካጠገቤ ሂድ የሚል መልዕክት ያስተላልፋል። ለሱ ይህ የተደበቀ አይደለም፤ ቢሆንም ምንም አይመስለውም። ወደመጣችበት ተመልሳ ለመሄድ መንገዱን ስታቋርጥ እንደመቆም ብሎ እንደገና ተከተላት።

"ምነው ሜላት ቁጣ ቁጣ አለሽ?" የውሸት ፈገግታ እያሳየ በትዕቢት መልክ። አባባሉ የትም አትደርሽም የሚልም ይመስላል።

"አንተ ግን ለምን ትከታተለኛለህ። ቀጠሮ የለንም በቃ ምንድን ነው የምትፈልገው?" ጥላቻዋ ከፊቷ ላይ በግልጽ ይታያል።

የተናገረችውን ከምንም ሳይቆጥር "ቅድም እኮ እዚያ ሰፈር ታክሲ ስትይዢ አላየሽኝም እንጂ ይዤሽ እመጣ ነበር።"

"ምን ማለት ነው! አንተ በጠዋት እኛ ሰፈር ምን ትሰራለህ? ሰፈርህ እዚያ አካባቢ አይመስልኝም" ስለተናደደች በእጇም በአንገቷም ነው የምታወራው ማለት ይቻላል። ከሜላት እንዲህ አይነት ንዴት መታየቱ የሚጠቁመው የድርጊቱን መደጋገምና አስከፊነቱን ነው። ክፉ ነገር አይወጣትም። ሰውን በጣም ታከብራለች፣ ላለማስቀየም የምታደርጋቸው ጥንቃቄዎች የሚገርሙ ናቸው። ድርጊቷ ያልተለመደ ስለሆነ እራሷን አስደነገጣት። ትክዝ ብላ ምንም ሳትናገር አንገቷን አቀርቅራ መንገዷን ቀጠለች።

ሜላት ከሁሉም በላይ በጣም ያናደዳት ሃይሌ የምትሄድበትንና ለምን እንደምትሄድ አውቋል ብላ ስለገመተች ነው። ከዚህ በፊት ልታደርግ የፈለገችውን ነገር አስቀድሞ እያወቀ አማላጅ ሆኖ ሊቀርባት ሲሞክር ታዝባ

ችላ ብላ አሳልፋዋለች። ነገሮቹም አልተሳኩም። ከዚህ በፊት ትነግረዋለች ብላ የምትጠረጥራት ጓደኛዋን ነበር። በተጨማሪም እሷም ብትሆን ጉዳዩን ብዙም በጥንቃቄ አልያዘችውም። አሁን ግን ይህን ካናዳ ኤንባሲ የጀመረችውን የቪዛ ፕሮሰስ ጉዳይ ለማንም አልነገርችም። እንዴት ሊያውቅ ይችላል ለሚለው ነገር ምላሽ የላትም። አሁን ምን ማድረግ እንዳለባት ግራ ገብቷታል። እሱ አወቀ ማለት የምትደክምበት ጉዳይም አይሳካም ማለት ነው።

በተደጋጋሚ ከሱ እራቅ ብላ ለመራመድ ሞከረች እሱ ግን የሚለቃት አይነት ሆኖ አላገኘችውም። ሃይሌ በጣም አጭር የሚባል አይደልም። ሜላት ዘለግ ያለች ነች። እረዘም ያለ ጫማ ስላደረገች ትንሽ ከሱ በለጥ ያለችው ይመስላል።

"ቁርስ ለምን አንበላም? ደግሞ ወደ ካናዳ ኤንባሲ ነው የምትሄጂው፣ አይደል እንዴ? ለምን እዚህ ወረድሽ? አለ በትቢት በጎን በኩል አንገቱን ጋደል አድርጎ እያያት። ከኔ የትም አታመልጪም ደግሞም ከኔ የተደበቀ ነገር የለም የሚለውን መለዕክት ለማስተላለፍ።

ሜላት በጣም ተናደደች። አቅሙ ቢኖራት አንድ ነገር ታደርገው ነበር። ምን ለማለት ፈልገህ ነው? ኦሌ ከምሄድበትም ቀርቻለሁ ስራ ካለህ . . ." ብላ ንግግሯን ሳትጨርስ "ሜክሲኮ! ሜክሲኮ!" እያለ የሚጠራ ታክሲ ስላየች ሃይሌን ምንም ነገር ሳትለው ሳያስበው እየሮጠች ሄዳ ዘላ ገባች።"እፍፍ. . ." አለች ገና እንደተቀመጠች የአንድ እጇን ክርን ፊለፊቷ ያለው መደገፊያ ላይ አድርጋ የእጇ መዳፍ ላይ ጉንጯን አስደግፋ በመስኮት ወደውጭ እየተመለከተች። ሃይሌ ያልጠበቀው ነገር ስለሆነ ቆሞ ታክሲው ውስጥ ስትገባ በመገርም አያት።

"ልከተላት ወይስ . . ." አለ ታክሲው መንቀሳቀስ ሲጀምር። "ጥሩ የት እንደምትደርሺ እናያለን" አለ ለራሱ በንዴት ወደ መኪናው እየሄደ።

ሶስት

ለጥቂት ጊዜም ቢሆን ቀደም ሲል አንድ የግል ኩባንያ በመስራቱ ያገኘው ልምድ ቀላል አልነበረም። ምንም እንኳን ስራው በሙያው ባይሆንም አንድ አዲስ ስደተኛ ሊያውቀው የሚገባውን መሰረታዊ ነገሮች እንዲያውቅ አድርጎታል። በዚህ ስራ ላይ ብሩክ እንዳይቆይ ፈረቃው ስለሚቀያየር ከልጆቹ የትምህርት ፕሮግራም ጋር ሊሄድለት አልቻለም። በተጨማሪም አብራው ከምትኖረው እጮኛው የስራ ስዐት ጋር ለማቀናጀት አስቸጋሪ ሆነበት። ይህን ችግር ለመፍታት በዕረፍት ጊዜው *ኦን ላይን ኮርስ* ወስዶ የኢንሹራንስ ኤጀንትነት ስራ ሰርተፍኬት ለማግኘት ቻለ። ስራውንም ከሌላ ኤጀንት ጋር በጋራ ቢሮ በመከራየት ጀመረ። አሁን የጀመረው የግል ስራ በተለይ ልጆቹን ለመከታተል አመቺ ሁኔታ ፈጥሮለታል፥ ምንም እንኳን አንዳንድ ጊዜ እረዘም ላለ ስዐት መስራት ቢኖርበትም። በአብዛኛው ስራውን የሚያከናውነው በራሱ ፕሮግራም ስለሆነ እሱ ካለው ሰፋ ያለ የቤተሰብና የማህበራዊ ተሳትፎ አንጻር የተሻለ ሆኖ አግኝቶታል። በአጋጣሚ በማህበራዊ ጉዳይ ወይም በቤተሰብ ምክንያት ስራውን በቢሮ ውስጥ መስራት ካልቻለ እቤቱም ወስዶ መስራት የሚችልበት አማራጭ አለው። ገቢውም ቢሆን የተሻለ ነው

ብሩክ አዲስ አበባ ዩንቨርሲቲ በመማር ላይ በነበረ ጊዜ ነው ወደ ትግል የገባው። አባትና እናቱ አስተማሪዎች ናቸው። አባቱ የግል ኮሌጅ ውስጥ እናቱ ደግሞ መለስታኛ ሁለተኛ ደርጃ የመንግስት ትምህርት ቤት

ያስተምራሉ። ሁለት እህቶች አሉት። አንዷ ታላቁ ስትሆን ሌላዋ ደግሞ ታናሹ ነች። ሁሉም ከቤት ጥሩ ክትትልና እርዳታ ስለሚያገኙ በትምህርታቸው ጎበዞች ናቸው። የብሩክ ቤተሰቦች በኢትዮጵያ ውስጥ ያለውን አደገኛ የፖለቲካ ሁኔታ በሚገባ ተገንዝበዋል። እንሱም ቢሆን በደርግ ዘመን ብዙ እስርና እንግልት ስለደረሰባቸው ልጆቻቸው መውሰድ ያለባቸውን ጥንቃቄ በተለይም በአንዳንድ ራስ ወዳዶች ተደልለው ተገቢ ያልሆነ መስዋዕትነት እንዳይከፍሉ በተደጋጋሚ ለመጠቆም ሞክረዋል። ሆኖም ግን ለጥቅም ብለው ሃገራቸውን እንዳይከዱ፣ ህሊናቸውንም እንዳይሸጡ በማሳሰብ "ይህን የሚያደርግ እሱነቱን የሸጠ፥ ሰው ሊያደርገው የሚይስችለውን ባህሪያት ያልተላበሰ ነው ማለት ይቻላል" እያሉ ባገኙት አጋጣሚ ይነግሯቸዋል።

ገና የዩንቨርሲቲ ትምህርቱን እንደጀመረ ብሩክና ጓደኞቹ ጆሮ ዳባ ልበስ ብለው ሊያልፉት ያልቻሉት ነገር ቢኖር በህብረተሰቡ ላይ የተጫነው የጎሳ ፖለቲካን ነው። እነሱም ቢሆን በዚሁ የዘር ፖለቲካ በተበከሉ ወጣቶች እንደተከበቡና የዚህ የጎጥ ፖለቲካ ሰለባ እየሆኑ እንደሆነ ተገንዝበውታል። አለም በሳይንስና ቴክኖሎጂ መጥቆ በሄደበት ወቅት ሃገራቸው ውስጥ ያሉ የኋላ ቀር አመለካከት ያላቸው የጎሳ ፖለቲካ የሚያራምዱ እንዲሁም የውሸት ትርክት ማላዘናቸውን እየሰሙ ዝም ብሎ መቀመጡ አልተዋጠላቸውም።

አለም ቴክኖሎጂን በመጠቀም መረጃዎችን፣ ሃሳቦችን፣ ፈጠራዎችን በቀላሉ መለዋውጥ ችሏል። አለም ትንሽ እየሆነ መጥቷል። በሃገሮች መካከል ያለው ድንበር በመሬት ላይ የምናየው *(ፊዚካል ባውንደሪ)* ካልሆነ በስተቀር አገልግሎቱ እየቀነሰ መጥቷል። ከዬትም ሃገር ይሁን ግለሰቦች ኢንተርኔትን ተጠቅመው ይማራሉ፣ ይነግዳሉ፣ ስብሰባዎችን ያካሄዳሉ እንዲሁም ስራ ይሰራሉ። ሳተላይተን በመጠቀም አንዱ የሌላውን ሃገር የመሬት አቀማመጥ፣ አሰፋፈር፣ የማዕድን ሃብትን ለማወቅ ችሏል። ሶሻል ሜድያ ድንበር ሳያገደው በደቂቃዎች ውስጥ አለምን ያዳርሳል። በአለም ላይ በጠጣ ከፍተኛ ቁጥር ያላቸው ድንበር ዘለል የበጎ አድራጎት፣ የመብት ተሟጋች፣ የንግድ ድርጅቶች . . . ተመስርተዋል። ግሎባላይዜሽን የሚባለውን ሂደት ወደድንም ጠላንም የምናቆመው ነገር ሆኖ አልተገኘም። ከዚህ የምንረዳው ሰዎች ዘር ሳይመርጡ በአመለካከት መመዘኛ ብቻ እርስ በርሳቸው ማንንም

ሳያግዳቸው የሚገናኙበት ደርጃ መድረሳቸውን ነው። ይህ ባለበት ሁኔታ በአንድ ሃገር ህዝብ ላይ ልዩነትን በመፍጠር ለማራራቅ መሞከር ጤነኛ አመለካከት አይደለም።

ሰዎች የዘር ፖለቲካ የሚያራምዱት የአስተሳሰብ ችግር ስላለባቸው፥ ያለምንም ድካም ማለትም ትምህርት ወይም ሙያ ሳያስፈልጋቸው አንዱን ወገን ከሌላው በማጋጨት በአቋርጭ ስልጣን መቆናጠጫ ብሎም ሃብት ማካበቻ ስልሆነ ብቻ ነው። ይህማ ባይሆን ህዝቡ ሊያልፍለት የሚችለው አንዱ ከሌላው ጋር በመተሳሰብ፣ በመማማር፣ በጋራ የሚኖርበትን ስልት ነድፎ የጋራ ችግሩን በህብረት ሊወጣ ሲሰራ እንደሆነ ገና የዩንቨስቲ ተማሪ እንደነበረ ብሩክ ጠንቅቆ ተረድቶታል። ይህንንም እያዩ እጅን አጣጥፎ መቀመጥ ለብሩክም ሆነ ለጓደኞቹ የማይታሰብ ነበር።

በኋላም እየቆዩ የተረዱት ነገር፥ በህውሃት መልክ የተቀረጸው ኢህአዲግ በበላይነት የሚመራው መንግስት ጥቂት በዘር ያደራጃቸውን የሱን እኩይ ተግባር የሚፈጽሙለትን በስልጣንና በሃብት ከማንበሽበሽ ያለፈ ቆሜለታለሁ ያለውን ህዝብ ኑሮውን ለማሻሻል ያደረገው ምንም ነገር እንደሌለ ነው። እንዲያውም የየትኛውም ቋንቋ ተናጋሪ ኢትዮጵያዊ እንደወትሮው በፈለገው የሃገሪቷ ክፍሎች ሄዶ መስራት እንዲችል ማድረግ እየቻለ፥ እንዳይንቀሳቀስ ተከልሎ እንዲኖር አድርገውታል። ያንተ ተወካይ ነን ባዮች ከክልሉ እንዳይወጣ የነሱ ስልጣን ጠባቂ እንዲሆን የውሸት ትርክት በመንዛትና በማስፈራራት ብዙ ደባ ፈጽመውበታል።

የብሩክ ቤተሰቦች ስራም ሆነ ትዳራቸውን የጀመሩት አርባምንጭ ከተማ ነው። ብሩክ የተወለደው እዚያው ሲሆን ግን ገና ልጅ እያለ ወደናዝሬት ተቀየሩ። ብዙም ስለ አርባምንጭ ከተማ ባያውቅም ቤተሰቦቹ ስለአካባቢው አረንጓዴነት ሲያወሩ ሲሰማ አድጓል። ሲቻና ሲቀላን ቤተሰቦቹ በተደጋጋሚ ሲያነሱዋቸው፥ ሲቀላ ሆኖ ስለሚታየው ለምለም ጥቅጥቅ ጫካ፣ በወጣትነታቸው ገና ትዳር እንደጀመሩ ለሽርሽር የሚሄዱባቸውን ስፍራወች (ነጨ ሳር ፓርክ፣ ጫሞ ሀይቅ፣ ኩልፎ ወንዝ ...) እያነሱ ትውስታቸውን ሲያወሩ ይሰማ ስለነበር፥ መቼም ይሁን መቼ በአገኘው አጋጣሚ አርባምንጭን መጎብኘት ምኞቱ ነው።

ከናዝሬት ከአደገባት ከተማ ደግሞ ከስመንተኛ ወደ ዘጠንኛ ክፍል እንዳለፈ ቤተሰቦቹ ወደ አዲስ አበባ ተቀየሩ። ስለልጅነቱ ባነሳ ቁጥር

ናዝሬትን ለቀው ሲሄዱ የተሰማውን ሃዘን መቼም እንደማይረሰው ይናገራል። በተለይ ቅዳሜና እሁድ ከሰፈር ልጆች ጋር እግር ኳስ ስለሚወድ ቀኑን ሙሉ ሲጫወት ውሎ ነበር እቤቱ የሚገባው። ሲጫወት ያዩት የሰፈር ሰዎችም ችሎታውን በጣም ያደንቁለት ነበር። ምናልባትም የቤተሰቦቹ ተጽዕኖ ባይኖርበት ኖሮ ጥሩ የእግርኳስ ተጫዋች ይወጣው ነበር። እድሜው ከፍ እያለ ሲመጣ ቤተሰቦቹ ወደ ትምህርቱ እንዲያተኩር ስለፈለጉ አብዛኛውን ጊዜውን በጥናት እንዲያሳልፍ፥ አልፎ አልፎ ብቻ እየሄደ እንዲጫወት ስለተነገረው ትኩረቱ ወደ ትምህርቱ ሆነ። የእግርኳስ ችሎታውም ከመንደር አላለፈም። በትምህርቱ ግን ታዋቂ እየሆነ መጣ። በትምህርት ቤቱ ጎበዝ ከሚባሉ ተማሪዎች አንዱ ነበር።

ቤተሰቦቹ ናዝሬት በሚኖሩበት ወቅት ማህበራዊ ግንኙነታቸው ጥሩ ስለነበር ናዝሬት የነበራቸውን የኑሮ ሁኔታ ይወዱታል። አባቱ የክረምት ኮርስ ይወስዱ ስለነበረና የትምህርት ደረጃቸውንም ስላሻሻሉ አዲስ አበባ አንድ የግል ኮሌጅ ውስጥ ስራ አገኙ። ወደ አዲስ አበባ መሄድ ግድ ሆነ። አዲስ አበባ ተዛውረው መኖር ከጀመሩ በኋላ በተለይ የመጀመሪያዎቹ ሁለት ዓመታት ለብሩክ ፈታኝ ወቅት ስለሆነበት ይህንን ለመቋቋም ከፍተኛ ጥረት አድርጓል። ምንም እንኳን ይህን ችግሩን ለቤተሰቦቹ ባይነግራቸውም፥ ከፍተኛ የባህሪ ለውጥ ስላዩበትና ምክንያቱንም ስለደረሱበት በተለያየ መንገድ ለማበረታታት ጥረት አድርገዋል። ብሩክ ሁሉንም ነገር ለመርሳት መጽሃፍ መደበቂያው ሆነ። ቀስ በቀስ ሰፈሩንም መላመድ ጀመረ፤ ጥቂት የሰፈርና የትምህርት ቤት ልጆችንም መግባባት ቻለ። የሁለተኛ ደረጃ ትምህርቱንም አጠናቆ ከፍተኛ ውጤት በማምጣት አዲስ አበባ ዩንቨርሲቲ ከገባ በኋላ እዚያም በተለያየ ጊዜ የሚደርስበትን የፖለቲካ ጫና ተቋቁሞ በከፍተኛ ማዕረግ ተመርቀ። በመጨረሻም ከሃገር ተሰዶ እስከወጣበት ጊዜ ድረስ የውጭ ድርጅት ውስጥ ተቀጥሮ ለጥቂት ዓመታት ሲሰራ ቆይቷል።

ብሩክ የኢህአዲግን መንግስት ለመጣል በህቡዕ ከሚንቀሳቀሱ ድርጅቶች ጋር የተቀላቀለው ገና ዩንቨርሲቲ እያለ ነው። ከፍተኛ እንቅስቃሴም ያደርግ ነበር። ጸረ ኢህአዲግ አቋም ያላቸውን በተለይ ወጣቶችን በማደራጀት፣ በመቀስቀስ፣ የሚፈጸመውንም ኢሰብአዊ ድርጊት፥ በተለይ ሶሻል ሜድያን በጠቀምና በማጋለጥ፣ በውጭ ከሚንቀሳቀሱ ተቃዋሚዎች ጋርም ግንኙነት በምፍጠርና አብሮ በመስራት ከፍተኛ

አስተዋጽኦ አድርጓል። በተለይ በ1997/2005 በተደረገው ሀገር አቀፍ ምርጫ፥ ወጣቶችን በመቀስቀስና በማደራጀት ኢህአዲግ እንዳይመረጥ ከፍተኛ ተግባራት ፈጽሟል። በመጨረሻም የምርጫውን መጭበርበር ለመሸፈን በተወሰደው የጅምላ እስር ምክንያት ለስድስት ወር ታሰረ። ማስረጃ ሊያገኙበት ስላልቻሉ ብቻ ሳይሆን በነበረውም የጅምላ እስርና የጅምላ መፈታት ትርምስ በአጋጣሚ ሊፈታ ችሏል። በእስር በነበረበትም ጊዜ ብዙ ድብደባ ደርሶበታል። እስረኛ ተደብድቦ አካሉ ሲጎል ህይወቱ ሲያልፍም አይቷል። ይህም ሆኖ፥ ከተፈታም በኋላ ትግሉን አላቆመም የህወሃት ደህንነቶችም ክትትላቸውን ማስፈራራታቸውን ቀጥለውበት ነበር። በተደጋጋሚም የአፈና ሙከራ ድብደባም ደርሶበታል። ብሩክ በአጋጣሚ ቢተርፍም በርከት ያሉ የትግል አጋሮቹ እየታፈኑ ተወሰዱ። ቤተሰቦቹ ይህን ሁኔታ ስለተረዱ እዚህ ታስሮ ከሚሰቃይ ከሃገር ወጥቶ የበኩሉን አስተዋጽኦ እንዲያደርግ ግፊት ያደርጉበት ጀመር።

በትግሉ ውስጥ በቆየ ቁጥር ኢትዮጵያ ውስጥ የሚደረገው የብሄር ፖለቲካ የሃገሪቱን ሉአላዊነት አደጋ ላይ እይጣለ መሆኑና በግልጽ እየታየው ነው። ለወጣቱ ትውልድ እየተዘራ ያለው አንዱን ባንዱ ላይ የማነሳሳት የጥላቻ መርዝ ደግሞ ሃገሪቱን ወደ እርስ በርስ ግጭት እየወሰዳት መሆኑ ግልጽ ነበር። የሰበአዊ መብት ጥሰቱም አስከፊ ደረጃ ደረሰ። በዚህ መጠን የሰው ልጅ መብት ተገፍፎ፣ ሃገሪቷ በጎጠኞች ልጓም ተለጉማ እያየ በትግሉ ከመቅጠል በስተቀር ሌላ አማራጭ አልነበረውም። ትግሉ ብዙ እንደሚያስከፍለው ቢያውቅም እስከመጨረሻው አቅሙ የፈቀደለትን ሁሉ ለማድረግ ለራሱ ቃል ገባ። በዚህ ፍልሚያም ውስጥም በመሳተፍ ከፍተኛ አስተዋጽኦ ማድረግ ቻለ።

የጎጥ ፖለቲካ አራማጆች ሃብታቸው እየጨመረ ሲመጣ፥ ጉልበታቸው እየፈረጠመ፣ አፈናቸውም እየጠነከረ መጣ። በገንዘብ የተገዙ ግለሰቦች የህቡዕ ድርጅታቸው ውስጥ ሰርገው በመግባት ለብዙ ሰው መስዋዕትነት ምክንያት ሆኑ። በመጨረሻ ብሩክ ያለው አማርጬ በወያኔ እጅ ወድቆ እጣፈንታውን መጠበቅ ወይም ሃገር ለቆ መውጣትና ግዴታውን መወጣት ሆነ።

ኬንያ ከገባ በኋላም በኢሃዲግ ደህንነቶች ከፍተኛ ክትትል ይደረግበት ነበር። ይህም ስለተደረሰበት እሱ በአባልነት የሚንቀሳቀስበት ህቡዕ ድርጅት

የኢትዮጵያ ነጻነት ግንባር (ኢነግ) ተብሎ የሚጠራ ከፍተኛ እርዳታ ባያደርግለት ኖሮ ይገደላል ወይንም ታፍኖ የመወሰዱ ጉዳይ አይቀሬ ነበር። ድርጅቱ ተሯሩጦ በአስቸኳይ በአጭር ጊዜ ውስጥ ወደ ጀርመን እንዲገባ አደረገው።

ብሩክ ጀርመን እንደገባ ቋሚ መኖሪያ እስከሚያገኝ ከአንድ ኢትዮጵያዊ ቤት እንዲያርፍ ተደረገ። ፍራንክፈርት በገባ በሁለተኛው ቀን ከኢነግ ደብዳቤ ደረሰው። ማሳሰቢያው በዩሮፕያውያን አቆጣጠር የተጻፈ ሲሆን እንዲህ ይላል፡-

ማርች, 2008
ከኢትዮጵያ ነጻነት ግንባር (ኢነግ)
የሃገሪቷን ንብረት ህወሃት ሙሉ ለሙሉ ስለተቆጣጠረና አቅሙ እየጨመረ በመምጣቱ ምክንያት፣ እጁን በማርዘም በስደት ላይ ባሉ ተቃዋሚዎችም ላይ በተለያየ መንገድ ተጽዕኖ እያሳደረ መጥቷል። በአውሮፓ ውስጥ በተለያዩ ከተሞች ተደራጅተው የሚገኙ የውጬ ሃገር ህገወጥ ሚስጥራዊ ቡድኖች በገንዘብ ለአምባ ገነን መንግስታት ተቀጥረው በስደት ያሉ ተቃዋሚዎቻቸውን ያዋክቡላቸዋል። ህወሃትም ከድሃው አፍ ነጥቆ ለነዚህ ቡድኖች ከፍተኛ ገንዘብ በመክፈል አደገኛ ተቃዋሚ የሚላቸውን ተረጋግተው እንዳይኖሩ ያደርጋል። እንዲሳደዱም ያደርጋል። ስለሆነም አባሎቻችን ከፍተኛ ጥንቃቄ እንድትወስዱ እንመክራለን። ይህን ጉዳይ በተመለከተ ያላችሁን ማንኛውንም መረጃ እንድትልኩልን እናሳስባለን።
ጎጠኝነትን እንዋጋለን!

ብሩክም ፍራንክፈርት ጀርመን እንደገባ የደረሰበት ይህዉ ነው። ለሰው ለመግለጽ በሚያስቸግር መንገድ ክትትል ይደረግበታል። አንዳንድ በሱ ላይ የስነልቦና ተጽዕኖ ለማሳደር የሚፈጸሙ ድርጊቶችን የሚገነዘበው እሱ ብቻ ነው። የአድራጊዎቹ አላማም ይህዉ ነበር። ከገጠሙት በርካታ ነገሮች ውስጥ ጥቂቶቹ፡- የተሰበሩ እቃዎች በሩ ላይ ተጥለው ማየት፣ የሚያስፈራ ስዕል ያለበት ወይም ወንጀልን የሚጠቅስ አርእስት ያላቸው ጋዜጦችና ሜጋዚኖች እሱ በሚያልፍበት ስዐት መንገዱ ላይ ተጥለው ያገኛል። ባቡር ሲሳፈር

በተደጋጋሚ አብሮት የሚሳፈር ሲወርድ የሚወርድ ሰው ይገጥመዋል። ከየት እንደሆነ በማያውቅበት መንገድ ኢትዮጵያ ውስጥ አንድ ወቅት ታስሮ የነበረ ጓደኛው ስሙ ሲጠራ ሰምቷል። ይህን ድርጊት የሚፈጽሙት ኢትዮጵያዊ ያለመሆናቸው ደግሞ የባሰ ግራ ያጋባዋል።

ብሩክ ከረጇም ጊዜ በኋላ እንደተረዳው እነዚህ ድርጊቶች ህወሃት ከሚፈጽማቸው የሳይኮሎጂካል ዋርፌር ማለትም የስነልቦና ጦርነት ውስጥ የሚካተቱ ናቸው። ዋናው አላማም የግለሰቦችን የግል ባህሪና ፍላጎት በመረዳት ፍርሃት ውስጥ በመክተት ከቆሙለት አላማ እንዲወጡ ወይም እንዳይሰሩ በማሸመድመድ ከጥቅም ውጭ ለማድረግ ነው።

ህወሃት የስነልቦና ጦርነት በማካሄድ ተቃዋሚዎችንም ሆነ ግለሰቦችን ፍርሃት ውስጥ እንዲገቡ የተለያዩ ዘዴዎችን በመጠቀም ኢትዮጵያ ውስጥ ህዝቡን በስፋት ማሸበር ችሏል። በከፍተኛ ደረጃ ይጠቀምበት ከነበርው ውስጥ ኢህዴግ ከሌለ ኢትዮጵያ እንደምትፈርስ የሚለውን ማስወራት ዋንኛው ነበር። ሌላው ህወሃት የብሄር የበላይነትን እንዳስወገደና እሱ ከሌለ የነበረው ስርዐት እንደገና እንደሚያንሰራራ ይሰብካል። የሚቃወሙትንም የዱሮ ስርዐት ናፋቂወች በማለት ይዘልፋል። የተደራጁ ቡድኖች በማሰማራት የነሱን አላማ አይከተሉም ያሏቸውን ግለሰቦችንም ሆነ ቡድኖችን ላይ ከስራቸው እንደሚባረሩ፣ ንግድ ቤታቸው እንደሚዘጋ በማስነገር ያሸብራቸዋል። በቤተሰቦቻቸው ላይም ተጽዕኖ ያሳድራሉ። ለማንም የማይበገር የደርግን ግዙፍ ጦር የደመሰሰና ማንም ሊያሸንፈው እንደማይችል አድርጎ ያስወራል። ይህንን ማስፈራሪያ ወደህዝቡ ለማስገባት በሜዲይ፣ በስብሰባዎች፣ በመጸሃፍት፣ በሃውልት መልክ እንዲሰራጩ ያደርጋል።

ይህ በተከታታይ ይደርስበት የነበረው የስነ ልቦና ጥቃት ብሩክን በራሱ እንዳይተማመን ስላደረገው እንዲደርስበት ወደተፈለገው የአይምሮ ቀውስ እያመራ ሄደ። አዲስ ከመሆኑ ጋር ተደማምሮ አንዳንድ የመረባበሽ ሁኔታ እየታየበት መጣ። ለህወሃት ደህንነቶች በመጋለጡ ብሩክ የገጠመውን ችግር ግንባሩ ስለደረሰበት፥ ተገቢውን እርዳታ እንዲያገኝ ተደረገ እንጂ ውጤቱ የከፋ ይሆን ነበር። በአጭር ጊዜ ውስጥ አስፈላጊውን ምክርና ትምህርት ከተሰጠው በኋላ ከፍተኛ እርብርቦሽ በማድረግ ወደ ካንዳ እንዲሄድ ተደረገ።

ቶረንቶ ካናዳም በሚኖርበት ወቅት በተለይ በመጀመሪያዎቹ ሁለት ወራት አንዳንድ አጠራጣሪ የሆኑ እንቅስቃሴዎች ቢያይም እንደ ዩሮፕ የከፋ አልነበረም። በሚኖርበት 'ዮርክ' አካባቢ የተጠናከረ የህወሃት ቡድን ሳይሆን የተጠናከረ የኢትዮጵያውያን ኮሚኒቲ ስላገኘ ብዙም አላሰጋውም። እሱም ቢሆን ድርጅቱ በሰጠው መመሪያ መሰረት አስፈላጊውን ጥንቃቄ ወስዷል። በተጨማሪም አውሮፓ በነበረበት ወቅት ያደረሱበትን ስለንበናዊ ተጽዕኖ እነደ ትምህርት በመውሰድ እራሱን በማረጋጋት ኑሮውን መግፋት ቻለ። በአጭር ጊዜም አገሩን ተላመደ። ከብዙ ኢትዮጵያውያን ጋርም የመተዋወቅ እድል አገኘ። እንዲሁም ቶሮንቶ ይኖር በነበረ ጊዜ በሚኖርበት አካባቢ ኢነግ እንዲጠናከር ከፍተኛ ጥረት አድርጓል። በተለያዩ የተቃውሞ ስብሰባዎች በመሳተፍም ሆነ በማስተባበር ከፍተኛ አስተዋጸኦ አደረገ።

አሁን አብራው ከምትኖረው እጮኛው ከመሰረት ጋር ለአጭር ጊዜ ስልጠና ዮርክ ዩንቨርሲቲ ይሄዱ ስለነበር በዚሁ አጋጣሚ ተዋወቁ። ቀደም ሲል መሰረት ኢትዮጵያ ውስጥ በትዳር አብራው ትኖረው ከነበርው ባለቤቷ ጋር ወደ ካናዳ መጥተው ለስድስት ዓመት አንድላይ ኖረዋል። አንድ ሴት ልጅም አላቸው። በመሃከላቸው በተፈጠረው ባለመግባባት ምክንያት ከባለቤቷ ጋር ተለያይታለች። በዚህ አሸቻጋሪ የሽግግር ወቅት እያለች ከብሩክ ጋር በአጭር ጊዜ ውስጥ ጥሩ መግባባት ተፈጠረ። ምናልባትም ሁለቱም የነበሩበት የኑሮ ውጣ ውረድና ብቸኝነት ሳያቀራኛቸው አይቀርም። ቅርርቡ ወደ ፍቅር ተቀይሮ አንድ ላይ መኖር በመጀመራቸውም ተደጋግፎ ለመኖር መንገድ ከፈተላቸው።

ብሩክ ያሳለፈውን ውጣ ውረድ ገና ከመሰረት ጋር እንደተዋወቁ ሰሞን አጫውቷት ስለነበር በጣም ታዝንለታለች ታጽናናውም ነበር። ሆኖም የብሩክን ጠንከር ያለ የፖለቲካ ተሳትፎ ስላልወደደችለት ለማራቅ ሞክራ ነበር ግን ቀላል ሆኖ አላገኘችውም። የማይሆን መሆኑን እያወቀች ጣልቃ መግባቱ በመሃከላቸው መቃቃር ከመፍጠር ያለፈ ፋይዳ እንደሌለው ስትረዳ ነገሩን ተወችው። እየቆየች ስትመጣ እሷም አንዳንድ በሀገር ውስጥ ስለሚደረጉ መረን የለቀቀ ዘረፋና የመበት ረገጣዎችን አንስታ ከብሩክ ጋር መነጋገር ጀመረች። እንዲያውም የኢትዮጵያን የወቅቱን ፖለቲካ በተመለከተ አንዳንድ ጽሁፎችንና ጥናቶችን ሲያዘጋጅ ትረዳዋለች አስተያየትም በመስጠት ጥቂትም ቢሆን የራሷን አስተዋጽኦ አበርክታለች።

ስልጠናውን በሚወስዱበት ወቅትም ብሩክ በሚሰጠው ኮርስ ላይ የተሻለ እውቀት ስለነበረው ከፍተኛ እርዳታ ያደርግላት ነበር። በተጨማሪም መሰረት የአምስት ዓመት ልጇን ማሳደግና በስራ ላይ ትምህርቷን ለመከታተል ጊዜ ያጥራታል። ብሩክ እሷን ለመርዳት የተቻለውን ሁሉ አድርጓል። በዚህ መልክ እየተረዳዱ ያለምንም ችግር አንድ ላይ ጨረሱ።

ስልጠናውን እንደጨረሱም መሰረት ጠይቃው የነበረው የአሜሪካ የመኖሪያ ፈቃድ ስለተሰጣት ወደዚያው ለመሄድ በአጭር ጊዜ ውስጥ ዝግጅታቸውን ጨረሱ። መሰረት በጣም የምትግባባት አሜሪካ ቨርጂንያ ግዛት ውስጥ የምትኖር ጓደኛ አለቻት። ከሷ ጋር ቀደም ሲል ተነጋግራ ስለነበር አፓርትመንትና አንዳንድ የሚያስፈልጋቸውን ቅድመ ዝግጅቶች በሷ በኩል አድርገው ወደዚያው ሄዱ።

አራት

ባልጠበቀችው ስዐትና ቦታ ያለ ምንም ቀጠሮ ሃይሌ መምጣቱ ብቻ ሳይሆን ለምን ጉዳይና የት እንደምትሄድ ማወቅ መቻሉ እንቆቅልሽ ሆኖባታል። ከቅርብ ጊዜ ጀምሮ ደግሞ ክትትሉ በጣም እየጨመረ ስለመጣ በኑሮዋ ላይም ከፍተኛ ተጽዕኖ ፈጥሯል። ባየችው ቁጥር "እንዴት ነው ከዚህ ሰውዬ የምገላገለው?" ትላለች። መስሪያ ቤት ድረስ ስለሚመጣ፥ አንዳንድ የስራ ባልደረቦቿም ፍቅረኛዋ እየመሰላቸው "ማን ሞኝ አለ ከዘመኑ ሰው ጋር ጠጋ ማለት ነው እንጂ" እያሉ በቀልድ መልክ ስለሚጎነትሏት፥ ባልሆነ ነገር መታማቷ ያናድዳታል። ይህን ከቀን ቀን እየጨመረ የመጣ ችግሯን እንዴት እንደምትወጣው፣ ለማንስ እንደምታማክር ግራ ገብቷታል።

በሱ ምክንያት በጣም ከምትወዳት ጓደኛዋ ጋር ያለመግባባት ከተፈጠረ ሰነባበቷል። ግንኙነታቸው እየሻከረ በመጣ ሰሞን አልፎ አልፎ ይገናኙ ነበር አሁን ግን ከተያዩ በጣም ቆይተዋል። ወደ ውጭ ሃገር ሄዳለች የሚል ጭምጭምታ ብትሰማም እርግጠኛ መሆን አልቻለችም። የጓደኛዋ አስተዋጽኦ ይኖርበታል ብላ ስለምትገምት ቀደም ሲል በሷ ላይ ተፈጥሮ የነበረውን ችግር ከጓደኛዋ ድርጊቶች ጋር ለማገናኘት ሞከረች። እንደተረዳችው ከሆነ ከነሃይሌ ጋር የነበራት መቀራረብ የጓደኝነት ብቻ ሳይሆን እንዲያውም ለህወሃት ሳትሰራ አትቀርም የሚል ጥርጣሬዋ እየጨመረ መጥቷል። ይህ እውን ከሆነ ደግሞ ብዙ ነገር አበላሽታብኛለች የሚል ስጋት አላት።

ይህ የቅርብ ጓደኛዋ ድርጊት ሰውን እዳታምንና እንድትጠራጠር ስላደረጋት ለረጅም ጊዜ የልብ ጓደኛ አልነበራትም። ድርጊቷ ባሳደረባት ፍርሃት ምክያት ሌላ ሰው ለመቅረብ ከመቸገሯም በላይ የሃይሌም የዕለት ከለት ክትትል መፈናፈኛ አሳጥቷት ነበር። ከቅርብ ጊዜ ወዲህ ግን ከኤደን የሰፈሯ ልጅ ከነበረችው በተጨማሪም አብሮ አደጓ ጋር ጥሩ ግንኙነት ጀምረዋል። ቀደም ሲል ሰፈር፣ መንገድ ላይ፣ ወይም አንዳንድ ቦታ በአጋጣሚ ሲገናኙ ከመጨዋወት ያለፈ ጓደኝነታቸው ጠበቅ ያለ አልነበረም። ያም ሆኖ ሁለቱም አንዷ ለሌላዋ ያላቸው አክብሮት ከፍተኛ ነው። ቤተሰቦቻቸውም ቢሆን ለርጅም ጊዜ አብረው የኖሩ በሃዘንም በደስታም የማይለያዩ ጠለቅ ያለ መግባባት ያላቸው ናቸው፥ ምንም እንኳን አሁን በዘመኑ ሰወች ግፊት ምክንያት ሰፈራቸውን ለቀው ቢበታተኑም። የኤደን ቤተሰቦች አሁን የሚኖሩት ሲኤምሲ አካባቢ ነው።

ሜላት ተግባቢ የሰውን ስሜት የምትረዳ ከመሆኗም በላይ ከምትግባባው ሰው ጋር ደግሞ ጨዋታዋ አይጠገብም። ሁለገብ የሆነ እውቀት ያላት ናት። በተጨማሪም በግልም በሷም ሆነ በቤተሰቦቿ የደረሰ ስለሆነ፥ ኢትዮጵያ ውስጥ የሚደረገውን የመብት ገፈፋ፣ ግፍና ጎጠኝነት አጥብቃ ትቃወማለች። ኤደንም ተመሳሳይ ባህሪ አላት። ሁለቱም በአለባበሳቸው ዘመናዊ፣ አመለካከታቸውም ቢሆን በወቅቱ የጎጥ ፖለቲካ ያልተበከለ ተመሳሳይ ፍላጎት ያላቸው በተመሳሳይ የእድሜ ክልል ውስጥ የሚገኙ ናቸው። በዕረፍት ቀናቸው፥ ቅዳሜ ወይም እሁድ ብዙ ጊዜ ተገናኝተው ይጨዋወታሉ።

ዕለቱ ቅዳሜ ስለነበር ሜላት ተኝታ ብታረፍድም የረፍት ቀኗ ነው ትተኛ ብለው እናቷ ሊቀሰቅሷት አልፈለጉም። ሜላት ከዕንቅልፏ ብትነቃም አልጋ ላይ እየተገላበበጠች ሁልግዜ ከጭንቅላቷ ከማይጠፋው ገና በጅምሩ ሳይወዱ በግድ ስለተለያት ፍቅረኛዋ ታወጣለች ታወርዳለች። “ሰው ተዋዶ አብሮ መኖር ካልቻለ መጀመሪያውኑ መተዋወቁ ምን ትርጉም አለው? ለነገሩማ ሰው ከፍቅረኛው መች ወዶ ይለያያል። የእኛ አይነት መለያየት ሳይታሰብ፣ በአጋጣሚ ወይም ተገዶ የሚፈጸም ነው። በዚህ በጎሳ ፖለቲካ ሰዉን እያመሱ ስንቱን አሰደዱት። ‘የጨነቀው . . . ምን ያገባል’ አሉ። ለነገሩ ስደት መፍትሄ መች ይሆን ነበር አማራጭ ስለጠፋ እንጂ” አለችና አጠገቧ ያለውን ከፍቅረኛዋ ጋር የተነሱትን ፎቶ ብድግ አድርጋ በትካዜ ትኩር ብላ

አየችው። በታው ትዝ አላት፤ ግዮን ሆቴል ግቢ ውስጥ ዩኒቲ ሀውስ የሚባለው ካፌና ባር ቁጭ ብለው ነው። ዕለቱ ቅዳሜ ከስዐት ሲሆን ትንሽ ሞቅ ይላል። የተቀመጡበት ቦታ ግን ቀዝቀዝ ያለ ነፋስ ስለነበረው ደስ የሚል አየር እንደነበርው ትዝ አላት። ትክሻው ላይ ደገፍ ብላለች፤ እሱም እንዳቀፋት በአቀፈበት እጁ የእጇን መዳፍ ጭብጥ አድርጎ ይዞታል። በስተጀርባቸው ሌላ ወንበር ላይ ሰብሰብ ብለው የተቀመጡ ተስተናጋጆች፣ ትንሽ እራቅ ብሎ ግቢው ውስጥ ያሉት አረንጓዴ ዛፎች፣ ሜዳው ላይ ያለው ሳር ውስጥ ሰብሰብ ያሉ ሰዎች ይታያሉ። ሁሉንም አንድ ባንድ አየቻቸው። በዕለቱ የነበርው ነገር ሁሉም ነገር አስታወሰች። ፎቶ ያነሳቻቸው ፈገግታ የማይለያት አስተናጋጅ ሳትቀር። ለደቂቃ ያህል ትኩር ብላ አየችው። ከዚያ በኋላ ታክሲ ይዘው ወደ ቤት መሄዳቸው በዕለቱ ያወሩት ሳይቀር ትዝ አላት። በረጅሙ ተነፈሰች። ፎቶውን ከነበረበት መልሳ በጀርባዋ ተኝታ ትክዝ ብላ ጣራ ጣራውን እያየች ጥቂት ከቆየች በኋላ ከአልጋዋ ላይ ፈጠን ብላ ወረደች። ከዚያም የመኝታ ቤቷን በር ከፈት አድርጋ “እማዬ! እማዬ!” አለች ጮክ ብላ።

“ምነው በሰላም ነው?” አሉ በጥድፊያዋ በመገረም

“ደህና አደርሽ እማዬ? ዛሬ ቀጠሮ ስላለኝ የምሄድበት አለ፤ ቁርስ ከሌለ ልስራ ብዬ ነው” አለች አይኗን እያሻሸች ከምኝታ ቤቷ ወጥታ ወደሳቸው እየተጠጋች።

“የት ነው ደግሞ ዛሬ የምትሄጂው? እንዲያው ሁልጊዜ መንጦልጦል። ዛሬ እንኳን እቤትሽ አረፍ ብለሽ አትውይም? ባለፍው ጊዜ ያ የኤንባሲ ጉዳይ አላልቅልኝ አለ ብለሽ ከስራ ጋር ወድያ ወዲህ ስትይ ሰነበትሽ። አንዳንድ ጊዜ እኮ አረፍ ብሎ እራስን ማዳመጥ ጥሩ ነው” አሏት ወደ ኪችን እየገቡ። በይ ለማንኛውም ተጣጠቢና ነይ፤ ማሞቅ ብቻ ነው የሚያስፈልገው። በጧት ትግስት ተንስታ ቁርስ ሰርታለች፤ አሁን ግን ከሱቅ እቃ እንድትገዛልኝ ልኪያታለሁ።” ትግስት ከክፍለ ሃገር አምጥተው የሚያሳድጓት የታናሽ እህታቸው ልጅ ነች ።

“ከኤደን ጋር ነው ቀጠሮ ያለኝ፥ ቅዳሜ ወይንም እሁድ ካልሆነ አይመቻትም።”

“ውይይ . . . ኤደንዬ ደህና ነች? ትገናኛላችሁ? ጥሩ ነው። ባይሆን እናንተ እንኳን ተጠያየቁ። አብሮ አደጎች እኮ ናችሁ” ከሷ ጋር ከሆነማ ሂጂ እንደማለት ይመስላል።

"አዎ አልፎ አልፎ እንገናኛለን።"

"አባቷስ ያን የሚያማቸውን እንዴት ሆነው ይሆን? ወ/ሮ ጸዳለ ትደዋውል ነበር ሰሞኑን አልደወለችም" ተከዝ እንደማለት ብለው።

"ምን ማለትሽ ነው እማዬ እሳቸው ብቻ መደወል አለባቸው? ሲጠፉ አንቺ አትደውይም እንዴ?"

"አይ እንደሱ አላልኩም! በይ አሁን ተጣጠቢና ቁርስሺን ብይና ቶሎ ሄደሽ በጊዜ ተመልሽ" ብለው ወደ ኪችን ገቡ።

ሜላትና ኤደን ያደጉት በቅሎቤት አካባቢ ነው። ቀደም ሲል የኤደን ቤተሰቦች ለረጅም ጊዜ የኖሩበትን ቤት አፍርሳችሁ ፎቅ ስሩበት ካልቻላችሁ መሸጥ አለባችሁ፤ ይህን ካላደረጋችሁ ደግሞ መንግስት ግምቱን ሰጥቶ ይወስደዋል ተብሎ ተነገራቸው። ፎቅ መስራት የሚችል ሰው ብቻ ስለሆነ የሚገዛው፥ ቤቱን ለተለያየ ሰው ቢያስማሙም በደህና ዋጋ መሸጥ አልቻሉም። አንድ ሁለት ሰዎች ቤቱን ወደውት በተሻለ ዋጋ ሊገዟቸው ከተነጋገሩ በኋላ ባላወቁት ምክንያት በሄዱበት የውሃ ሽታ ሆነው ቀሩ። አስፈራርተዋቸው ይሆናል የሚል ግምት አላቸው። አማራጬ ሲጠፋ ከዋጋው በታች ለአንድ ከኢህአዴግ ጋር ትስስር ላለው ግለሰብ ሸጠው ወደ ሌላ ሰፈር ሄዱ። ወደ ሲኤምሲ ከሄዱ ሁለት ዓመት ሆኗቸዋል። የሸጡት ቤት እስካሁን ፎቅ አልተሰራበትም ግን ቤቱን የገዛው ሰውዬ ለአንድ የውጭ የእርዳታ ድርጅት አከራይቶ ከፍተኛ ገንዘብ ያገኝበታል።

ብዙ ጊዜ የኤደን ቤተሰቦች "ውጭ ያለው ልጃችን ሌላ ቤት እንድንገዛ ባይረዳን ኖሮ ቤታችንን ተቀምተን ሜዳ ወድቀን እንቀር ነበር" ይላሉ። መንግስት የሚሰጠው ግምትም ሆነ በጥድፊያ የሚሸጥበት ዋጋ ሌላ ቤት ለመስራትም ሆነ ለመግዛት በቂ ስለማይሆን ብዙ ሰዎች የኖሩበትን ቤት ተነጥቀው ችግር ላይ ወድቀዋል።

ሜላትም ሆነ ኤደን ብዙ ጊዜ አራት ኪሎ ወይም ስድስት ኪሎ መሄድ ስለሚወዱ፥ የሚቀጣጠሩት እዚያ ነው። ከዚያም እዚያው አካባቢ ትንሽ ዘወርወር ብለው ወደ ፒያሳ ይሄዳሉ። ይህን ባለፉት ጊዜያት በተገናኙ ቁጥር ሲያደርጉት ቆይተዋል። ሁለቱም ስድስት ኪሎ ዩንቨርሲቲ ስለነበሩ የካምፓስ ኑሮ ትዝታ የጎተታቸው ይመስላል። ዛሬም እንደተለመደው ቀጠሮአቸው አራት ኪሎ ነው። ሁለቱም በአምስት ደቂቃ ልዩነት ተገናኙ። ኤደን አንድ አምስት ደቂቃ ቀደም ብላ ደርሳለች። ባለፈው ጊዜ ሜላትን ስታገኛት ከፍተኛ

የባህሪ ለውጥ ስላየችባት ምን ሆና ይሆን የሚለው ነገር አስጨንቋታል። ሜላት ዱሮ ፈገግታ የማይለያት ደስታኛ እንደነበረች ታውቃለች። በተለይ ከጥቂት ሳምንታት ወዲህ ጭንቀት፣ መረባበሽ ከፊቷ ላይ ይነበባል። ምናልባት ከብሩክ ጋር ተለያይተው መቅረታቸው እየረበሻት ሊሆን ይችላል ለማለት ያስቸግራል። ይህን ለማለት ከተለያዩ በጣም ስለቆዩ። እንደ አዲስ ነገር እንደዚህ የምትሆንበት ምክንያት አይኖርም። ሌላ በጣም የሚያስጨንቃት ግን ለሷ ያልነገረቻት ነገር ይኖራል የሚል ግምት አላት።

ሰላምታ ከተለዋወጡ በኋላ እዚያው አጠገባችው ካለ ካፌቴሪያ ውስጥ ገብተው ሲጨዋወቱ ያላነሱት ነገር የለም። ብሩክን በተመለከተ ያለበትን ሁኔታ ለማወቅ ብትሞክርም ምንም አይነት ፍንጭ ማግኘት እንዳልቻለች፤ በፊት ኬኒያ ሆኖ የነገራትን ካልሆነ በስተቀር አሁን በትክክል የት ሃገር እንዳለ እንኳን እንደማታውቅ ነገረቻት። ምንም እንኳን ፖለቲካው ውስጥ ባትሳተፍም ከሱ ጋር በተገናኘ ጉዳይ ክትትል ያደርጉባት እንደነበር ስትነግራት ኤደን ድርጊታቸው በጣም ገረማት። "እንዴት ሰው እራሱ ባላደረገው ግን እነሱ የሚያሳድዱትን ሰው ስላወቀ ብቻ እንደወንጀለኛ ያለምንም ማስረጃ ይከታተሉታል" አለች በንዴት የአይኖቿን ሽፋሽፍት ወደላይ ስትጎትታቸው ግንባሯ ተሸብሽቦ፣ አይኗ ፍጥጥ ብሎ እጆቿን እያወራጨች።

ከዚህ በፊት በተለይ ብሩክ ኬኒያ በነበረበት ወቅት ባንድ ጓደኛዋ በኩል ደብዳቤ ሁለት ጊዜ ደርሷታል። ሆኖም እንዴት እንደሆነ ባላወቀችው ሁኔታ እነዚህ የሚከታተሉዋት ሰዎች ደብዳቤ ከሱ መላኩን እንደደረሱበት ስትሰማ ምን ያህል መረባበሽ እንደደረሰባት፣ በስራውም ሆነ ከሰው ጋር ባላት ግንኙነት ላይ ከፍተኛ ተጽዕኖ አሳድሮባት እንደነበር አጫወተቻት።

ጸጉሯን በእጆቿ በየተራው ወደኋላ ላግ እያደረገች ከአንገቷ አቀርቅራ ወደ ግራና ቀኝ እየተመለከተች "ብሩክ ያለበት ተቃዋሚ ድርጅት አባል የሆኑ ግን ኢህአዴግ ደህንነት ውስጥ እራሳቸውን ደብቀው የሚሰሩ እንዳሉ ነግሮኛል። በነሱ ጥቆማ መሰረት ይመስለኛል፥ ከፍተኛ አደጋ ያንዣበበት እንደሆነ ስለተደረሰበት፥ በአስቸኳይ ወደ ጀርመን እንዲገባ ተደረገ። ስለ ፖለቲካ ድርጅቱ እንደዚህ ነው ብዬ ለመናገር ያን ያህል ጠለቅ ያለ እውቀት የለኝም፥ በህቡዕ የሚንቀሳቀስ ስለነበረ። ብቻ የቆመለትን አላማ ብደግፍም ስለሚሳተፍበት ተቃዋሚ ፓርቲ ብዙም እንዳውቅ አይፈልግም ነበር።

ብሩክ በኔ ላይ ችግር እንዳይመጣብኝ ብሎ ነው እኔን ዲ ንቮልቭ እንዳደርግ ያልፈለገው። በኔ ግምት ከኔ ጋር ግንኙነት ማቋረጥ እንዳለበት ስለተነገረው ሊሆን ይችላል ከሁለቱ ደብዳቤዎች በኋላ መለዕክት ደርሶኝ አያውቅም። ሌላው ግምቴ ቢልክም እነዚህ ደህንነቶች ወይም ሌላ እሱን የሚከታተሉ ቡድኖች እየወሰዱት ቢሆንስ ማን ያውቃል። እሱ ከሄደ በኋላ እኔም መስሪያ ቤት፣ሰፈርም ቀይሬአልሁ፤ በምን መንገድስ እንገናኛለን? የስልክ ቁጥሬንም ከነዚህ ሰወች ለመሸሽ ብዬ ቀይሬዋልሁ። አሁንማ በጣም ቆየን እኮ መጨረሻው ያልታወቀ ነገር ሆኖብኝ እንጂ" አለች ፍዝዝ ብላ ወደ ፊለፊት እየተመለከተች።

ወንበሯን ደገፍ ብላ ትንሽ አሰብ አደረገች። "ይህ ሁሉ ያደረጉት አልበቃ ብሏቸው ከውስጣቸው አንዱ አላስወጣ አላስገባ ብሎኛል። አንችም አይተሽዋል። ባለፈው ጊዜ እዚያ መገናኛ ካፌ ቤት ሆነን ሲመጣ በርቀት ሰላም ብዬው አጣድፌ ይዤሽ አልወጣሁም?"

"አስታወስኩት አስተያየቱ ሲያስፈራ። እኔማ ለምን እንደዚህ ታየናለህ ልለው ነበር" አለች ኤደን ግንባሯን አኮሳትራ።

"ተወኝ ብለውም የሚሰማ መሰልሽ እንዴ? እንዴት ተደርጎ የሚል አይነት ደንቆሮ ጨካኝ። ሁሉን ነገር ከንቀት የመጣ አድርጎ የሚወስድ ቸካካ ሰው እንደሱ አላየሁም" አለች ምርር ብላ።

ሃይሌ በተለያየ ጊዜ መንገድ ላይ እየጠበቀ፣ ሰፈር፣መስሪያቤት እየመጣ እንዴት እንደሚያስቸግራት በዝርዝር ስትነግራት ሜላት አልፎ አልፎ እንባ ይተናነቃታል።

"ዋ... ው!" ብላ ወንበሯ ላይ ተደግፋ ለጥቂት ሰኮንዶች ሜላትን ትኩር ብላ ካየቻት በኋላ፥ ወደ ላይ አንጋጣ ጣራ ጣራውን እያየች "በጣም ያሳዝናል" አለች እንባዋን ለመመለስ እየሞከረች። "ግን ሜላት አሁን እኮ የነገርሽኝ ሁሉ ትልቅ ፖለቲካ ነው። በናትሽ እንዲህ አይነት ነገር ለማንም አታውሪ። እነዚህ ሰዎች እንኳን እንዲህ አይነት ነገር አግኝተው . . .ፕሊስ ሜላትዬ ተጠንቀቂ" አለች በፍርሃት።

ሁለቱም ያዘዙትን ማኪያቶ መጠጣትም ሆነ ኬክ የመብላት ፍላጎታቸው ስለጠፋ ትንሽ ቀመስ አድርገው ጥለውት ወጡ። በቃ ወደ ፒያሳ ደግሞ ደረስ እንበል ተባብለው ወደዚያው አመሩ። ፒያሳ እንደደረሱም የተለያዩ ቡቲኮች ውስጥ እየገቡ አንዳንድ ነገር እያዩ ቆዩ። ሁለቱም ቁርስ

ብቻ እንደበሉ ናቸው። ምንም እንኳን የርሃብ ስሜት ባይሰማቸውም ምሳ መብላት አለብን ብለው ስለሰቡ፥ ጣይቱ ሆቴል ለመሄድ ተስማሙ። ከዚህ በፊትም ሄደው ስለነበር በታውን ወደውታል።

"ብፌውን አልወደድሽውም? ሜላትዬ" አለች ቆም በማለት ዞር ብላ እያየቻት።

"በጣም ነው የወደድኩት። ቤቱም ደስ ይለኛል። አንዳንድ ጊዜ እንዲያውም እቴጌ ጣይቱ ብቅ ብለው 'ብሉ እረ ብሉ እንጂ?' የሚሉን ይመስለኛል" አለች። ሁለቱም ተሳሳቁ።

ይሄ ብቻ መሰለሽ "አንዳንድ ጊዜ ደግሞ ወደ 1800 ኛቹ ዓም መጨረሻ አካባቢ እራሴን እወስድና እዚያ መቀሌ አካባቢ የመሸገው የጣሊያን ጦር ውሃ ሊጠጣ የሚሄድበትን መንገድ እንዲዘጉ ጦራቸውን ይዘው እንዲሄዱ የላኩአቸውን የጦር አዛዦች፣ እንዲሁም ራስ መንገሻ፣ ራስ መኮንን፣ራስ ዎሌ፣ ፊታውራሪ ሃብተጊዮርጊስን ሌሎችንም የጦር አበጋዞችን ጠርተው፥ አጼ ሚኒልክ ከምሃል ቁጭ ብለው ግብር ሲያበሉ፥ እቴጌዋ 'ብሉ እረ እባካቸሁ ብሉ፤ ጠጡ እንጂ' ሲሉ የማይ ይመስለኛል" እያለች ኤደን ፊት ቆማ ስታወራ ቀስቃሽ ግጥም የምትደረድር ይመስላል።

ኤደን በመገረም አይኗን ፍጥጥ አድርጋ ካየቻት በኋላ "ዎት! ሜላት ነች ወይስ . . .? ይሄ ታሪክና ወኔ ደግሞ ከየት ነው የመጣው?" አለች አፏን ይዛ።

"መገፋት ሲበዛብሽ የተገፉት እንዴት እንደተወጡት ታሰድጂያለሽ። እኔ ለነገሩ መጀመሪያ የሂስትሪ ተማሪ ነበርኩ። አንድ ሴሚስተር ከተማርኩ በኋላ ይሄ አያበላም ተብዬ ነው ፊልዴን የቀየርኩት። ግን አሁንም ቢሆን ታሪክ ስለምወድ በጣም አነባለሁ። እንደዘመኑ ተረተኞች ታሪክ ዝም ብሎ የሚተረክ ሳይሆን የነፍስ ዋጋ የተከፈለበት ነው። ብዙ ምርምር ይፈልጋል። ታሪክ ይሰራል እንጂ ልብ ወለድ የተረተረት ጨዋታ አይደለም" አለች ኮስተር ብላ።

"አይ ሜላት. . . ይህን አሁን ከየት አመጣሽው? ትንሽ አላገዘፍሽብኝም? አንዳንድ ጊዜ ትገርሚኛለሽ። በይ ጣይቱ ምግብ ቤት እንድረስና ለእኔም ትንሽ ስለ እቴጌዋ ታወጊኛለሽ" አለች። ሁለቱም እየተያዩ ተሳሳቁ።

በመንገድ ላይ እያሉ፥ ኤደን ከአንድ ሰው ጋር እንደተዋወቀች ግን በጣም ድብቅ ሰው እንደሆነ፥ ምንም እንኳን እሷ ግልጽ ለመሆን ብትሞክርም እሱ ግን ጥቂት ስለስራው ካልሆነ በስተቀር ስለ ግል ህይወቱ ምንም ነገር መናገር እንደማይፈልግ፣ የትና እንዴት እንደተዋወቁ ሁሉ ነገረቻት።

"አይ ኤደን ታዲያ ስሙን ነው የማውቀው በይኛ። ለመሆኑ ስለ ስሙስ እርግጠኛ ነሽ? ብላ ሳቀች።

"ስሙ እንኳን ትክክለኛ ነው። የቢዝነስ ካርዱንም ሰጥቶኛል። በዚያው ስምም ስራ ቦታው ደውዬ አግኝቸዋለሁ። የሚይዘው መኪና፣ አለባበሱ የሚገርም ነው። በየጊዜውም ወደ ውጭ ለስራ ይሄዳል። ግራ የገባኝ ሲጋብዘኝ የሚሄድበትን ቦታወች አይቼአቸው ሰምቼአቸው የማላውቃቸው ቤቶች ሲሆኑ፥ ድብቅ አይነት ናቸው። ሂሳቡ ደግሞ ቀላል መሰለሽ? ቲፑ ብች እኔ ለምሳ የማወጣው ነው።"

"ድብቅ ቦታ ይወስደኛል ያልሽው አንድ ነጥብ እንዲጥል ያደርገዋል። እድሜውስ?" አለች። የማፌዝ አይነት መኮሳተር ፊቷ ላይ ይታያል።

"እድሜው እንኳን. . . ብቻ. . . በአንድ ሰባት ዓመት ይበልጠኝ ይሆናል። *በት ሉክስ ያንገር*።"

"ለምን እስካሁን አላገባሁም አ . . .ለ ?" አለች ሳቅ ብላ በፌዝ መልክ።

"ሚስት ሳይኖረው አይቀርም እባክሽ" አለች። የመከፋት ነገር ከፊቷ ይነበባል። የመቀጠሏ ነገር አጠራጣሪነቱንም ይጠቁማል።

"ታድያ ዘር ነዋ በጊዜ ኤደንዬ። 'በከንቱ ያለፈ ጊዜን እንደገና መግዛት አይቻልም' የሚባል ነገር አለ። ከእንደዚህ አይነቱ ባህሪ ማለትም በገንዘብ መደለልን ያለፍን ይመስለኛል። እኔ እንዲያውም ኢትዮጵያ ውስጥ ያሉ ብዙ የዘመኑ ባለሃብቶችን አላምንም። ለፍተውና ጭንቅላታቸውን ተጠቅመው ሃብታም የሆኑ እንዳሉ ሁሉ አጭበርብረው፣ ዘመኑን ተጠቅመው የከበሩ በርካታ ናቸው። እኛ ሃገር ሃብታም ለመሆን ጥሩ ሌባ መሆን አለብሽ። ከዚያም የሰረቅሽውን ለሌባ አስተዳዳሪወች ማካፈል ግድ ይላል። ማካፈል ብቻ ሳይሆን ባንተው መጀን ማለት ግዴታ ነው። ፈጠራቸውን ተጠቅመው ለመስራት ሃገር ውስጥ የበቀሉም ሆነ ከውጭ የመጡ እኮ ፈጠራቸውንና ንብረታቸውን ተዘርፈው እንዲጠፉ ተደርገዋል።"

"እረ ሜላት ዛሬ እንዴት ነው? ንግግርሽ ሁሉ ረቀቀ አለብኝ። በጣም ጨምረሻል! በይ እንዲህ አይነት ነገር ስታነሺ አካባቢሽን ቃኝት አድርጊ። ወያኔ የሚባል እኮ . . .ምን ልበልሽ . . . አለ በሃገሩ" ብላ ሳቀች።

"ልክ ነሽ ኤደን ያስፈራል ግን ዝም ባልን ቁጥር ለመገዛት እራሳችንን እያዘጋጀን ነው። እኛ ብዙሃን ስለሆንን ትንሽ ትንሽ ካዋጣን *ታይረንትስ* ማለቴ ጨካኝ ገዢዎችን ለመገርሰስ የሚያግደን የለም። ሌባ ወይም ግፈኛ እኮ እራስ ወዳድ ስለሆነ እሱ እራሱን እንደሚያስቀምጠው ጀግና አይደለም፤ ፈሪ ነው፥ በጥላው የሚበረግግ" አለች የኤደንን ስሜት ለማንበብ እየሞከረች።

"ይገባኛል ሜላትዬ ግን በተናጠል የሚደረግ ነገር ብዙ ውጤት ያለው አይመስለኝም። ሰዉ የራሱን መብት ለማስከበር መደራጀትና መታገል ይኖርበታል። እያንዳንዱ ሰው መብቱ ተጠበቀ ማለት የህብረተሰቡ መብት ተጠበቅ ማለት አይደል እንዴ? የግል መብታችንን እንደ *ከመን ግራውንድ* ማለትም የጋራችን አድርገን መውሰድ እንችላለን። እና በዚያ ላይ መስማማትና በጋር መስራት ይቻላል ማለት ነው። እነዚህ ሰዎች እኮ የሚያደርጉት ነገር ለማመን ያስቸግራል። እንዴት ነው ስለዘር መስበክና አንዱን ካንዱ ማጋጨት እንደ እውቀት ተቆጥሮ ሹመት የሚያሰጥ? እኔማ ይህ የዘር ማለትም የጥላቻ ፖለቲካ አይመቸኝም። ወገንን ከወገን በማጋጨት ላይ የሰለጠነ እውቀት ይዞ ለስልጣን መቋመጥ። ብዙ ማለት ይቻላል። ለማንኛውም አሁን በዚች አፋችን ምግብ እንጉረስበት። አካባቢያችንን እየቃኘን መሄዱ ሳይሻል አይቀርም" አለች ሳቅ ብላ ወደ ኋላዋ ዞር ብላ እያየች። "እንዴት ሰው በሃገሩ ሃሳቡን ለመግለጽ እየፈራ፣ እየተሳቀቀ ይኖራል?" አለች ኮስተር ብላ።

"እኔ ቀደም ብዬ ሰልጥኛለሁ። መቸም ደጋግሜ ዞር ዞር እያልኩ ስመለከት ሳትታዘቢኝ አትቀሪም" አለች ሜላት።

"ጥሩ ነገሩን ካነሳሺው። ከቅድም ጀምሬ አይቼሻለሁ። ለምንድን ነው ግን . . .?" አለች ቆም በማለት በመገረም ትኩር ብላ አንገቷን ጋደል አድርጋ በጎን እያየቻት።

"ያ የነገርኩሽ ሰው ምናልባት ተከትሎኝ እንዳይሆን ብዬ ነዋ! እንዲያውም ሌላ ያልነገርኩሽ ነገር አለ፤ ይሄ እርጉም ያደረገውን። እንዳንቺ ሰውዬ ሃብታም ሳይሆን፥ አንድ በሙያው የሚሰራ ስነስራአት ያለው ሰው

ተዋውቄ ነበር። ብዙ ጊዜ ሴት ልጅ ወንድ ልጅ ሊኖረው የምትፈልገውን በበቂ ሁኔታ ያሟላ ይመስለኛል። ውስጣዊ ውበቱ ማለትም አመለካከቱ ጥሩ ነው።" ፊቷ ላይ መቆጨት ይታያል . . .። ምግብ ቤቱ በር ስለደረሱ "በቃ እንግባ በኋላ እጨርስልሻለሁ" ብላት ወደ ውስጥ ገቡ። ከምግብ ቤቱ በስተጀርባ በረንዳ ላይ ቦታ ስላገኙ ምግብ ከማንሳታቸው በፊት እዚያው ተቀምጠው ሜላት የጀመረችላትን ወሬ ልትጨርስላት ማውራት ጀመረች። ብዙም ሳይቆዩ ሜላት በመስኮት በኩል ሃይሌ ግራ ቀኙን እያየ እነሱን እየፈለገ ይመስላል ሲመጣ አየችው። ወሬዋን አቋርጣ ልክ እንደታመመ ሰው ወንበሯ መደገፊያ ላይ ወደ ኋላ ዘፍ በማለት አይኗን ጨፍና እጆቿን ደረቷ ላይ አጣምራ "እ ፍ ፍ . . ." አለች።

"ምን ሆንሽ ሜላትዬ አመመሽ እንዴ?" አለች በድንጋጤ።

ከተደገፈችበት ቀና አለችና "ያ ለካፊ እየመጣ ስልሆነ ለመሄድ ተዘጋጂ!" ስትላት ኤደን ለማየት ገና ዞር ሳትል ሃይሌ መጥቶ ፊለፊታቸው ቆሟል። "ሰላም ነው?" ብሎ ወንበር ሳብ አድርጎ ቁጭ ካለ በኋላ መጀመሪያ ሜላትን ሲጨብጣት የሜላት ፊት ሲለዋወጥ ኤደን ታይ ስለነበር የምታደርገው ጠፋት። ወዲያው ሃይሌ እባላለሁ ብሎ ኤደንን ለመጨበጥ እጁን ሲዘረጋ፥ ላለመጨበጥ ያቅማማች ይመስላል ግን በመጨረሻ ጨበጠችው፤ ስሟን ግን አልነገረችውም። እሱም ለማወቅ ፍላጎት ያለው አይመስልም።

"በቃ እንሂድ ሰዐት ደርሷል" አለች ሜላት ከተቀመጠችበት እየተነሳች። ኤደንም ቦርሳዋን እያስተካከለች ተነሳች።

"ምነው እኔ ስመጣ ነው የምትሄዱት? አሁን አይደለ እንዴ የገባችሁት?" አለ ቀና ብሎ ሜላትን በመገረም እየተመለከተ።

"ቀጠሮ ካንተ ጋር የለንም። ደግሞ የምንሄድበት ጉዳይ አለን" ብላ የሱን መልስ ሳትጠብቅ ተያይዘው ወጡ። ሀይሌ እዚያው ቁጭ ብሎ ቀረ። ብዙም የተናደደ አይመስልም። ምናልባትም እንዲህ አይነት ነገር የጠበቀ ይመስላል። እንዲያውም ንዴቷንና ጭንቀቷን ሲያይ የሱን ሃይለኝነት ያወቀችለት እየመሰለው ይሁን ወይንም በሌላ ምክንያት ትቢቱ ይጨምራል። የት ትደርሳለች ከኛ የሚያመልጥ ነገር የለም የሚመስል መተማመን በውስጡ ይታያል። እንኳን እንደዚህ አመናጭቀውት ይቅርና የአይኑ ቀለም አላማረንም እያሉ እሱና የሱ ብጤዎች በሰላማዊ ሰዎች ላይ

ከፍተኛ በደል ይፈጽማሉ። ዝም ብለው ያለምንም ምክንያት በጥላቻ የሚከታተሏቸውን ግለሰቦች ወይም በተቃዋሚነት የፈረጇቸው ላይ የሚፈጽሙት ግፍ ተዘርዝሮ አያልቅም።

ከምግብ ቤቱ ከወጡ በኋላ "በይ ኤደንዬ ትንሽም ቢሆን ተጫወትን፥ መቼም ጊዜሽን አላበላሸሁብሽም አይደል? ይቅርታ ካሁን በኋላ ብዙም የምንጫወት ስላልመሰለኝ ነው። ሙዳችንን አበላሸው አይደል?" አለች ትክዝ ብላ።

"እንድዚህማ አትበይ። ጥሩ ጊዜ ነው ያሳለፍነው። ሰው የሚገናኘው *ፎር ፈን* (ለጫወታ) ወይም ለመጨፈር ብቻ መሆን የለበትም። ስለችግሮቻችን ለመወያየት፣ ለመመካከርም መሆን አለበት። እንደዚህ አይነት ሰዎች እኮ የሰው መከፋትም ያስደስታቸዋል። *ኢቭል ማይንድ* ነው ያላቸው። በቃ አትናደጂ። ግን ፕሊስ እራስሽን ጠብቂ። ደግሞ በዕልክ ሳይሆን በዘዴ ለመወጣት ሞክሪ።"

"አይ ኤደን የነገርኩሽ እኮ ጥቂቱን ነው። ስንት ፈተና አሳልፌአለሁ መሰለሽ። ግን እንደነዚህ አይነቶቹ የስንቱን ህይወት ያመሰቃቀሉ በሰው ስቃይ የሚዝናኑ ያንቺ ችግር መች ይገባቸዋል። በቃ እንደዋወላለን። የሚቀጥለው ቀጠሮአችን እንደተጠበቀ ነው። አንቺም በግዜ ግቢ፤ የቀረውን ሌላ ጊዜ አወራልሻለሁ" ብላት ተቃቅፍው ተሳስመው ተሰነባበቱ።

ኤደን ትንሽ ራመድ ካለች በኋላ ቆም አለች አንድ ነገር እንደረሳ ሰው፤ ወደ ሜላት ዞር ብላ እያየች ጮክ ብላ "ሜላትዬ እቤት ስደርሺ ደውይልኝ፥ እኔም እደውላለሁ" እያለች እጇን እያወዛወዘች እንደገና ተሰናበተቻት። ሜላትም እጇን እያወዛወዘች ተሰነባብተው በየ አቅጣጫቸው ሄዱ። ኤደን ጓደኛዋ በጣም መናደዷን ስላየች እንድትቆይ መገፋፋት አልፈለገችም። ደግሞም ሃይሌ ሊከተለን ይችላል ብላ ስላሰበች በሌላ ቀን መገናኘቱን መርጣለች።

አምስት

ከሜላት ጋር ተሰነባብተው ከተለያዩ በኋል ኤደን ከፍተኛ የመረባበሽ ስሜት ተሰማት። ሜላትን በፊት እንደምታውቃት ባትሆንም በደንብ መቀራረብ እንደጀመሩ ገደማ ያን ያህል የጎላ ለውጥ አልነበራትም። አሁን የምታየው ነገር ግን አሳስቧታል። ድሮ የምታውቀው ውበቷ ብቻ ሳይሆን ባህሪዋም በጣም ተቀይሯል። በአገኝቻት ቁጥር የመጎሳቆሏ ሁኔታም እየጨመረ እንጂ የመሻሻል ነገር አይታይባትም። ከሁኔታዋ፥ ችግሯን የምታካፍለው የሚረዳት ሰው እንደምትፈልግ ያስታውቃል። ገና ብዙ ያልነገረቻት ነገር በውስጧ አፍና የያዘችው እንዳለ ለኤደን ግልጽ እየሆነላት መጥቷል።

ኤደን ሳምንቱን ሙሉ የሜላት ነገር ሲያብሰለስላት ቆየ። ሳምንት እንደገና ለመገናኘት ተቀጣጥረው ከተለያዩ በኋላ በምን መንገድ እንደምትረዳት እያሰላሰለች ሰነበተች። ሜላትን አግኝታ ስለደረሰባት ችግር ሁሉንም ነገር ለመስማትና እሷን ለመርዳት የምትችለውን ለማድረግ ለራሷ ቃል ገባች። በተለይ የሃይሌ ሁኔታ በጣም አሳስቧታል። የሱ ብጤዎች፥ የደህንነት አባል፣ ባለስልጣን ነን እያሉ ዜጎችን ሲያሰቃዩና ደብዛቸውን ሲያጠፉ፣ ቤተሰብ ሲበትኑ፣ ግለሰቦችን ሲያሳድዱ በዚች የወጣትነት ጊዜዋ አይታለች ሰምታለች። እንዲያውም የሷም ቤተሰቦች የዚሁ ግፍ ሰለባ ስለሆኑ "ለቀባሪው አረዱት" እንደሚባለው ይሆናል።

ወ/ሮ ጸዳለ፥ የኤደን እናት፥ ኤደን በቅዳሜ ዕለት አድርጋው የማታውቀውን በጧት ተነስታ ስትንጎዳጎድ አይተዋታል። "አንቺ ኤደን ምን

ሆነሽ ነው ዛሬ ደግሞ በጧት ተነስተሽ ከመኝታ ቤት ወደ ሽንት ቤት የምትመላለሺው? ደግሞ ከመቼ ወዲህ ነው በቅዳሜ በእረፍት ቀንሽ እንደዚህ በጥዋት የነቃሽው?" ወትሮ ለቁርስ ተጎትተሽ አልነበርም የምትነሺው?" አሉ መኝታ ቤቷ በር ላይ ቆመው አሟት ይሆን ብለው በስጋት ትኩር ብለው እያዩአት።

"ማሚ ደግሞ፥ አሁን እስቲ ጧት ነው? ሁለት ስዓት ሊሆን አይደል?"

"ለነገሩ ሁለት ስዓት አልሆነም። ቢሆንም ለወትሮው በዚህ ስዓት አትነሽም አልኩ እንጂ ለሊት ነው አልወጣኝም"

"ጉዳይስ አይኖ. . .ረኝም? አለች ሳቅ ብል። "ዛሬ ከሜላት ጋር ቀጠሮ ስለአለኝ እቤታቸው እሄዳለሁ" አለች ሁኔታቸውን ለማንበብ ቀና ብላ እያየቻቸው።

"ውይ ሜላትዬ ደህና ነች? ትገናኛላችሁ?" አሉ በሩን በእጃቸው ይዘው አንገታቸውን ገባ አድርገው። የሜላትን ስም ሲሰሙ ረጋ አባባላቸው የሁለቱን በጓደኝነት መቀጠል መውደዳቸውን ያመለክታል። "ወ/ሮ አጸደስ እንዴት ናቸው?" ሰሞኑን ወዲያ ወዲህ ስል አልተመቸኝም አልደወልኩም" አሉ ተከዝ ብለው።

ወ/ሮ ጸዳለና ወ/ሮ አጸደ አንድ ሰፈር አብርው የኖሩ ሲሆን፥ ዕለት በዕለት ይገናኙ ነበር ማለት ይቻላል። ቤተክርስቲያን ሲሄዱም ተጠራርተው ይሄዳሉ። በተገናኙ ቁጥር፦ ስለኑሯቸው፣ ልጆቻቸው፣ በተለይ በወቅቱ ፖለቲካ ምክንያት የተፈጠረው የኑሮ ውድነት፣ ልጆቻቸው ወተው እስክሚገቡ ድረስ ያለባቸውን ስጋት የማይጠቅሱት ነገር የለም፥ ስለሁሉም ነገር ይወያያሉ። በችግርም በደስታም እየተገናኙ አብረው ለርጅም ጊዜ የኖሩ ናቸው።

"ደህና ናቸው ብላኛለች፤ እሷም ደህና ነች" ብላ አልጋዋን ማስተካከል ቀጠለች።

ምንም እንኳን እዚህ አሁን ያሉበት ሰፈር መኖር ከጀመሩ ወደ ሁለት ዓመት ቢጠጋቸውም፥ ወ/ሮ ጸዳለ ከሰፈር ሰው ጋር የረባም ግንኙነት የላቸውም። እንዲያውም ላንድ አብሮ አደግ ወዳጃቸው በማህበረሰቡ ውስጥ ያለውን ችግርና በሳቸው ላይ ያሳደርባቸውን ተጽዕኖ ሲያጫውቷቸው "እዲያ ምን የልብ ጓደኛ አለና ለማን ይተነፈሳል! እርስ በርሱ መቸ ይተማመንናና። እንዴት አደራችሁ መባባሉ ቀርቶ ቁርሱን

የበላሸበት ይመስል በጎሪጥ አይቶሽ ይሄዳል። አሁንማ ስሠማ ሽማግሌው አሮጊቱ ሳይቀር የደህንነት፥ ምንድነው የሚሉት የስለላ ስራ ነው የሚሰሩት ይባላል። ይሄ ለሆዱ ያደረው ትንሹ ትልቁ ሳይል አንድ _ ባምስት ነው አንድ_ ላምስት በሚሉት ተጠፍንጎ ለባለጊዜ ጭራውን ሲቆላ ይውላል አሉ። አሮጊቱ በይው ሽማግሌው ወሬ አነፍንፈው ዕያሳበቁ የሚኖሩ በሰፍሩ ሲልከሰከሱ የሚውሉ ተበራክተዋል ይላሉ" ብለው አስቀዋቸዋል።

አንዳንድ ጊዜ ሰው ሲናፍቃቸው ዘመዶቻቸው ዘንድ ሄደው ትንሽ ተንፈስ ብለው ይመጣሉ። የዱሮ ሰፈራቸው አሁንም ጥቂት የሚያውቋቸው ሰዎች፥ ቤታቸው በአጋጣሚ ወይም በዘመድ እርዳታ ያልተነካባቸው ይኖራሉ። ሰው ሲታመም፣ ለቅሶ ለመድረስ ወይም ለሰርግ ለመሳሰሉት ሄደው ተጨዋውተው ይመለሳሉ። ይህ ካልሆነ ግን ሰፈሩ እሩቅ ስለሆነ ቶሎ ቶሎ ለመሄድ አስቸጋሪ ነው። ይህንንም የሚያደርጉት ግድ ሆኖባቸው እንጂ ቢችሉ ባይሄዱ ይመርጣሉ። እንዲያውም ባለቤታቸው አቶ በቀለ በተለይ ደክመው የሰሩት ቤት ከተወሰደባቸው ወዲህ የስኳርና የደም ብዛት ህመማቸው እየባሰባቸው ስለመጣ፥ እቤት መዋል ከጀመሩ ሰነባበቱ። ወ/ሮ ጸዳለም እሳቸውን ጥለው እሩቅ መንገድ መሄድ ይቸገራሉ። ሌላው ችግራቸው የተወሰደባቸውን የኖሩበትን ቤት ባዩ ቁጥር ከፍተኛ ብስጭት ስለሚሰማቸው "እዚያ ሄጄ ስመጣ በሽታ ነው የማተርፈው ባልሄድስ" ይላሉ።

ኤደን ወደ ድሮ ሰፈራቸው በቅሎቤት አካባቢ ነው የምሄደው ስላለቻቸው፥ የሳቸውም ትዝታ ወደዚያው ነጎደ። ፍዝዝ ብለው በአይነ ህሊናቸው ሰፈራቸውን መቃኘት ጀመሩ። ከዋናው መንገድ እጥፍ ብሎ በዚያች ጠበብ ያለች የፈራረሰች አስፋልት ግራና ቀኝ ያሉ ቤቶች ትዝ አሏቸው። "የእትዬ አበበች ልጅ እንዴት ሆኖ ይሆን? ባለፈው ጊዜ ታሞባቸው ልጠይቀው ክፍለ ሃገር እሄዳልሁ ብለው ነበር" አሉ ለራሳቸው፥ በስጋት። ወ/ሮ አበበች በበራቸው ባለፉ ባገደሙ ቁጥር ጊዜ ካላቸው ገባ ብለው ሰላም ብለው ያልፋሉ፤ ካልሆነም ከውጭ ሆነው ትንሽ ተጨዋውተው ይሄዱ ነበር። "አይ አበብዬ ምቀኛ በስተእርጅና ለያየን" አሉ ትክዝ ብለው። በሳቸው በር በምታልፈው መንገድ በመደዳ ያሉት ቤቶች ብቻ ሳይሆን ልጁ አዋቂው ሁሉም ትዝ አላቸው። በየቤቱ እየገቡ ማስታወስ ጀመሩ። ልጆች እዚያቹ አስፋልት ላይ ኳስ ሲጫወቱ፥ አንድ ባንድ ልጆቹን ከነወላጆቻቸው

አስታወሱ። አብዛኛወቹ እዝያው ተወልደው ያደጉ የልጆቻቸው ጓደኞች ናቸው። አሁን አድገው ሁሉም በየ ገጠመኞቻቸው ተሰማርተዋል። ሳይታወቃቸው በረጅሙ ተነፈሱ። የልባቸው ምት ጨመረ። ኤደን ቀና ስትል አሁንም እዚያው በሩን ተደግፈው ፍዝዝ ብለው ቆመዋል። "ምነው ማሚ አሁንም እዚሁ ቆመሻል? ምን እያሰብሽ ነው? ለነገሩ እኔ መቼ ጠፋኝ፤ ሰው ወደዚያ ሰፈር ልሄድ ነው ሲል ወይም ከዚያ መጣሁ ካለ አንቺና አባዬ የምታስቡት ይገባኛል። አንዴ ለሆነና ለማይመለስ ነገር ምን መጨነቅ ያስፈልጋል። እራሳችሁንስ ለምን በበሽታ ላይ ትጥላላችሁ። በቃ እግዚአብሄር ይመስገን ማረፊያ ቤት አለን" አለች ጎንበስ ብላ ልብሶቿን እያጣጠፈች አልፎ አልፎ ቀና ብላ እያየቻቸው።

"እኔ እንኳን እንዲያው ሰፈሩ ትዝ ብሎኝ ነው። እኛማ ምን የምንቀይረው ነገር አለ፤ ብቻ እግዚአብሄር እነሱንም የስራቸውን ይስጣቸው። መቸም ሰርተንና ለፍተን ጥረን ባገኘናት ገንዘብ፣ ባጠርቀምናት ጥሪት የሰራነው ቤት፣ መጦሪያችን ይሆናል ያለነው ንብረት፥ ከሜዳ የመጣ ወሮበላ ያለምንም ድካም ቀን ሰጠኝ ብሎ ሲነጥቀን ድርጊቱ ያናድዳል። አባትሽ በቀለ ባይሳ ምንም እንኳን ከፍተኛ ትምህርት ባይኖረውም፥ በተለያዩ የመንግስት መስሪያ ቤቶች በቴክንሺያንነት ጡረታ እስከወጣበት ጊዜ ድረስ ብዙ ቦታወች በመመደብ አገልግሏል። በተጨማሪም ያንን የኖርንበትን ሰፈር ለማልማት የሚፈለግብንን ሁሉ አድርገናል። ትምህርት ቤት፣ ቤተክርስቲያን፣ መንገድ ሲሰራ ተሳትፈናል ገንዘብም አዋተናል። አባትሽ በቀለ ባይሳ ከጡረታ በኋላ እንኳን ለሰፈሩ ብዙ አስተዋጽኦ አድርጓል። እንዴት በሃገራችን እንዲህ ይደረጋል። አባቱ ኦቦ ባይሳ ጉደታም ቢሆኑ ጣሊያን ኢትዮጵያን በወረረች ጊዜ ከሰላሌና ከአካባቢው ከመጡ አርበኞች ጋር ሆነው በሸዋና በጎጃም አካባቢ ሰፍረው የነበሩ የጣሊያንን ጦር መቆሚያ መቀመጫ ያሳጡ፣ ይሄ ለጣሊያን የተገዛ ባንዳንም እያሳደዱ ቁም ስቅሉን ያሳዩ ጀግና ናቸው እየተባለ በተወለዱብት አካባቢ ይነገርላቸዋል። አያቱስ አባ ጉደታ ከሚንሊክ ጦር ጋር ሆነው ሲዋጉ ህይወታቸውን ለሃገራቸው የገበሩ ናቸው። ታዲያ ለኛ ውለታ ይህ ነው። ዱሮስ ሌባ የራሱን ከርስ ከመሙላት ያለፈ ምን ጭንቅላት አለው። ተይኝ ልጄ።" አሉ ምርር ብለው።

የናቷ ህመም ስለተሰማትና የምትለው ግራ ስለገባት “በቃ ሁሉንም ለግዚአብሄር ስጪው” አለች ስለተረባበሸች ያጠፈችውን ልብስ ካልታጠፈው ጋር እያቀላቀለች።

“እንዲያው ለነገሩ ነው እንጂ ልጄ እኛ ትተነዋል። ባንተወውስ ካሁን በኋላ ምን እናመጣለን። በይ አንቺ ሰፈሩ እሩቅ ስልሆነ በጊዜ ሄደሽ በጊዜ ተመለሽ” ብለው መለስ አሉ።

ኤደን የናቷ ሁኔታ ስላሳዘናት ትክዝ ብላ ቆም አለች። ስዐቷን አየት አድርጋ የምትለብሳቸውን ልብሶች አወጣች። ልብሷን ለባብሳ ከጨረሰች በኋላ ቦርሳዋን ይዛ እናቷን ለመሰናበት ወደ ሳሎን ሄደች። አባቷ ከመኝታ ቤት አልወጡም። “አብዬ እንዴት ነው ዛሬ። ትላንት ስኳሬ ከፍ ብሏል ብሎ ነበር” አለች ቀደም ሲል እናቷ ተከፍተው ስለነበር ትኩር ብላ እያየቻቸው።

“ደህና ነው እግዚአብሄር ይመስገን። ምን እንደሚፈልግ አላወኩም መዝገቦች አውጥቶ ያገላብጥ ነበር። እሱ እንደሆነ አመመኝ ብሎ አይቀመጥ” አሉ ከተቀመጡበት እየተንሱ”

“ምን ያድርግ ዝም ብሎ ቁጭ ሲባል ቀኑ አይመሽም” አለች ለመሄድ በር በሩን እያየች።

“ጨራረሽ ኤደኔ? ከጨረሽ ቁርስ በልተሽ ነው የምትሄጅው” አሉ አይን አይኗን እያዩ።

“አይ እማዬ ልሂድ አሁን መብላት አላሰኘኝም።”

“ሰው ከቤት ሲውጣ የሚገጥመውን አያውቅም። ትንሽም ቢሆን ቀመስ አድርጊ፥ ቆንጆ ፍርፍር ሰርቻለሁ” ብለው ወደ ኪችን ገቡ። ተከትላቸው ገብታ እራሷ የምትፈልገውን ያህል አውጥታ ሻይ ቀድታ ጠረቤዛ ላይ ቁጭ ካለች በኋላ “የታለ ያንቺሽ ምግብ ማሚ? እኔ ብቻ ነኝ እንዴ የምበላው? ቆይ እንዲያውም ላምጣልሽ” ብላ እንደመነሳት አለች።

“እኔማ ትንሽ ልቆይ፤ አባትሽ ሲንሳ አንድላይ እንበላለን” ብለው ወንበር ሳብ አድርገው ካጥገቧ ተቀምጡ። “አሁንም ሜላትዬ እዚያው ካዛንቺስ ነው የምትሰራው?” አሉ

“መስሪያ ቤት ከቀየረች እኮ ቆየች። ወደዚህ ወደ ብሄራዊ አካባቢ መታለች።”

“ጥሩ አደረገች። የማይረባ መስሪያቤት በማይረባ ደመዎዝ ጊዜን ከመፍጀት የተሻለ ሲገኝ ወደ ተሻለው መሄድ ነው እንጂ። ‘ያልተገላበጠ

ያራል' አይደል የሚባለው። የሜላት እናት አንድ ጊዜ እጮኛ ነገር አላት ነው፥ ከእጮኛዋ ጋር መኖር ጀምራለች ያሉኝ መስሎኝ ነበር። ከዚያ በኋል ግን አንስተውልኝ አያውቁም። ብታገባ ጥሩ ነበር እንግዲህ እኮ ልጅነት የለም። ብቻቸውን ለፍተው አሳድገው፥ ብታገባላቸው ደስታውን አይችሉትም። እኛስ ብንሆን ያሳደግናት ልጅ አይደለች" አሉ ኤደንን ሰረቅ አድርገው እያዩ። መልሷን በስጋት የሚጠብቁ ይመስላል።

"አይ ማሚ፥ እኔ አግብቻልሁ? ብጤሽን ካላገኘሽ ምን ማድረግ ይቻላል?" ጥያቄው ለሷም እንደሆነ ስለገባት።

"ግን እኮ በእድሜ እሷ ትበልጥሻለች" አሉ ነገሩን ለማደባበስ።

"በአንድ ዓመት ነው አይደል?"

"እዲያ አንቺስ ቢሆን ምንድን ነው የምትጠብቂው? ጊዜ እኮ ቆሞ አይጠብቅም" አሉ ኮስተር ብለው። ድንገት ከአፋቸው ስለወጣ ደንገጥ ብለው "ለምን ጨምረሽ አትበይም?" አሉ የምትበላበት ስሃን ባዶ መሆኑን አይተው። ወሬውንም ቢሆን ጠቀስ ከማድረግ ያለፈ ነገር መናገር አልፈለጉም።

"በቃኝ ጠገብኩ፤ ብዙ ነው ያወጣሁት። በይ ማሚ እኔ ልሂድ፥ እንዳልዘገይባት" አለች እሷም ወሬውን መቀጠል ስላልፈለገች።

"ጥሩ እረ ሂጂና በጊዜ ተመለሽ። በርሳሽን ተጠንቀቂ፤ ደግሞ መንገድ ስትሻገሪም ጠንቀቅ በይ። ሰውና መኪናው አልለይ ብሏል ዘንድሮ።"

"ማሚ ደግሞ አበዛሽው ልክ እኮ የአንደኛ ደረጃ ተማሪ አደረግሽኝ። ትንሽ ቆይተሽ ብቻሽን አትሄጅም እንዳትይኝ"

"ይሁን በይ . . . ሰላም ዋይ። ሁሉንም ሰላም በይልኝ። ወ/ሮ አጸደን አልመቸኝ ብሎ ነው ያልደወልኩት እንዴት ሰነበትሽ በይልኝ" ብለው ሜላት ከአጥሩ በር እስክትወጣ ድረስ ከቤታቸው በራፍ ሆነው በስስት እያዩ ሸኟት። እናቷን "በይ ሰላም ዋይ፤ እንደደረስኩ እደውላለሁ ብላ የአጥሩን በር ከፍታ ቀስ ብላ ከዘጋች በኋላ መንገዷን ቀጠለች።

እለቱ ጸሃያማ ሲሆን በሰማይ ላይ የዳመና ምልክቱም የለም። ደስ የሚል ቀን ነው። ብዙም ሙቀት የሌለው ቆንጆ የረፋድ አየር ነው። ሰዐቱ ገና ስለሆነ ብዙም ሰው መንገድ ላይ አይታይም። መንገድ ላይ የሚጫወቱ ልጆች እንኳን አይታዩም። የሰፈሩ ሰው የከማል ሱቅ እያለ የሚጠራት የኮብል መንገዱን ተጋፍታ የተሰራች አለች። ኤደን አንዳንድ ለቤት የሚያስፈልጉ

ነገሮችን፥ ወይ ከስራ ስትመጣ፣ አንዳንድ ጊዜ ከቤት ሮጥ ብላ ሄዳ የምትገዛበት ሲሆን፥ የከማልንም መስተንግዶ ትወደዋለች። ከማል ኤደንን በጣም ይወዳታል። ስለመልኳና አቋሟ አውርቶ አይጠግብም። የሰው አክባሪነቷና ትህትናዋን በጣም ይወደዋል። የሚወዳት በምን መንገድ እንደሆነ ግልጽ አይደለም። ግን እሱቁ በሄደች ቁጥር “ምን ልታዘዝ ኤደንዬ? የፈለግሽ ውሰጂ፤ ሲመች ትከፍያለሽ” ይላታል። ግቢና የፈለግሽውን ነገር ውሰጂ ማለት ነው የሚቀርው። “ኤደን መጥታ ከገዛችኝ ሲቀናኝ ይውላል ገደኛ ናት” ይላል።

ኤደን ከቤቷ ወጥታ ኮብል መንገዱን ይዛ ስትመጣ የሱቁ በረንዳ ላይ ውሃ ፈሰስ እያደረገ እያጸዳ በርቀት አያት። “ውይ ኤደንዬ ዛሬ ደሞ በጠዋት የት ነው የምትሄደው?” አለ ለራሱ ቀና እያለ ደጋጎሞ ሰርቅ አርጎ እያየ። “በቃ ዛሬ በጧት ሰላም ብላኝ በዚያ ለስላሳ እጇ ከጨበጠችኝ ቀንቶኝ ነው የሚውለው፤ ነይ የኔ ገደኛ” አለ ወጣ ገባ እያለ።

ኤደን ስትለብስ ሁሉ ነገር ያምርባታል። ዛሬ ቀለል ያለ ልብስ ከታች ካኪ፣ ከላይ ደግሞ ቀለል ያለ ሸሚዝ፣ አድርጋ ለመንገድ እንዲያመቻት ተረከዙ አጠር ያለ ጫማ፣ ቆንጆ በርሳ አንግታለች። ምናልባት አየሩ ቀዝቀዝ ካለ ብላ ደግሞ ከክንዷ ላይ ሹራብ ነገር ጣል አድርጋለች። ኤደን ጠየም ያለች ፈገግታ የማይለያት መሃከለኛ ቁመት ያላት ናት። ፈገግታዋ ልብን ይማርካል። ሳቅ ስትል ወተት የመሰለው ጥርሷ አይንን ከርቀት ስቦ አምጥቶ ዋጡኝ ዋጡኝ የሚለው ከንፈሯ ላይ ሙጭኝ ብሎ እንዲቀር ያደርጋል።

የኮብል መንገዱን ይዛ ከየት ታክሲ መያዝ እንደሚሻላት እያሰላሰለች መንገዷን ቀጠለች። ትንሽ እራመድ እንዳለች አንድ ቲዮታ ላንድ ክሩዘር መስታወቱ ከውጭ ወደ ውስጥ የማያሳይ ባጠገቧ እያልፈ፥ ከኋላ የተቀመጠው ተሳፋሪ በሩን ከፈት አድርጎ ሲዘጋው አንድ የተጠቀለለ ነገር ወደቀ። ኤደን እቃ መጣላቸውን ለመንገር በጇ ምልክት እያሳየች የወደቀውን እቃ አነሳችው። ወዲያው መኪናው ከቆመ በኋላ አንድ ሰው ከመኪናው ወርዶ ወደሷ አመራ። አጠገቧ ሲደርስ የተለመደው ፈገግታዋን እያሳየችው እቃውን ልትሰጠው እጇን ስትሰነዝር “አመሰግናለሁ ወንበሩ ላይ ወርውይልኝ፥ እስኪ ሌላ ነገር ከጣልን ልመልከት” ብሏት አለፏት ሄደ። እሷም ወደ መኪናው ጠጋ ብላ ወንበሩ ላይ ለማስቀመጥ ስትሞክር፥ ከኋላ ተከትሎ መጥቶ ሳታስበው ተሽክም ወንበር ላይ ወረወራት። ከውስጥ ሆኖ

የሚጠባበቃት ተቀብሎ እንዳትጮህ እያስፈራራ አፍኖ ያዛት። ከማል መኪናው ሸፍኖት ስለነበር ምንም ነገር አላየም። መኪናው ካለፈ በኋላ መንገድ ላይ ሲያይ ኤደን የለችም። "እነዚህ የተረገሙ ይዘዋት ሄዱ እንዴ! አለ ቆም ብሎ። "በቃ ኤደንም ሊፍት ትውስድ ጀመር፤ እኔ ጠፋሁ! ይሄ አላምንም" አለ በቅናት መልክ። "መቼም እማማ ጸዳለ ይሄ ቢሰሙ እኔ እንጃ" አለ እየተንጎራደደ ድምጹን አውጥቶ።

ስድስት

ብሩክ አሜሪካ ከመጣ ብዙም ሳይቆይ ከዳናኤል ጋር ተዋወቀ። አጋጣሚውን የፈጠረላቸውና ያቀራረባቸውም የሚያራምዱት ተመሳሳይ የፖለቲካ አመለካከት ነው ማለት ይቻላል። በደንብ ከተግባቡ በኋላ በሳምንት አንድ ወይም ሁለት ቀን ተገናኝተው አንድ ቦታ ሄደው ይጨዋወታሉ። ብዙ ጊዜ ኢትዮጵያውያን ሬስቶራንት መገልገል ይመርጣሉ። በጣም ስለሚግባቡ ስለግል ወይም ስለ ማህበራዊ ጉዳዮች በግልጽ ያወራሉ፣ ይመካከራሉ። እንደተዋወቁ ሰሞን፥ ክሪስታል ሲት የሚባል ዋሽንግቶን ዲሲ አጠገብ የሚገኝ ከተማ አንድ ቡና ቤት ውስጥ ቁጭ ብለው፥ ብሩክ ለዳናኤል ለመጀመሪያ ጊዜ ከሜላት ጋር እንዴት እንደተዋወቀና ይዋደዱ እንደነበር አንስተው ሲጨዋወቱ አመሹ። በኢህአዴግ ደህንነቶች የደረሰበት መሳደድ ከሜላት ጋር ሳያስቡት የመለያየታቸው ምክንያት ምን እንደሆነና ከተሰደደም በኋላ እንዴት በስልክም ሆነ በደብዳቤ ለመገናኘት እንዳልቻሉ በዝርዝር ነገረው። ከመጀመሪያዋ የትውውቃቸው ስዐት የተሰማውን ስሜት አንስቶ እስከ መጨረሻዋ የመለያያቸው ደቂቃ ድረስ የነበርውን በደስታና በችግር የታጀበውን ፍቅሩን አጫወተው።

በአስቸጋሪ መንገድ ላይ ሆኖ የጀመረው የፍቅር ጉዞ በጣም ፈታኝ ነበር። ስላሳለፈው ነገር ሲያወራ በተለይ ደግሞ እሱ ከሃገር ተሰዶ ከወጣ በኋላ ፍቅረኛው በሱ ምክንያት ሊደርስባት የሚችለውን ችግር ሲያስብ ልቡ በሃዘን ይሰበራል።

ብሩክ ለመጀመሪያ ጊዜ ከሜላት ጋር የተዋወቀበትን ዕለትና ስዐት ሲያስታውስ የነበረውን ስሜት ለመግለጽ በጣም ይቸገራል። ከሜላት ጋር ያሳለፋቸው የደስታ ወቅቶች ፈገግ ቢያሰኙትም ወዲያው በትዝታ ወደኋላ በመንጎድ ሊቋቋመው የማይችለው ስሜት ውስጥ ይገባል። ሁልጊዜ ከዚህ ስሜት እንደሸሸ ነው። ግን መልሶ መላልሶ እዚያው ይዘፍቀዋል። አንድ ላይ ያሳለፉት ጊዜ አጭር ቢሆንም እረጅም ጊዜ አብሮ የኖረ አይነት መግባባት ነበራቸው።

ብርጭቆውን አንስቶ ከሚጠጣው ቢራ ጎንጨት አደረገና እንደዚያው እንደያዘው ወንበሩን ደገፍ አለ። "እንደ አዲስ አፍቃሪ እንዴት እንደዚያ በአጭር ትውውቅ እጅ የሰጠሁበትን ምክንያት ከሜላት ጋር ከተግባባሁ በኋላ ነው የተረዳሁት።አንዳንድ ጊዜ ምንም እንከን ስለማይወጣለት ባህሪዋን ሳስታውስ እንዲያውም ዘግይቻለሁ እላለሁ። መልኳማ ውጫዊ መገለጫዋ ስለሆነ ፍርዱን ለተመልካች ትቼዋለሁ። ፎቶዋንም ስላሳየውህ . . . " አለ ፈገግ ብሎ ዳንኤልን እየተመለከተ፥ ስለ አባባሉ ያለውን ሃሳብ ለመገምገም እየሞከረ።

ቡና ቤቱ ውስጥ ያለው ጫጫታ አያሰማም እንጂ ዳንኤል እራሱን ወደታችና ወደላይ ሲነቀንቅና የአፉ እንቅስቃሴ እንደሚጠቁመው "ቆንጆ ናት" ያለ ይመስላል።

"ምን ያህል ዘግይተሃል ካልከኝ ደግሞ መልስ ያለኝ አይመስለኝም" አለ ብሩክ።

"የሚገርም ውበት ነው ያላት። ባህሪዋም አንተ በነገርከኝ መጠን ጥሩ ከሆነ፥ ያንተን መመዘኛ እጋራልሁ። ምንም አይወጣላትም ማለት ይቻላል። ቢሆንም እንዴት ከመቅጽበት መውደድ ሳይሆን በፍቅር ለመያዝ ቻልክ? እንደዚህ አይነት ነገር አይፈጠርም ማለቴ ሳይሆን በወቅቱ ከነበረብህ ጫና አንጻር በለው ወይም ሌሎች ከወቅቱ አጠራጣሪ ነገሮች አኳያ እንደዚያ ባጭር ግዜ በዚያ መጠን መግባባታችሁ የሚገርም ነው። እድሚያቻሁም ቢሆን . . . " አለ ዳናኤል ፈገግ ብሎ።

"እድሜዬ እንኳን የሚያሳጣ አይደለም፤ እንዲያውም አልነበረም ልበልህ እንጂ። ደግሞ ፍቅርን እድሜ የሚወስነው አይመስለኝም። እርግጥ የፍቅር አገላለጻችን መንገድ እንደ እድሜያችንና ባህሪያችን ሊለያይ ይችላል። እኔና ሜላት እንደተገናኘን ያለንን መናበብና መግባባት ያየ ሰው ከዚያ በፊት

የምንተዋወቅ እንጂ አዲስ ትውውቅ ነው ለማለት ይቸገራል። በቀላሉ ተግባባን። አብረን መኖር ከጀመርን በኋላ በዚያች ዕለት አንዳችን በሌላችን ላይ የነበረንን ግንዛቤ ስናወራ ያረጋገጥነው ነገር ቢኖር በሁለታችንም ላይ ተመሣሳይ ስሜት እንደነበረ ነው። እኔ ጓደኛ ባይኖራት፣ እሷ ደግሞ ገርል ፍሬንድ ባይኖረው . . . እያልን እንመኝ ነበር" ብሎ ሳቀ አለ። አሁን ድረስ ሲተዋወቁ የተፈጠረውን ነገር ሲያስታውስ ይገርመዋል። "ዳናኤል ብታምንም ባታምንም አሁንም በነበርው ሃሳቤ እጸናለሁ፥ እንዲያውም ዘግይቻልሁ" አለ ኮስተር ብሎ።

"የሚገርም ገጠመኝ ነው። የዚያን ዕለት ትክክለኛ ቦታ በትክክለኛው ስዐት መገኘትህ ብቻ ሳይሆን ዋናው ቁም ነገር *ደ አክተድ፥* ስልክህን ሰጠህ፤ የሷንም ጠይክ" አለ አፉን እየጠራረገ ከተቀመጠበት እየተነሳ። "ሶሪ አቋረጥኩህ፤ ባዝ ሩም ደርሼ መጣሁ" ብሎ ሄደ። በየ ኮርነሩ የተሰቀለው ቲቪ የተለያየ የስፖርት ፕሮግራም ያሳያል። ቤቱ ሞልቷል ማለት ይቻላል። ከቲቪውና ከተለቀቀው ሙዚቃ እንዲሁም የሰዉ ድምጽ ጋር ተዳምሮ ከፍተኛ ጫጫታ አለ።

ብሩክ እጆቹን አጣምሮ ወንበሩን ተደግፎ ትክዝ ብሎ ቁጭ አለ። ያቺ ቀን፣ ያቺ ሜላትን የተዋወቀባት አጋጣሚ በአይነ ህሊናው ታየው። ለሱ ቡናቤቱ ውስጥ ያለው ግርግር አይታየውም ጫጫታውም አይሰማውም።

ዕለቱ ማክሰኞ ነው። ስራ እንደጨረሰ ብሩክ ፒያሳ አካባቢ ከሚሰራበት መስሪያ ቤት ወደ ቤቱ ቀጥታ አልሄደም። መስቀል ፍላወር አካባቢ የሚኖሩ የታመሙ አክስቱን እንዲጠይቅ እናቱ ስለነገሩት ለመጠየቅ ወደዚያው አቀና። ቀጥታ የሚሄድ ታክሲ ስላጣ፥ ብሄርዊ ድረስ ሄዶ ከዚያ ከለገሃር አካባቢ እንደምንም ተጋፍቶ ታክሲ ውስጥ ገባ። ያገኘው ክፍት ቦታ ላይ እንደተቀመጠ ወዲያው ተከታትላው በለስ ቀንቷት በግፊያ መሃል የገባች ተሳፋሪ አጠገቡ ለመቀመጥ ስትሞክር፥ ዞር ብሎ አይቶ ፈገግ ብሎ ጠጋ አለ ወደ መስታወቱ። እሷም ፈገግ ብላ ምላሹን ሰጥታው ተቀመጠች። ወዲያው በግፊያው የተዘበራረቀውን እረጅም ጸጉሯን ማስተካከል ጀመርች። ቃላት ባይለዋወጡም እንኳን በሁለቱም በፊታቸው ላይ የሚታየው ፈገግታ እንደምንም ታክሲ አገኘን አይደል? የሚሉ ይመስላል።

ልናገር አልናገር እያለ ትንሽ ከራሱ ጋር ከተሟገተ በኋላ “ሰዉ በጣም ይጋፋል” አለ ብሩክ ሳቅ ብሎ ወደሷ እያየ። ንግግሩ እራሱ ወጣ እንጂ እሱ ያለው አልመሰለውም።

“ይጋፋል ብቻ ነው እንዴ። እኔ ዛሬ መቼም ታክሲ የማገኝ አልመሰለኝም ነበር። ሰዉ ነው ገፍቶ ተሸክሞ ያስገባኝ” አለች ሰርቅ አድርጋ እያየችው የሀፍረት ሳቅ እየሳቀች። “ዛሬ ደግሞ ታክሲ . . .” ብላ ንግግሯን ሳትጨርስ፥ ወዲያው ትንሽ እንደሄዱ ታክሲው አንድ ተጨማሪ ሰው ስለጫነ፥ እረዳቱ በር ላይ ተቅምጦ የነበረውን ተሳፋሪ ወደ እንሱ መራው።

“ሂድ እዛ ጋ ተደርበህ ተቀመጥ! አለው በእጁ እየጠቆመ። “ወንበሩ ለሶስት ሰው ይበቃል ጠጋ ጠጋ በሉ!” ብሎ አንድ ሰው ደረበባቸው።

“ያመለጥን መስሎኝ ነበር ደረበብን አይደል? በማለት ወደ ጆሮዋ ጠጋ ብሎ ሹክ አላት ወደ ጥግ የሚችለውን ያህል እየተጥጋ።”

“መጀመሪያም ያልደረበብን ትራፊክ ስላየ ነው። ይህንማ ለምደነዋል እኮ” አለች ዞር ብላ እያየችው ተስትካክላ ለመቀመጥ እየሞከረች። ሰስተኛው ተሳፋሪ ተጠጉልኝ አይነት እንቅስቃሴ ስላሳየ፥ ሜላት ወደፊት ወጣ ብላ ተቀመጠች። ብሩክ ዘወር ብሎ ጀርባውን ወደ መስታወቱ አድርጎ ሜላትን ፊት ለፊት እያያት ተቀመጠ።

“የሚገርም ውበት ነው” አለ በሃሳቡ። ሜላት ቁመቷ ዘለግ ያለ የቀይ ዳማ ነች። ውበቷ ታይቶ የማይጠገብ ሲሆን ትህትናዋ በዚያ ሰበር ባለ ውብ አስተያይቷ ውስጥ ይነበባል። “ቦታው ተመቸሽ?” አለ ነቅነቅ እያለ። ሊጠጋ የሚችለውን ያህል እንደተጠጋ ያውቃል።

“እኔ በቂ ቦታ አግኝቻለሁ። አሁን የሚፈለገው ሰፈር የሚያደርስ እንጂ ታክሲ ላይ በቂ መቀመጫ ማግኘት ቅንጦት እየሆነ መጥቷል። እኔ የማልወደው ሰስተኛ ተደራቢ ሰው እኔ እራሴ ስሆን ነው፤ በተለይ ሌሎች ሁለቱ ተሳፋሪዎች ካልተባበሩህና በደንብ ጠጋ የማይሉ ከሆነ። እድለኛ ከሆንክ ግማሽ . . . እ . . . እህ! ታፋ ብቻ ቦታ ያገኛል። ያ ካልሆነ በአየር ላይ ተንሳፈህ እኮ ነው የምትሄደው። እኔማ ይሄ ዮጋ የሚሉት እውነት ይሆን እንዴ እንደዚህ ሆኜ የምሄደው እላለሁ” ብላ ከት ብላ ሳቀች። ብሩክንም በጣም አሳቀው።

ብሩክና ሜላት የትራንስፖርት ችግርን በተመለከተ በቀን ምን ያህል ሰዐት እንደሚባክን፣ በስራ ላይ የሚያደርሰውን ተጽዕኖ አንስተው እያወሩ

ጉዞአቸውን ቀጠሉ። በዚሁ ውይይታቸው መሃከል ስማቸውን በመለዋወጥ ተዋወቁ። የምትወርድበት ቦታ እየተቃረበ ሲመጣ ቢዝነስ ካርዱን ሰጣትና የሷን ስልክ ቁጥር ሲጠይቃት ቴክስት እንደምታደርግለት ነገረችው። ብሩክ ስልኳን ወዲያው ባለማግኘቱ ደስተኛ አልነበርም። ይህቺን የመሰለች ምንም ነገር የማይወጣላት ሴት እንዴት ብቻዋን ልትሆን ትችላለች? ምናልባት ጓደኛ ይኖራታል የሚል ስጋት ውስጥ ገባ።

ወቅቱ ክረምት ስለነበር ዝናብ መዝነብ ጀምሯል። መውረጃዋ መቃረቡን ስትነግረው "በዚህ ዝናብ እንዴት ትሄጃለሽ? ቤትሽ ወደውስጥ ገባ የሚል ከሆነ ዝናቡ ቀለል እስከሚል አንድ ቦታ እዚህ አካባቢ ካፌ ውስጥ ለምን አንቆይም? የኔም መውረጃ ከዚህ ብዙም አይርቅም" አላት ያዘነላት መሆኑን ማሳየት እየሞከረ።

"አመሰግናለሁ፤ መሽቷል። በዚያ ላይ ወቅቱ ክረምት ስለሆነ ለዚህ አይነት አየር መዘጋጀት እንጂ ዝናቡ እንደሆነ ማቆሚያ የለውም" እያለች ከቦርሳዋ ዣንጥላዋን አወጣች። እስካርቧን ነጠል አድርጋ እራሷን ሸፈነ አደረገችው። ሜላት ለክረምት የሚሆን ልብስ አጠር ያለ ቡትስ፣ ከላይ ሹራብ ደርባለች፣ ወፈር ያለ ሱሪ ለብሳለች። አለባበሷ ለክረምቱ ብርድ መከላከያ መሆኑ ብቻ ሳይሆን በጣም አምሮባታል። ብሩክ ዝናቡ ዠርገግ ብሎ ሲወርድና መንገዱ ላይ ያለውን ጎርፍ በመስታወት እያየ "ሜላት ዝናቡን ታይዋለሽ?" አለ በመስታወቱ ወደ ውጭ እንድታይ እንዳይከልላት ወደኋላ ደገፍ እያለ።

"አየት አድርጋ፥ እንደ ማመንታት አለችና የሚቆም ይመስለኛል። አላስኬድ ካለኝ ደግሞ እጠለላለሁ፥ ሰፈሬ ነው። ወራጅ!" አለች። ታክሲው እንደቆመ ቻው፣ ደህና እደር፣ አመሰግናልሁ" አለች ዞር በማለት ፈገግ ብላ እያየችው። ምስጋናው ለታክሲም ስለከፈለ ይመስላል።

ሳቅ ብሎ "አትርሺ ቴክስት አድርጊልኝ፤ ቻው ሜላት" አለ። ከሁኔታው ተከትሏት ሊወርድ የፈለገ ይመስላል። ከታክሲው ከወረደች በኋላ እጇን አወዛውዛ ስትሰናበተው እሱም ምላሹን ሰጣት። ብሩክ ሜላት በጥንቃቄ ያቆረው ውሃ ውስጥ ላለመግባት እራመድ፥ አንዳንድ ጊዜም ዘለል እንድማለት እያለች ስትሄድ ከዕይታው እስከምትጠፋ በአይኑ ተከተላት።

በዝናቡ ውስጥ አንድ አንዱ ዣንጥላ ይዞ ቀስ ብሎ ይራመዳል፣ እንዳንዱ ከተሳፈረበት መኪና ወርዶ ለመጠለል ይሯሯጣል፣ በዛ ያሉ ሰዎች

በመንገዱ ዳር ባሉ ንግድ ቤቶች ተጠልለው የዝናቡን ማባራት ይጠብቃሉ። ብሩክ ከመኪናው ጣራ በመስታወቱ እየተቿጎደጎደ የሚፈሰውን የዝናብ ውሃ እያየ ከሜላት ጋር ያወሩትን በሁለቱም መሃል የነበረውን ስሜት ለማስታወስ ሞከረ። በውስጡ የተዘበራረቀ ስሜት አለ። ገጥሞት የማያውቀው ስሜት ነው። ስለሜላት ማሰላሰል ጀመረ። ምና አይነት ትህትና፣ የአስተሳሰብ ብስለት፣ ቁንጅና ምን ይወጣላታል። ትደውልልኝ ይሆን? ካልደወለች እዚህ ሰፈር መጥቼ እውላታለሁ እንጂ እያለ ሲያሰላስል እረዳቱ መውረጃውን እንዳለፈ ስለተረዳ "ጋሼ እዚህ ነዎት?" አለ ጮክ ብሎ። ብሩክ ከእንቅልፉ እንደ ነቃ ሰው ድንግጥ ብሎ "አ...ዎ ወራጅ!" አለ ያለበትን ሰፈር ለመለየት ወደ ውጭ እያየና ከተቀመጠበት ለመነሳት እየሞከረ። ከታክሲው ወርዶ ወደ አክስቱ ቤት ለመሄድ የመጀመሪያውን መግቢያ መንገድ ስላለፈ የሚቀጥለውን መንገድ ይዞ ወደዚያው አመራ።

"አሁን በዚህ ሁሉ ውጥርት ውስጥ ሆኜ ምን አይነት የፍቅር ህይወት ለመምራት እችላለሁ?" እያለ ሰሞኑን በሱ ላይ የደረሰበትን ወከባ እያወጣ እያወረደ በመሄድ ላይ እንዳለ፥ ስልኩ የሜሴጅ ድምጽ አሰማ። ዝናብ ስልኩን እንዳያበላሽበት በጃኬቱ ሸፍኖ መለዕክቱን ሲያነብ "ሜላት ነኝ ሜሴጁ ከኔ ስልክ ነው፥ ቻው" ይላል።

"ታንክ ዩ ሜላት" ብሎ መለሰ። ብሩክ አላመነም የሚይዘው የሚጨብጠውን አጣ። ሳይታወቀው አክስቱ ቤት ደረሰ። የአጥሩን በር ሲያንኳኳ አንደኛዋ የአክስቱ ልጅ ከሱ አንድ ሶስት አመት በድሜ የምታንስ፥ የቤት ልብሷን እንደለበሰች እየሮጠች መጥታ ከፈተችለት። "እንደምን ዋላችሁ" ብሎ ሲገባ ትኩር ብላ እያየችው "አንተ! ምነው በዚህ ዝናብ? በስብሰህ የለ እንዴ!" እያለች ተከተለችው።

"ዝናቡ እኮ ሄደ ስትይው ይመጣል፤ ምንም ማወቅ አልተቻለም" አለ ጎንበስ ብሎ ጸጉሩ ላይ ያለውን ውሃ ለማንጠፍጠፍ እራሱን እየነቀነቀ። ወደ ዋናው ቤት እያመራ "አክስቴ እንዴት ናት?" አለ።

"አሁን በጣም ተሽሏታል። ዝም ብለህ ነው በዚህ ዝናብ የደከምከው፤ ደግሞ ስልክ መደወልም ትችል ነበር።"

በር ላይ ቆሞ "እንደምን ዋላችሁ" አለ በሩ አጠገብ ጫማውን አውልቆ እያስቀመጠ። እቤት ሲገባ አክስቱ ተሽሏቸው አገኛቸው። እቤት ውስጥ

ያገኘውን ሁሉንም ሰላም ካለ በኋላ አክስቱን ስለ ደህንነታቸው ደጋግሞ ጠየቃቸው።

እሳቸውም "ለምን በዚህ ዝናብ መጣህ፤ እኔ ተሽሎኛል ደግሞ ደውለህ አትጠይቅም እንዴ? ስራ ውለህ እንደገና በዚህ ዝናብ ድካም" አሉት። አክስቱ ቤት ብዙም አልቆየ። ምግብ እንዲበላ ቢጠይቁት እንቢ ስላለ ሻይ ተፈልቶለት ከጠጣ በኋላ ተሰናብቶ ወጣ።

ሰሞኑን የኢሃድግ ደህንነቶች የመንግስት ተቃዋሚ ነው ብለው የሚጠረጥሩትን ያለምንም የፍርድ ቤት ትዛዝ ወይም የፖሊስ ሪፖርት አፍነው ወስደው ያሰቃያሉ። ባለፈው ሳምንት አንድ እሱ የሚያውቀው ሰው ታፍኖ ተወስዶ ቤተሰቦቹ በስንት ድካም በአማላጅ ከሳምንት በኋላ የት እንዳለ አውቁ። ብሩክም ቢሆን በተለያየ አካባቢ በተደጋጋሚ የሚያያቸው ግን የማያውቃቸው ሰወች ሲከታተሉት አይቷል። የሲቭል ልብስ የለበሱ ሰዎች ሆን ብለውም ለማስፈራራት መሳሪያቸውን ያሳዩታል። በታክሲም ሆነ በእግሩ ሲሄድ በአካባቢው እንዳሉ እንዲያውቅ ያደርጋሉ። በአዕምሮው ላይ ከፍተኛ ተጽዕኖ አሳድረውበታል። ዋንው አላማቸውም ይህዉ በሰዎች ላይ ፍርሃትን ማስፈን ነው።

ምናልባት ከሜላት ጋር ሲያወራ አይተውት ከሆነ ቀደም ሲል የሚተዋወቁ መስሏቸው በሷም ላይ ችግር ከመፍጠር እንደማይመለሱ ያውቃል። አደገኛ ነው ብለው ያተኮሩበት ሰው ላይ አንድ አይነት እርምጃ ከመውሰዳቸው በፊት የተለያየ መንገድ በመጠቀም በዙሪያው ያሉትን ሰዎች እንዲሸሹ ያደርጋሉ። ይህም ጸረ ህወሃት ነው ብለው የሚከታተሉትን ግለሰብ በተናጠል ለመምታት ያመቻቸዋል። ብሩክ ብዙ ጊዜ እነዚህ ሰዎች "የማይገቡበት ነገር የለም" ይላል። ሰበብ ስለሚፈልጉ ጥቃቅን ነገሮችን እንኳን አጋነው በማየት ወደ ሌላ ነገር ይተረጉሟቸዋል። ከሜላት ጋር መግባባታቸውን አይተው ወይም ተረድተው ከሆነ በሷ ላይ ጉዳት ባያደርሱም እንኳን ነገሩን ከማበላሸት ወደ ኋላ እንደማይሉ ያውቃል። ብሩክ ተጠራጣሪ እንዲሆን በስጋት እንዲኖር ያሳደሩበት ተጽዕኖ የሚናቅ አይደለም። የሚያሳድዱትን ሰው ባገኙት መንገድ ሁሉ ያለምንም ርህራሄ ለመጉዳት ስለሚሄዱ፥ እራሱን ለመጠበቅ መጠራጠሩ ተገቢ ነው ብሎ ያምናል። የዕለት ከዕለት እንቅስቃሴውን በጥንቃቄ እንዲመራና ጉዳት ከማድረሳቸው በፊት ቅድመ ዝግጅት እንዲያደርግም እረድቶታል።

ከአክስቱ ቤት ወደ ታክሲ መያዣው ሲሄድ ዝናቡ ቆሟል። የአቋረው ውሃ ላይ የሰፈር ልጆች እየዘለሉ እየተጯጯሁና እያንቦራጨቁ ሲጫወቱ፣ በመንገዱ ዳር ከሰፈር ተጠራቅሞ የሚፈሰው ጎርፍ እየተሯሯጠ ወደ ቱቦ ሲገባ የሚሰጠው ድምጽ ልብ ላለው ልጅነትን ያስታውሳል። ገና በጊዜ ጨለምለም ብሎ ሰማዩ ጥቁር ብሎ ሲታይ ሌላ ዙር ዝናብ እየምጣ መሆኑን ይጠቁማል። ይሄ ሁሉ ተዳምሮ የክረምት ወቅት የራሱ መገለጫ ባህሪ የሚፈጥረው ለየት ያለ ነገር አለው። ይህንን ግርግር አልፎ ብሩክ ታክሲ የሚያዝበት ቆሞ ቢጠብቅም በአጠገቡ የሚያልፉት ታክሲዎች ሞልተው ነው የሚመጡት። ትንሽ እንደጠበቀ አንድ ቶዮታ የቤት መኪና ካጠገቡ ከቆመች በኋላ ሾፌሩ መስታወቱን ዝቅ አድርጎ የለበጣ ፈገግታ አይነት እያሳየ "ወዴት ነው? ዝናብ ስለሆነ ልሸኝህ" አለው። ብሩክ ምንም ሳያቅማማ "አመሰግናልሁ" ብሎ ፊቱን ታክሲ ወደሚጠብቅበት አቅጣጫ አዞረ። ባለመኪናው በፍጥነት ነድቶ ሄደ። "ነገር አለ ማለት ነው" አለ ብሩክ ለራሱ። ካሳዳጆቹ ውስጥ መሆኑ ገብቶታል። ወዲያው ዞር ብሎ ታርጋውን ለመያዝ ሞኮረ ግን መኪናው እርቋል። ለነገሩ ታርጋውን ቢይዘውም ምንም ሊያመጣ እንደማይችል ያውቀዋል፥ ለወደፊቱ ለመጠንቀቅ ካልሆነ በስተቀር። ጊዜው እየመሸ ስለሆነ ያገኘውን ታክሲ ይዞ እስቴድዮም አካባቢ ድረሰ ሄዶ እያቆራረጠ እቤቱ ለመድረስ ነው የፈለገው። ካለበት አካባቢ ቶሎ መሄድ ካልቻለ ሌላ ተከታይ ችግር ሊገጥመው ይችላል።

ብሩክ የስራ ቦታው ወደ ፒያሳ ከመዛወሩ በፊት አሁን የሚኖርበትን ቤት የተከራየው የቀድሞ ቢሮው ሜክሲኮ አደባባይ አጠገብ ስለነበረ እንዲቀርበው ብሎ ነበር። በተለይ አሁን እየገጠመው ካለው ችግር አንጻር ቤቱን ስለወደደው አሁንም እዚያው ገነት ሆቴል አካባቢ ይኖራል። ብዙም ሳይቆይ አንድ ታክሲ በፍጥነት መጥቶ አጠገቡ ቆመ። በመስኮት ብዙ ባዶ ቦታ እንዳሉት ያስታውቃል። "የት ነው?" አለ እረዳቱ ከታክሲው ወርዶ የት እንደሚሄድ ሳይናገር።

"እስቴዲዮም" አለ ብሩክ። እረዳቱ ግራና ቀኝ ዞር ዞር ብሎ እያየ ምንም ሳይናገር ብሩክን ከጀርባው ገፋ እያደረገ ለማስገባት ሞከረ። ብሩክ አንድ እግሩን መወጣጫው ላይ እንዳደረገ ወደውስጥ ሲመለከት፥ ወደ ስድስት ሰወች የሚሆኑ ሰብጠርጠር ብለው ቁጭ ብለው የሚበላ ወይም የሚጠጣ የሚቀርብላቸው ይመስል የሱን መግባት በጉጉት ይጠብቃሉ።

"ግባ እንጂ!" ብሎ አሁንም ገፋ አደረገው። በዚህ መሃከል መኪናው መንቀሳቀስ ጀመረ። አንድ እግሩን እንዳወጣ ዘለል፣ ዘለልና ጨውለል እያለ ጥቂት ሄድ አለ። ፊለፊት እበሩ አጠገብ የተቀመጠው "ትወድቃልህ ግባ!" ብሎ እጁን ለመያዝ ሞከረ። ብሩክ ወዲያው ነገሩ ስለገባው ረዳቱን ገፍትሮ ወደኋላ ለመሄድ ሲሞክር ተንደርድሮ ወደቀ። እረዳቱ ዘሎ ታክሲው ውስጥ ከገባ በኋላ በፍጥነት ነድተው ሄዱ። ብሩክ ለጥቂት በዩ ውስጥ ከመግባት ዳነ። ሲወድቅ ያዩት ባካባቢው ያሉ ሰወች "ተረፍክ? እንዴት ነህ ተጎዳህ?" እያሉ እየሮጡ መጥተው ለመርዳት ሞከሩ።

በድንጋጤ "ደህና ነኝ፣ ደህና ነኝ" እያለ ልብሱን አረጋገፈ።

ሰዎቹም የሚያውቁት ነገር ስለሌለ "ምን አይነት ባልጌ ነው! እንዴት እንደዚህ ያደርጋል? ያንዳንድ ታክሲ ነጂዎች ድርጊት እኮ ለማመን ያስቸግራል! ታርጋውን መያዝ ነበር" እያሉ ስለሁኔታው እያወሩ እያለ ሌላ ታክሲ "አንድ ሰው" እያለ አጠገባቸው ቆመና አንድ ተሳፋሪ አወረደ። "በል አንተ ግባ . . . ግባ" ብለው ለሱ ለቀቁለት።

ብሩክ ታክሲው ውስጥ ተቀምጦ ስለሁኔታው አስታውሶ "ዛሬ አልቆልኝ ነበር፤ በነዚህ አውሬዎች ከመበላት ዳንኩ" እያለ እራሱን እያጽናና መንገዱን ቀጠለ። ለመያዝ የፈለጉትን ሰው አንድ ነገር አሳበው ከፈለጉ ከቤቱ፣ ከሰው መሃል ወይም ከስራ ቦታ መውሰድ እንደሚችሉ ያውቃል። ይህን አፈናውን የሚመርጡበት ምክንያት፡- መጀመሪያ ቤተሰብ ወይም ሚደያ ከማወቁ በፊት የተያዘውን ወይም የተያዘችውን ግለሰብ እንደፈለጉ ለማሰቃየት፣ ሌላው ደግሞ በአፈና በመወሰዱ ድርጊቱ ብቻ በታፋኙ ላይ ከፍተኛ ተጽዕኖ ስለሚያሳድር ነው።

ብሩክ ለእናቱ ስለገጠመኙ መንገር ቤተሰቦቹን ማሸጨንቅ ይሆናል ብሎ ስላሰበ አልነገራቸውም። ለማንኛውም የት እንዳለ ወዴት እየሄደ እንደሆነ ማሳወቁ ተገቢ መሆኑን ስላመነበት ደውሎ አክስቱን ጠይቆ እየመጣ እንደሆነ፣ ወደ ሰፈርም እየተቃረበ መሆኑን ነገራቸው። እናቱም ካአሁን በኋላ የትም እንዳይሄድ፥ ቀጥ ብሎ እቤቱ በጊዜ እንዲገባ፥ እንደደረሰ እንዲደውልላቸው ነገሩት። እንደተባለውም እቤቱ እንደገባ በደህና መግባቱን ስለ ዝናቡና ስለ ስራ ጥቂት አወራቸው። ከእናቱ ጋር አውርቶ እንደጨረሰ ለሜላት ልደውል አልደውል በሚለው ሃሳብ ከራሱ ጋር ተሟገተ። "በጣም ቸኮልኩ" ብሎ ስልኩን አስቀመጠው። ወዲያው እንደገን

ስልኩን አንስቶ ትንሽ አሰብ ካደረገ በኋላ ደወለላት። ወዲያው አነሳቸው። ፈራ እያለ "ታዲያስ ሜላት ብሩክ ነኝ"

"ሰላም ብሩክ" አለች። አመላለሷ፥ የድምጿ ቅላጼ በየቀኑ የሚደዋወሉ እንጂ የመጀመሪያ ስልክ ጥሪ አይመስልም።

"ቅድም ቴክስት ስታደርጊልኝ ስላልተመቸኝ ዝናቡን እንዴት ሆንሽ እንኳን አላልኩሽም። በደህና ገባሽ? አለ ብሩክ። ፈራ ያለ ይመስላል።

"ደህና ገባሁ። አመሰግናለሁ ደግሞ እኮ ዝናቡ ወዲያው ቆመ። አንተስ ደህና ገባህ?"

"አዎ በደህና ገብቻለሁ፤ አመሰግናለሁ። በደህና መግባትሽን ለመጠየቅ ነው የደወልኩት፥ አልረበሽኩሽም አይደል?

"ዕንዲያውም።"

"ጥሩ ደህና እደሪ ሜላት።" ከዚህ በላይ በመጀመሪያ ቀን መቀበጣጠር ነገሩን ማበላሸት ነው ብሎ ስላሰበ ሌላ ነገር ማለት አልፈለገም።

"ደህና እደር ብሩክ።"

ሜላትን ከተዋወቀበት ከዚያች ዕለት በፊት፥ ላለፉት ከሀያ እስከ ሃያ አምስት ቀናት ጊዜውን ያሳለፈው በከፍተኛ ውጥረት ነበር። የወያኔ ክትትል በከፍተኛ ደረጃ በተጠናከረ ሁኔታ ስለነበር፥ የህቡዕ ድርጅቱን ማለትም የግንባሩን ስራ ለመስራት መሞከር በሱ ላይ ብቻ ሳይሆን ድርጅቱንም ማጋለጥ ነው የሚል ፍርሃት ስላሳደረበት በተቻለው መጠን ሰላማዊ መስሎ ለማሳለፍ ሞክሯል። በመንገድ ላይ፣ ታክሲ ይዞ ሲሄድ አካባቢውን ሁሉ በጥርጣሬና በስጋት እንዲመለከት አድርጎታል። በዚህ በተፈጠረበት ከፍተኛ ስጋት ምክንያት በቂ እንቅልፍ አልነበረውም።

ለአንድ ስዐት ያልሞላ ጊዜ ቢሆንም ለመጀመሪያ ጊዜ ከሁሉም ነገር ነጻ ሆኖ የቆየው ከሜላት ጋር ተገናኝተው ሲጨዋወቱ በቆዩበት ጊዜ ብቻ ነው ማለት ይቻላል። ከሜላት ትውውቅ በኋላም ምንም እንኳን የቀን ከቀን ውሎው ከኢህአዴግ ደህንነቶች ማሳደድ ለማምለጥ ቢሆንም፥ በዚህ ውጥረት ውስጥ እያለ ሜላትን ማስታወሱ አልቀረም። እንዲያውም ያቺን አጭር ቆይታ ባስታወሰ ቁጥር ለደቂቃም ቢሆን ከጭንቀቱ ፋታ የሚያገኝበት ወቅት ሆኖታል። ጭላንጭል የመኖር ተስፋም ፈንጥቆበታል። ለብሩክ ይህ ስሜቱ አዲስ ነገር ሆኖበታል።

የዚያን ዕለት ማታ ደውሎ ሲያናግራት የነበራቸው መግባባትና በሁለቱም ውስጥ ያለው ስሜት በየቀኑ የሚደዋወሉ እንጂ የመጀመሪያ ስልክ አይመስልም ነበር። ይህ አይነት ስሜት ከመቅጽበት የተፈጠረው ምናልባት ካለብኝ ውጥረት አንጻር መደበቂያ ያገኘሁ መስሎኝ ይሆናል ለማለት ፈልጎ፥ ሜላትን ዝቅ ያደረጋት መሰለው። "አይደለም አንደሷ አይነት ከመልኳ ጀምሮ፣ ያአመለካከት ብስለቷ፣ አለባበሷና አነጋገሯ ሳይቀር የሚማርክ ሴት ገጥሞኝ አያውቅም" ብሎ እራሱን ያሳምናል። እሷን ባስታወሰ ቁጥር ወደ አክስቱ ቤት ሲሄድና ሲመለስ የመንገድ ላይ ገጠመኙ ሁሉ ትዝ ይለዋል፦ ያ ያሯሯጠው ዝናብ፣ ካታክሲው አናት ላይ የሚዥጎደጎደው የዝናብ ውሃ፣ የሰዉ መጠለያ ፍለጋ እሩጫ፣ ልጆች የሚቧርቁበት የመንደር ጎርፍ፣ ዝናብ ያዘለ ጥላሞት የለበሰው ሰማይ ለሱ ታይቶ የማይጠገብ ውበት፣ ሜላት በውስጡ ያለች መስሎ ይታየዋል። አሁንም በስደት ላይ ሆኖ እንኳን ከሁሉም አየር ጸባይ በላይ ዝናብ ሲዘንብ በጣም ያስደስተዋል።

ዳናኤል ከመታጠቢያ ቤት ተመልሶ እየተቀመጠ "ስማ ብሩክ፥ ከርቀት ሆኜ ሳይህ ነበር። እርግጠኛ ነኝ *ቦዲህ* ነው እንጂ እዚህ የነበርው ጠቅልለህ አዲስ አበባ ገብተህ ነበር" አለው ሳቅ ብሎ። ብሩክም ሳቅ አለ እንጂ መልስ አልመለሰለትም። ዝም አለ። አሁንም ሙሉ ለሙሉ ከነበረበት የተመለሰ አይመስልም።

ዳንኤል ኢትዮጵያ ውስጥ ስለሚፈጸሙ የመብት ጥሰቶች ብዙ ነገር ያውቃል። አሁን ደግሞ ኢትዮጵያ ውስጥ የሚፈጸመው ግፍ እንዴት እየሰፋ እንደሄደ በራሱ ጓደኛ ላይ የደረሰበትን ሲሰማ የተሰማው ሃዘንና ቁጭት ሊገልጸው ከሚችለው በላይ ነበር። ብሩክ ከሜላት ጋር የነበረውን የፍቅር አጀማመርና በኋላም ድንገት ባልጠበቁት ሁኔታ መለያየታቸው፣ ሲለያዩ የነበራቸውን ስሜት ሲነግረው እሱንም ስሜታዊ አድርጎታል።።።

"ምን መሰለህ እኛ በውጭ ስለምንኖር ችግሩን አንስተን መወያየት ቻልን እንጂ፥ በሃገራችን ያልተነገሩ፣ የታፈኑ በርካታ ነገሮች አሉ። በሃገራቸው እየኖሩ የተሰደዱ ከምንገምተው በላይ ብዙ ናቸው። ተወልደው ካደጉበት አካባቢ ስንቶቹ ተፈናቅለው እንዲሄዱ ተደርጓል፣ የስንቱ ቤተሰብ ተበትኗል፣ ስንቱ ንብረቱ ተቃጥሏል፣ ተዘርፏል። አምራች የነበረ ገበሬ በቦዘኔዎች እንዲጠቃ ተደርጎ በምጽዋት እንዲኖር ተገዷል። በዚህ ትርጉም በሌለው

የዘር ፖለቲካ ስንቶቹ ህይወታቸው አጥተዋል። ይህን ሳስታውስ እንዴት በነዚህ ጥቂት የዘር ፖለቲካ አራማጆች እኩይ ተገባር ምክንያት ይህን ሁሉ እልቂት እናስተናግዳለን? የሚለው ነገር ሁል ጊዜ ይረብሸኛል" አለ ዳናኤል ትክዝ ብሎ።

"ልክ ነህ ዳናኤል። በግል የደረስብህን እንደሰው በግልህ ስታየው በቅድሚያ ችግሩን ተሸካሚ እራስህ ስለሆንክ ጉዳቱ በራስህ ላይ ስለሚበረታ እንጂ አሁን ከዘረዘርካቸው ጋር ሲወዳደር የኔ በደል የከፋ ላይሆን ይችላል። ቢሆንም ይህ በሃገር ደረጃ የሚታየው አጠቃላይ ችግር የግለሰቦች ገጠመኝ ጥርቅም ነው" አለ ፊት ለፊቱ ያለውን የድራፍት ብርጭቆ ሳብ ገፋ እያደረገ። እኔም የችግሩ ተቋዳሽ ነኝ ለማለት ስለፈለገ።

"ለዚህ ነገር መከሰትም ሆነ ከተከሰተም በኋል ለሚደርሰው ነገር ካንተ ቁጥጥር ውጭ በሆነ ምክንያት ስለሆነ መጸጸት የለብህም። አንተ ደግሞ የምትችለውን ሁሉ አድርገሃል፣ ብዙ ዋጋም ከፍለሃል። አሁንም ቢሆን የምትችለውን ሁሉ እያደረክ ነው። ሁላችንም የአቅም ገደብ አለን፤ ከዚያ ደግሞ ልናልፍ አንችልም" አለ ዳንኤል የሚጠጣበትን የድራፍት ቢራ ብርጭቆ ለማንሳት ጣቶቹን መያዣው ውስጥ እያስገባ። ቢሆንም ነገሩ በጣም እንዳሳዘነው ከነገረው በኋላ የሰማውን ተመሳሳይ አሳዛኝ ነገር አጫወተው። ከዚህ የከፋ ነገሮ በስደተኛው ላይ በተለያየ ጊዜ እንደሚከሰቱ በመንገር ሊያጽናናው ሞከረ።

"መፍትሄ ልናገኝ የምንችለው ሁላችንም ተረባርበን የችግሩን ምንጭ ማድረቅ ስንችል ብቻ ነው። ይህ ሲሆን ዘለቄትዊ መፍትሄ እናገኛለን" አለ ዳናኤል ትኩር አድርጎ ብሩክን እየተመለከተ፥ ስሜቱን ለመገምገምና እያዳመጥው መሆኑን ለማወቅ። ብሩክ ትክዝ ብሎ እራሱን እየነቀነቀ በሃሳቡ መስማማቱን ለመግለጽ ሞከረ።

ሰባት

ብሩክ ቢሮው ገብቶ ስራ ከጀመረ ብዙም አልቆየ። በሞባይል ስልኩ ተደወለለት። ቁጥሩንም ሳይመለከት አነሳው። በተለይ ስራውን በተመለከተ ብዙ ጊዜ በጧት የሚደወለው ጠንከር ያለ ወይም አስቸኳይ ጉዳይ ሲኖር ነው የሚል አመለካከት አለው።

"ሃሎ! ሃሎ!" አለ።

"ሃሎ! እንደምን ዋላችሁ? ከአዲስ አበባ ነው የምደውለው። ብሩክ ነህ?" አሉ ፈራ ብለው።

ስልኩ በደንብ አይሰማም፤ በተጨማሪም ይቆራረጣል። በግልጽ ባይሰማውም ከቤተሰቦቹ መሆኑ ገብቶታል። ብዙ ጊዜ የውጭ ስልክ ከቢሮ ሆኖ ለመሰማማት አስቸጋሪ ስልሆነ ወደ ውጭ ወጥቶ ማውራቱን ይመርጣል። እንደልቡ ተጯጩሆ ለመነጋገር ያመቸዋል። ቤተሰቦቹ የደህንነቶችን ክትትል በመፍራት፥ ከአዲስ አበባ ሲደውሉለት በቤታቸው ስልክም ሆነ በሞባይላቸው አይደውሉለትም። በሌላ ሰው በዘመድ ስልክ፥ ካልሆነም ገንዘብ ተክፍሎ የሚደወልበት ቦታ ሄደው ይደውሉለት።

"አዎ አውቄአልሁ። እንደምን አለሽ እማዬ?"

"እንዴት ነህ ልጄ ጤንነትህ ቤተሰብህስ እንዴት ነው?

"እኛ በጣም ደህና ነን። እናንተስ አባዬ እንዴት ነው? ሲስተር ሁላችሁም እንዴት ናችሁ?

"ሁላችንም እግዚአብሄር ይመስገን ደህና ነን።

"አንቺ እንዴት ነው ጤንነትሽ?"

"ለፈጣሪ ክብሩ ይስፋ በጣም ደህና ነኝ? እናንተስ ባለቤትህ፣ ልጅህስ ደህና ነች? አደገች አይደል?

"አይ እማዬ ልጆችህ ደህናናቸው ማለትሽ ነው?" ሁለቱም አድገዋል። የዚህ አገር ልጆች እኮ ወዲያው ነው የሚመዘዙት። አለ ብሩክ ምንም እንኳን ታላቋ ልጁን ባይውልዳትም እንደልጁ ስለሚያያት እነሱም በዚያው መልክ እንዲያዩለት ስለፈለገ።

"አይ የኔ ነገር ልጆችህ ማለቴ እኮ ነው። ያሳድግልህ ለቁም ነገር ያብቃልህ" በማለት ደንገጥ ብለው መለሱለት ።

ብሩክ ከናቱ ጋር ለግማሽ ሰዐት ያህል አወሩ። እናቱ ስለአለው የመንግስት ተጽዕኖ፣ የኑሮ ውድነት በተለይ በሱ ምክንያት ይሁን በሌላ ነገር ግልጽ ባልሆነ መንገድ አንዳንድ ጊዜ እንደሚተናኮሏቸው፣ ብዙ ነገር አንስተው ተጨዋወቱ። "እየው ልጄ እንዲያውም በቤታችን አጠገብ ያለው መንገድ ሊሰፋ ስልሆነና የእኛን ቦታ ስለሚነካው አጥሩን አፍርሱ እያሉን ነው። መንገዱ ቢሰፋ አይከፋንም ግን በልማት ሰበብ የሰዉን ቦታ ይቀማሉ። ግምት ይሉና ደግሞ አስር ከርጢት ሲሚንቶ የማይገዛ ገንዘብ ወርውረው ይሄዳሉ። ባለፈውም የአካባቢ ነዋሪውች፥ ማነው የሚሉት? አዎ . . . ቀበሌ የሚባለው ስብሰባ ብለው ጠርተው አባትህም እኔም የነሱን ውሸት መስማት ሰልችቶናል ብለን ቀረን። በሳምንቱ አንዱ የነሱ ተላላኪ እቤታችን ድረስ መጥቶ ልጃችሁ እውጭ ሃገር ሆኖ አገር ሊያበጣብጥ ይሯሯጣል እናንተ ደግሞ እዚህ ሰዉ ስብሰባ እንዳይሄድ ታስተባብራላችሁ ብሎ አንዲት ወርቀት ሰጥቶኝ ሄደ። ወረቀቱ በጥቅሉ የሚለው ከስብሰባ ለምን እንደቀራችሁ ጽህፈት ቤታችን መጥታችሁ አሳውቁ ነው። እኛም የሚያመጡትን ነገር እናያለን ብለን አልሄድንም፤ አዲስ የተፈጠረም ነገር የለም።" ጸጥ ብሎ ይሰማቸው ስለነበረ የተቋረጠ መስሏቸው"

"ሃሎ!" አሉ

"እየሰማሁ ነው እማዬ። በደንብ ይሰማል።"

"የዛሬ ሁለት ዓመት ገደማም አንተ እንዳታስብ ብለን አልነገርንህም እንጂ፥ ልጃችሁ በወንጀል ስለሚፈለግ እንድታቀርቡት የሚል የክስ ወረቀት ደርሶን ነበር። እኛም የት እንዳለ እንደማናውቅ ደግሞም እራሱን ችሎ የሚኖር ስለሆነ እኛ እሱን ለማቅረብ መብትም አቅምም የለንም አልናቸው።

እነዚህ ትንሽ እንኳን ይሉኝታ የሌላቸው ፍጥሮች ልጆችንን ከሃገር አሰድደው እንደገና የታለ ይላሉ። 'ጅራፍ እራሱ ገርፎ እራሱ ይጮሃል' ነው እኮ ነገሩ" አሉ ንዴት እየተናነቃቸው። "በተረፈ ልጄ የአንተ እርዳታ ከበቂ በላይ ስልሆነ፥ በኑሮ በኩል ምንም ችግር የለብንም። አዬ ልጄ . . . ግን መለያየት ክፉ ነገር ነው። በተለይ የዓመት በዓል በመጣ ቁጥር ስንሰባሰብ እናነሳሃለን። ያ ተሰባስበን የምናሳልፈው ጊዜ ትዝ ይለናል። አባትህም እኔም መቼ ነው አይኑን የምናየው እያልን ጉጉት እንላለን። እድሜ ሲገፋ . . ." ብለው ዝም አሉ። ስሜታዊ መሆናቸው ያስታውቃል።

ብሩክም እናቱን ላለማባባት ስሜቱን እምቅ አድርጎ በተረጋጋ ሁኔታ "ግዴ የለም ለሁሉም ነገር ገደብ ስላለው ከዚያ የሚያልፍ ነገር የለም። እነዚህም ጥቅም አስተሳሰባቸውን ደፍኖ ስለያዘው ዘላለማዊ የሆኑ ይመስላቸዋል እንጂ ግፉን እያበዙት በመጡ ቁጥር የነሱንም ጊዜ እያሳጠሩት እንደሆነ የተረዱት አይመስለኝም። ቢሆንም እስከዚያው ይህን ክፉ ወቅት በዘዴ ማሳለፍ ይገባል። ባለፈው አባዬ ሲስተር ወደ ውጭ ለመውጣት አንዳንድ ነገር ጀምራለች ብሎኝ ነበር እንዴት ሆነች? ለነገሩ እሷም ቀደም ሲል አጫውታኝ ነበር። በቃ ስራዋን ጥላ ለመውጣት ቆረጠች ማለት ነው? "

"ምን ይደረግ ልጄ፤ እስከመቼ ድረስ ከባለቤቷ ተለያይተው? ለእኛማ እዚሁ አጠገባችን ብትሆንልን ጥሩ ነበር። እስኪ ትሞክረው ከሆነም ሆነ ካልሆነም ወደ አገሯ ትመለሳለች። እንዲያውም ጉዳይዋም እያለቀላት ስለሆነ በቅርብ ጊዜ ትቀላቀልህ ይሆናል። እሷ እንደነገረችኝ፥ አንተ ካልህብት ወጣ ብሎ መሰልኝ ባለቤቷ የሚኖረው፤ ቢሆንም ከዚህ ይሻላል ትጠያየቃላችሁ። በል ልጄ ተጠንቀቅ፤ ቤተሰብህንም ሰላም በልልኝ። የምትፈልገው ነገር ካለ ንገረን፤ እህትህ ስትመጣ ይዛልህ ትመጣለች"

"ጥሩ አንቺም ሁሉንም ሰው ሰላም በይልኝ። ሲስተርን እንድትደውል ንገሪልኝ። በይ እማዬ ደህና ሆኑ"

"ደህና ሁን ፈጣሪ በሰላም ያገናኘን" ብለው ስልኩን ከዘጉት በኋላ ለጥቂት ሰኮንዶች ትክዝ ብለው ቆሙ። ሳያዩት ሳምንት መቀመጥ ይቸገሩ የነበረው አሁን ይህን ያህል ዓመት መለያየታቸውን አስበው "አዬ ጉድ ካመጣው የማይቻል ነገር የለም፤ ይሁን ብቻ በሚኖርበት ሃገር ፈጣሪ ይጠብቀው። ክፉውን አያሰማን። ስንቶቹ እናቶች እነዚህ ጨካኞች

በልጆቻቸው ላይ ስንቱን ስቃይ አድርሰውባቸው፣ ተገለውባቸው፣ የዘላለም ህመም ይዘው ተቀምጠዋል አይደል" አሉ ለራሳቸው።

ብሩክ ከእናቱ ጋር ከተሰነባበተ በኋላ ብዙ ነገር በአይምሮው መጣ። ቤተሰቦቹ ምንም በማይመለከታቸውና በሌሉበት ነገር መንገላታታቸው አበሳጭቶታል፥ አሳስቦታልም። ቢሆንም ለሱ ይህ ድርጊታቸው የሚጠበቅ ነው። "ዱሮም በዘር ተደራጅቶ የመጣ ቡድን ጉዳዩ ከግለሰቡ የአስተሳሰብ ልዩነት ሳይሆን ከዘሩ ስለሆነ የኔ ዘር አይደለም ያለውን ሁሉ ጠላቱ አድርጎ ይፈርጃል ወይም በጥርጣሬ ይመለከታል" እያለ አጉተመተመ።

ሌላው እንደተለመደው ከኢትዮጵያ ከተደወለለትም ሆነ ከደወለ በአይምሮው የሚመጣው የሜላት ነገር ነው። "እንዴት ስለ ሜላት አላነሳችም? ሌላ ግዜ 'እንዴት ነው ስለዚያች ጓደኛህስ ትሰማለህ?' ትለኝ ነበር። ተስፋ ቆረጠች ማለት ነው? ወይስ በቃ እኔ ትዳር ይዣለሁ ስለሷ ማንሳቱ የኔን ልብ ማካፈል ነው ብላ ይሆን" ብሎ ስላሰበ ትንሽ የመረባበሽ ስሜት ተሰማው። "የኔና የሜላት ነገር እንደዚህ በቀላሉ የሚረሳ አይመስለኝም ነበር። ግን ቤተሰቦቼ እሷን እየረሷት ከሆነ ቀጥሎ ወደ እኔ ይመጣ ይሆን?" አለ ትክዝ ብሎ። "እኔ ከነዚያ ለሰው ልጅ ክብር የማይሰጡ ግብዞች አምልጬ ወጣሁ፤ እሷን ግን እሜዳ ላይ ጥያት መውጣቴ በጣም ይቆጨኛል ይጸጽተኛልም። ምን ላድርግ አማራጭ አልነበረኝም። በመንገድ ላይ ያለውን መከራ አትወጣውም ብዬ እንጂ እኔማ አብራኝ ብትሰደድ ኖሮ እንዴት የአዕምሮ እረፍት አገኝ ነበር" አለ የኮምፒውተሩን ማውስ እየነካካ ግን ሃሳቡ ስለተበታተነ አንድ ጊዜ አንድ ነገር ይከፍታል እንደገና ሌላ ይከፍታል ደግሞ ይዘጋል። በመጨረሻ ከወንበሩ ተነስቶ ወደ መታጠቢያ ቤት ሄደ። በዚህ መልክ ብሩክ ምንም ስራ ሳይሰራ የምሳ ስዐት እየተቃረበ መጣ።

ወዲያው መሰርት በሞባይሉ ደወለች። "ታዲያስ ብሩክ እንዴት ነህ? *ከስተመር* አልህ እንዴ?"

"የለኝም ማውራት እችላለሁ" አለ። ግራ እንደመጋባት ብሎ። ባልተለመደ ስዐት መደወሏ ብቻ ሳይሆን እሱም በሃሳብ ውስጥ ስለነበረ።

"የደካከመህ ይመስላል። ቁርስ አልበላህም መሰልኝ። እኔ እንኳን የደወልኩት የሚጢ ምግብ ስላለቀ ከተመቸህ በኋላ ይዘህላት እንድትመጣ

ነው። ካልተመቸህ እኔ እገዛዋለሁ" አለች ፈጠን ብላ ማውራት ያልፈለገ ስለመሰላት።

"ቁርስ እንኳን በልቻለሁ። አለ አይደል አንዳንድ ጊዜ ዝም ብሎ ድካም ይሰማል እኮ። ማዘር ደውላ ነበር። ከሷ ጋር ትንሽ አወራን።"

"ደውለው ነበር? እንዴት ነው ጤንነታቸው? ፋዘርስ ደህና ናቸው? እህቶችህ . . ."

"ሁሉም ደህና ናቸው። ሰላም ልትለኝ ነው የደወለችው። አንቺንም ልጆቹንም ሰላም ብላለች።"

መሰረት እሷም ከቤተሰብ ጋር በስልክ ስትገናኝ የሚሰማትን ስሜት ስለምታውቅ ለዚህ ነው የድካም ስሜት የተሰማው ብላ ወሰደችው። ብዙም ወሬውን መቀጠል አልፈለገችም። "ጥሩ በኋላ እቤት ስትመጣ እናወራለን።"

"ለሚጢ ግዛ ያልሽውን ምግብ መግዛት እችላለሁ ብቻ ስሙን ቴክስት አድርጊልኝ" አለ ወንበሩን አንድ ግዜ ወደ ቀኝ ሌላ ግዜ ወደ ግራ እያሽከረከረ።

"ቴክስት አደርግልሃለሁ። ለማንኛውም ቡና ጠጣ እንዲያነቃህ። ባይ ብሩኬ።"

"የዛሬውን ድብርት *ኣይ ቲንክ* ያንቺ ቡና ብቻ ሳይሆን አይቀርም የሚያባርረው" አለ። ፈገግ ብሎ። አነጋገሩ እንደ መቀለድ እያለ እንደሆነ ያስታውቃል።

"ታዲያ ለምን በምሳ ሰዐት አትመጣም?"

"ቀልዴን ነው መሲ *ኣይ ዊል ቢ ኦኬ* ባይ"

"ሲ ዩ ላተር" አለች።

ብሩክ ቀኑን ሙሉ በሃሳብ ተወጥሮ የረባ ስራም ሳይሰራ ዋለ። ጓደኛው ዳናኤል ደውሎ ከቻልክ ለአንድ ግማሽ ሰዐት ያህል ላገኝህ እፈልጋልሁ ብሎት ስለነበር ከስራው ቀደም ብሎ ወጣ። ከቀጠሮው ቦታ ቀደሞ ደረሰ። የተቀጣጠሩት የሚሰራበት ቢሮ አካባቢ ያለ ስታርበክስ ካፌ ነው። ውስጥ ሆኖ እየጠበቀው ብዙም ሳይቆይ ዳናኤል መጣ። ጥቂት ስለ ቤተሰብና ስራ ካወሩ በኋላ ስለተገናኙበት ጉዳይ መወያየት ጀመሩ።

"እኔ እንኳን ዛሬ የፈለኩህ በኢትዮጵያውያን አነሳሽነት ለአሜሪካ ምክር ቤት እንዲጸድቁ ለማድረግ የሚቀርቡትን ህጎች (*ቢልስ*) በተመለከተ ነው። ይህም ኢሃዴግ በኢትዮጵያውያን ላይ የሚያደርሰውን የመብት ረገጣ

በማጋለጥ አሜሪካ የምታደርገውን እርዳታ እንድታቆም ወይም ተጽዕኖ ዕንድታደርግ የሚያሳስብ ነው። ይህን ጉዳይ በተመለከተ ከፍተኛ ስራ እየሰሩ ያሉ ኢትዮጵያውያን ስላሉ እኛስ በድርጅታችን በኩል ወይም በግላችን እንዴት እንርዳ በሚለው ላይ እንድንነጋገር ነው" አለ ዳናኤል ይዞት የመጣውን ወረቀት እያገላበጠ።

አንተም ታውቀዋለህ ከዚህ በፊት አትዮጵያን በተመለከተ ሁለት *ቢልስ* ለአሜሪካ ምክር ቤት ቀርበው ነበር። ዋናው አላማ ኢትዮጵያ ውስጥ የሰበአዊ መብት እንዲከበርና ዲሞክራሲ ለማስፈን የሚደረገውን ትግል ለመደገፍ ነው። ቀደም ሲል *HR 5680 በክሪስቶፈር ስሚዝ የኮንግረሥ* አባል *ስፖንሰር* የቀረበ ህግ ነበረ። ይህም አላለፈም። ከዚያም ዶናልድ ፔይን የሚባሉ የኒውጀርሲ *ኮንግረስ ማን ስፖንሰር* የተደረገ *ቢል* ነበር። ይህም ከ 2005 ምርጫ በሁዋላ የተፈጠሩ ችግሮችን በዋናነት በመውሰድ HR 2003 የሚባል ቢል ሲሆን የቀረበውም በ 2007 ነው። ሆኖም ለሴኔት ቀርቦ ጄምስ ኢንሆፍ የሚባሉ የ *ኦክላሆማ ሴናተር* ስለተቃወሙት ወደቀ። አላለፈም ስልህ በወያኔ ላይ ምንም አይነት ተጽዕኖ አላመጣም ማለቴ አይደለም። የተጠበቀውን ያህል አይደለም ማለቴ ነው። አሁን ሌላ ማሻሻያ ህግ ለማቅረብ እነዚህ ሃገር ወዳድ ኢትዮጵያውያን፥ በአሜሪካ የፖለቲካ አካሄድ ላይ ጥሩ እውቀት ያላቸው ግለሰቦች እየተሯሯጡ ነው" አለ ዳንኤል የገዛውን ቡና ቀመስ አድርጎ ያመጣውን ስኳር እይጨመረ።

ብሩክ ለዚህ ነገር አዲስ አይደለም። በየጊዜው በሶሻል ሚዲያ በኩል ስለዚሁ ጉዳይ የሚያብራሩትን የኢትዮጵያውያን ድህረ ገጾችን ይከታተላል። ቀደም ሲልም ይህን ነገር ከሌሎች የኢነግ አባላት ጋርም አንስቶ በመወያየት ግልጽ የሆነ ግንዛቤ እንዲኖረው አድርጓል።

"ምን ማድረግ እንዳለብን በዝርዝር የአስቀመጡት ይመስለኛል። እኛ አሁን ማድረግ ያለብን አባሎቻችንንም ሆነ ሌሎች ኢትዮጵያውያንን በማስተባበር መንቀሳቀስ ይሆናል" አለ ብሩክ ሞባይሉ ላይ ይህንኑ ጉዳይ በተመለከተ የተጻፈውን እየፈለገ። "አዎ በምንኖርበት አካባቢ ማለትም ዲያስፖራው በየሚኖሩባቸው *ካውንቲ* (ክፍለ አስተዳደር) ያሉትን የአሜሪካ የምክር ቤት አባላት ኢትዮጵያ ውስጥ ስለሚፈጸመው የመብት እረገጣ ማሳወቅ፣ ያለአግባብ የታሰሩ የፖለቲካ እስረኞችን እንዲፈቱ፣ ተቃዋሚ ፖርቲ አባላትን ማዋከብ እንዲቆምና በሀገሪቱ የፖለቲካ ሂደት ወስጥ

እንዲሳተፉ እድሉ እንዲሰጣቸው ግፊት እንዲደረግ ግንዛቤ መስጠት ይኖርብናል። ይህውና እንዲያውም የተዘጋጀው ሳምፕል ሪፖርት ማድረጊያ ደብዳቤ" ብሎ ከኢንተርኔት ያገኘውን እንዲያየው ስልኩን ለዳናኤል ሰጠው።

"ጥሩ በተለያየ መንገድ የሚደርጉ የዲፕሎማሲ ስራዎች ጠቀሜታቸው ከፍተኛ እንደሆነ ዲያስፖራው መገንዘብ ይኖርበታል። ምንም እንኳን ወሳኙ ነገር ሃገር ውስጥ ቀጥታ ከወያኔ ጋር የምናደርገው ትግል ቢሆንም የሃያላን መንግስታት ተጽዕኖ ቀላል አይደለም። ለምሳሌ ኢህአዴግ አሜሪካን ሃገር ብቻ በየወሩ ለሎቢስት በየወሩ ከድሃው አፍ እየነጠቀ የሚከፍለው መቶ ሃምሳ ሺህ ዶላር ($150,000) ይህንን ስለሚያውቅ ነው።እኩይ ተግባሩን ለመሸፈንና በስልጣን ላይ ለመቆየት" አለ ዳናኤል ብሩክ ያሳየውን የደብዳቤ አጻጻፍ ፎርማት አየት እያደረገ።

ንግግሩን አቋርጦ ጥቂት ካነበበ በኋላ "የምዕራብ አገሮች በብድርና በእርዳት መልክ ታዳጊ ሃገሮች ላይ ለምን ገንዘባቸውን የሚያፈሱ ይመስልሃል? ምክንያቱም ዓለም የተያያዘች ስለሆነ ሌላ ሃገር ወይም አህጉር የተፈጠረው ችግር እነሱንም ስለሚነካ፣ ንግዳቸውን ለማስፋፋት፣ ያላቸውን የኢኮኖሚ የበላይነት እንደነበረ ለማቆየት፣ እንዲሁም የስትራተጂ ጠቀሜታ ስላለው ነው።

እኛም ተጠቃሚም እንጂ መጠቀሚያ ብቻ መሆን የለብንም። በሚጠቅመን መንገድ በሃገር ውስጥ ያለብንን የሰሻል፣ የኢኮኖሚና የፖለቲካ ችግር ለዓለም ማሳወቅና አብሮ ለመስራት መሞከር ክፋት የለውም።ይህ ሲባል መብታችንን አሳልፈን እንሰጣለን ማለት አይደለም። በሌላ በኩል ደግሞ በሃገራችን ጉዳይ ያላግባብ ጣልቃ ሲገቡ እጃችንን አጣጥፈን መቀመጥ የለብንም። ጉዳዩን ለራሳቸውም ሆነ ለዓለም ማሳወቅ ተገቢ ነው። ይህንንም መላመድ ያለብን ይመስለኛል" እያለ ቡናውን አንስቶ ፉት አደረገ።

"ይህን ጉዳይ ማንሳትህ ጥሩ ነው። ምን መሰልህ ዳናኤል፤ አንድ ሃገር እንደ ዱሮው በመንግስት በተሾሙ ዲፕሎማትስ ብቻ አይደለም የሚወከለው። በአለንበት ዘመን የተለያዩ ቡድኖች የራሳቸውን ዲፕሎማሲ ተጠቅመው ተጽእኖ ማድረግ ይችላሉ። ለሃገራቸው በኢኮነሚውም ሆነ በፖለቲካው ከፍተኛ አስተዋጽኦ ሊያበረክቱም ይችላሉ። ደግሞ አሁን በዲጂታል ዘመን ውስጥ ስላለን፥ ሰሻል ሜዲያን ተጠቅመን በዲፕሎማሲው

መስክ ብዙ ለሃገር የሚጠቅም ነገር መስራት ይቻላል። በአሁኑ ስዐት ህወሃት በበላይነት የሚመራው መንግስት የሚያራምደው ዲፕሎማሲ የሃገሪቱን ሃብት ተቆጣጥሮ እንደፈለገው እያደረገ ተንሰራፍቶ ለመኖር እንጂ ቅንጣት ያህል እንኳን ለህዝቡም ሆነ ለሃገሪቷ የወደፊት እጣ ፋንታ ቦታ ሰጥቶት አያውቅም። እንደዚህ አይነት የዲፕሎማሲ መዛባት ሲኖር ሃላፊነት የሚሰማቸው ግለሰቦችና ቡድኖች ለዐለም እውነታውን ማሳወቅ የዜግነት ሃላፊነታቸውን እንደመወጣት ነው።" አለ ጸጉሩን በእጁ መዳፍ ከአናቱ ጀምሮ ወደኋላ ላግ እያደረገ።

ይህንኑ ጉዳይ አስመልክቶ መደረግ ስላለባቸው ነገሮች ጥቂት ተወያዩ። በኢሜልና በሌሎችም ሶሻል ሜድያ አማካኝነት ኢትዮጵያ ውስጥ ስለሚደረገው ኢሰብአዊ ድርጊት በተመለከተ በነሱ በኩል ለዲያስፖራው እንዲዳረስ የሚደርግበትን መንገድ ከሌሎች አባላት ጋር ለመወያየት መዘጋጀት ያለባቸውን ነገሮች በዝርዝር አስቀመጡ።

ዳንኤል ስዐቱን አየት አድርጎ "ጨረስን አይደል? ሌላ የምንነጋገርበት ነገር ከሌለ . . ." ብሎ ሳቅ እያለ ብሩክን ተመለከተው። አንድ ነገር ሊል እንደፈለገ ያስታውቃል። "ከኢትዮጵያ ምግብ፥ ዶሮ ስለመጣልኝ ከቻልክ ሰሞኑን ከማለቁ በፊት እቤት ብቅ በለ ደግሞ ብቻህን በላህ ብለህ እንዳታማኝ" አለ ዳናኤል የሞባይሉን እስክሪን በጣቱ እይነካካ፥ ለማየት የፈለገው ነገር ባይኖርም እንደ ልማድ አድርጎታል።

"ሰሞኑን ፌሽታ ነው በለኝ። ስለግብዦህ አመሰግናለሁ። በዚህ ሳምንት ግን የምችል አይመስለኝም። ልታግደረድረኝ ፈልገህ እንጂ ይህኔ ጨርሳችሁታል" አለ ሳቅ ብሎ።

"እረ ብዙ ነው። አንተ ና እንጂ ላንተ የሚሆን አይጠፋም" አለ ፈገግ ብሎ። "ዊክኤንድ የት ትሄዳለህ ስራ ትገባለህ እንዴ? አለ። አብዛኛውን ጊዜ እቤት እንደሚያሳልፍ ስለሚያውቅ ምክንያቱን ማወቅ የፈለገ ይመስላል።

ብሩክ ትርሲትን ከሳምንት በፊት እንዴት በአጋጣሚ እንዳገኛትና አሁንም ሜላትን በተመለከተ የምታውቀው ነገር ካለ ለማናገር ሊያናግራት እንደሚፈልግ አጫወተው።

ከዚህ በፊትም ሜላትን በተመለከተ በተደጋጋሚ አንስተው አውርተዋል። ዳናኤል ግን የሜላት ጉዳይ ያለቀ ነገር ነው ብሎ ስለሚያስብ የሷን ነገር እርግፍ አድርጎ እንዲተወው ይፈልጋል። ምንም እንኳን የብሩክ

ጥረት በቅንነት እሷን ለመርዳት ቢሆንም ከአሁን በኋላ ከሷ ጋር የሚያደርገው ማንኛውም አይነት ግንኙነት ችግር ሊያመጣበት እንደሚችል በምክር መልክ ነግሮታል። ሆኖም ሜላትን በተመለከተ ብሩክ ጠንከር ያለ አቋም እንዳለው እያወቀ ስለመጣ አሁን ይህን ሃሳብ አንስቶ ሌላ ነገር ውስጥ መግባት አስፈላጊ አልመሰለውም።

"ለማንኛውም ተጠንቀቅ ብሩክ። ወያኔ ውጥረቱ ሲበዛበት እንደ አበደ ውሻ እየተንቀዠቀዠ ነው። መጠኑን ለማመን የሚያስቸግር ገንዘብ እያፈሰሰ አንዳንድ እራስ ወዳድ ኢትዮጵያውያንን ለሱ እንዲሰሩለት እያደረገ ነው፥ በተለይ ሴቶችን" አለ ራሱን እየነቀነቀ። ወዲያው የቀረውን ቡና አንጋጦ ጭልጥ አደረገው። ለመሄድ ተዘጋጅ አይነት ምልክት ይመስላል።

"እኔ ስለ ሜላት ምንም አይነት ፍንጭ ስላጣሁ የምታውቀው ነገር ካለ ብዬ እንጂ ሌላ ጉዳይ ከሷ ጋር የለኝም። ለማሳሰቢያህ አመሰግናለሁ" አለ ሳቅ ብሎ።

"ጥሩ ብሩክ በል ቤተሰብ ሰላም በልልኝ። እስኪ ደግሞ ይህን ትራፊክ እንጋፋ። ለዛሬ ይበቃናል" አለ ዳናኤል።

"አንተም ቤተሰብ ሰላም በልልኝ። ነገ እደውልልሃለሁ አዲስ ነገር ካለ ሌት ሚ ኖው። እንኂድ አይደል?" ብሎ ብሩክ ተነሳ። ዳንኤልም የያዛቸውን ዶክመንቶች ከጠረቤዛው ላይ ሰብሰብ አድርጎ ተነሳ።

ስምንት

ባለፈው ሳምንት የሜላትን ጓደኛ ትርሲትን ካገኝሁበት ቀን ጀምሮ ስለ ሜላት ሁኔታ ለማወቅ ያለው ጉጉት እየጨመረ መጥቷል። እስካሁን ድረስ እየገረመው ያለው ነገር ዳማ ሬስቶራንት ያገኛት ዕለት ስለሜላት ምንም ነገር ያለማለቷ ነው። ከዚያን ቀን ጀምሮ ምናልባት ልትነግረኝ ያልፈለገችው የተፈጠረ ነገር ይኖር ይሆን የሚል ስጋት ይዞታል። እሱም ቢሆን ምንም ነገር ያላነሳበት ምክንያት ከፍርሃት የተነሳ መጥፎ ነገር ላለመስማት ቢሆንም፥ እሷ ሁሉንም ነገር ስለምታውቅ ከሷ ይምጣ የሚልም አመለካከት ነበረው። በተጨማሪም ተቻኩሎ በዚያ ጥድፊያ ላይ እያለች ጥያቄውን ማንሳት አስፈላጊ ሆኖ አላገኘውም። ብሩክ ዋናው የሚያሳስበው ነገር በሱ ምክንያት አንድ ጉዳት ከደረሰባት ለረጅም ጊዜ የማይቀረፍ ጸጸት ውስጥ እንደሚገባ ስለሚሰማው ምናልባት እሱ ሊረዳት የሚችለው ነገር ካለ ለማወቅ ይፈልጋል።

እሱ ከሌላ ሴት ጋር መኖር ስለጀመረና ልጅም ስለወለደ ለምን እሷ አትጠብቀኝም የሚያስብለው ምክያት እንደሌለው ያውቃል። ስለሷ መልካም ወሬ መስማት የዘወትር ምኞቱ ነው። በተለይ ለሴት ልጅ ለአምስት ዓመት መጠበቅ ለዚያውም ምንም አይነት ግንኙነት ሳይኖር በጣም ከባድ መሆኑን ይረዳል። እየጠበቀችኝ ቢሆንስ? ለሚለው ነገር ግን መልስ ያላገኘለት ነገር ነው።

በመጨረሻዋ ስዓት ለሜላት ቃል የገባላት ነገር ሁልጊዜ ትዝ ይለዋል።

ሌላው ነገር እንኳን ባይሳካ ያለችበትን ሁኔታ ያለማወቁ ግዴታውን እንዳልተወጣና የራሱን ኑሮ ለማደላደል ብቻ እየተሯሯጠ እንደሆነ አይነት ስሜት ይሰማዋል። ብሩክ ሁሉም ነገር ግዜ ይፍታው ብሎ እንጂ ስለ እሷ ሳያስብ ውሎ ያደረበት ጊዜ የለም። ዕለት በለት እሷን የሚያስታውሱት ብዙ ከሷ ጋር የተወያዩት ያቀዱት ነገር አለ። በዚህ በተወጣጠረ የኑሮ ሁኔታ ላይ እያለ እንኳን ለምን ከአይምሮው ውስጥ አልወጣ እንዳለ ይገርመዋል። ሙዚቃ ሲሰማ፣ ኢንተርኔት ከፍቶ ስለ ኢትዮጵያ በተለይ ስለ አዲስ አበባ ባንበበ ባየ ቁጥር ትዝ ትለዋለች። የሄዱበት መንገድ፣ የገቡበት ቤት፣ አንድ ላይ የበሉት የጠጡት ሳይቀር ይታወሰዋል።

አሁን ከመሰረት ጋር ጥሩ ግንኙነት አለው። በመሆኑም በመግባባት ልጆቻቸውን በጥሩ ሁኔታ እያሳደጉ ነው። መሰረት ምን አይነት ሁኔታ ውስጥ እንደነበርች፤ የቀድሞ ትዳሯ ምን አይነት ጠባሳ ጥሎባት እንዳለፈ ያውቃል። እሷም ብትሆን ብሩክን በተመለከተ በምን አይነት አደገኛ ሁኔታ ውስጥ እንዳለፈ እንዴት ከፍቅረኛው እንደተለያየ ጠንቅቃ ታውቃለች። ይህንኑም በግልጽ ተወያይተዋል አንዱ ሌላውን በማጽናናትና በመደጋገፍ እዚህ ደርሰዋል። ሜላትን በተመለከተ ከመርዳት ያለፈ ሌላ ፍላጎት እንደሌለው በግልጽ ነግሯታል። ስለሆነም ብሩክ የመሰረትን ስሜት እንዳይጎዳ በተቻለው ሁሉ ጥንቃቄ ቢያደርግም በሌላ በኩል የሜላትን ነገር እንዴት እንደሚፈታው ግራ ገብቶታል። ስለሆነም ባልተፈታ ውሉ በጠፋ ነገር ውስጥ ሆኖ እስከየት ያስኬደኛል እያለ መዋዠቁ አልቀረም። የሚጠበቅበትን እርቀት በመሄድ ስለ ሜላት ማወቅ ግን ቅድሚያ ከሚሰጣቸው ነገሮች አንዱ ነው።

አሁን ትርሲትን ለማግኘት የጓጓው ስለ ሜላት ለመስማት ከፍተኛ ጉጉት ስላለው እንጂ ለትርሲት ያለው አመለካከት ጥሩ ሆኖ አይደለም። ኢትዮጵያ በነበረበት ወቅት "ይህቺ ልጅ አትመቸኝም ብዙ ሚስጥር ባታካፍያት ደህና ይመስለኛል" ሲላት ሜላት ትንሽ ቅር ተሰኝታ ነበር። ምክንያቱም ትርሲት የረጅም ጊዜ አብሮ አደግ ጓደኛዋ ከመሆኗም በላይ ያን ያህል የሚያስከፋ ነገር እሷ እስከምታውቀው ድረስ በሷ ላይ የአደረሰችባት ነገር የለም። ካንድ የወንድ ጓደኛ ጋር መርጋት ያለመቻሏን እንደማይወድላት ሲነግራት ደግሞ የሚሆናት ካላገኘችስ ምን ታድርግ እያለች ለመሸፋፈን ትሞክራለች። ከትርሲት ጋር ከተገናኙ ይህን ሁሉ ከግንዛቤ ማስገባት እንዳለበት ያውቃል።

ምንም እንኳን ለትርሲት የስልክ ቁጥሩን ቴክስት ቢያደርግላትም ሳምንቱን ሙሉ አልደወለችም። እሱም ቢሆን ስራ ስለበዛበት እንጂ እንደ ጉጉቱ ከሆነ ትርሲትን አግኝቶ ስለሜላት ለመጠየቅ ከፍተኛ ፍላጎት ስለነበረው ይህን ያህል ቀን ሳይደውልላት አይቆይም ነበር። ምናልባት ትርሲት ትደውል ይሆናል የሚል ግምትም ነበረው። ስላልደወለች አርብ ዕለት ከስዐት በኋላ ደወለላት። ወዲያው በአንድ ጥሪ አነሳች።

"ሄሎ፣ ታዲይስ ብሩክ" አለች ልክ ከአንድ ደቂቃ በኋላ እደውልልሻለሁ የተባለች ይመስላል።

"የሚገርም ነው። በአንድ ጥሪ ከማንሳትሽ በላይ ያለ ምንም ጥርጣሬ ማን መሆኔን ማወቅሽ . . .። ደውዬ ስለማላውቅ ማለቴ ነው" አለ።

"*አይ ኖው። ዩር ፎን ነምበር ፖፕስ አፕ ኦን ማይ ካር እስክሪን* (የስልክ ቁጥርህ መኪናዬ እስክሪን ላይ ብቅ አለ) ሃ! ሃ! ሃ! መብራት ላይ ስለቆምኩ ቶሎ አነሳሁት" አለች በመሽኮርመም መልክ።

"እየነዳሽ ከሆነ መልሼ ልደውል።"

"ምንም ችግር የለም በስፒከር ነው የማወራው።"

"እንዴት ነሽ? ሳምንቱ እንዴት አለፈ? ስራስ እንዴት ነበር?"

"ሳምንቱ በጣም ጥሩ ነው። ስራ ከልጅ ጋር በጣም ከባድ ነው። ግን አንተ ለምን ጠፋህ፤ ትደውላለህ ብዬ ነበር። የሚገርምህ ልደውልልህ አስቤ ነበር፥ ግን ቢዚ ትሆን ይሆናል ብዬ ስላሰብኩ ልረብሽህ አልፈለኩም። ጥሩ ቀን ደወልክ። አንተስ ስራ እንዴት ነው?

"ያዉ እንደምታውቂው እሩጫ ነው። *ቢል* የሚባለው ነገር መች ያስተኛል።"

"ስራህ ከቤትህ ብዙ አይርቅም፤ ብዙ አትነዳም አይደል?"

"የስራ ቦታዬ ከቤቴ ብዙም አይርቅ። ምንአልባት *ቱወንቲ ኦር ተወንቲ ፋይቭ ሚኒት ድራይቭ* ቢሆን ነው። እዚሁ አርሊንግተን ነው። አንቺም አርሊንግተን አካባቢ መሰልኝ የምትኖሪው።"

"አዎ ነኝ . . .።"

"ብዙም አንራራቅም" አለ። ብሩክ ወሬውን መቀጠል አልፈለገም። "በዚህ *ዊክኤንድ* የምትችይ ከሆነ አንዱን ቀን መገናኘት እንችላለን።"

"ጥሩ ነገ ከስዐት መገናኘት እንችላለን፤ እኔ እረፍት ነኝ። በተመቸህ ስዐት ልክ ከቤትህ ስትወጣ ደውልልኝ እዚሁ አካባቢ እንገናኛለን።"

ብሩክ ቀጠሮው በተወሰነ ሰዐት ስላልሆነና ቦታም ስላልመረጡ ትንሽ አሰብ አደረገ። ሊገናኙ የሚችሉበትን ቦታና ሰዐት ሊነግራት ፈልጎ ነበር ግን ለሱ ችግር እንደማያመጣበት ስለተገነዘበ "ጥሩ ከሰዐት በኋላ እደውላለሁ። በቃ ነገ በ. . .ጥሩ እንገናኝ ትርሲት" ትንሽ ግራ የተጋባ ይመስላል።

"ደውልልኝ ሔኒ ታይም፤ ሲ ዩ ቱሞሮው ብሩክ" አለች።

"ጉድ ሲ ዩ።"

ብሩክ ከአነጋገሯ አንድ የተረዳው ነገር ቢኖር ብቻዋን እንደምትኖር ሲሆን፥ ሌላው ትዝ ያለው ነገር ደግሞ ከሜላት ጋር በነበረ ጊዜ አልፎ አልፎ ስትመጣ ታሳየው የነበርው ሁኔታ ግራ ያጋባው ነበር። ለሜላት እንዳይነግራት ለሱም ግልጽ አልነበርም። በተጨማሪም እነሱን ማጣላት መስሎ ስለታየው አይቶ እንዳላየ አሳልፎታል። ሜላትን ከሷ ለማራቅ ብዙ ሙከራ ቢያደርግም እሷ ፈቃደኛ አልነበረችም። እንዲያውም ግፊቱን እያበዛው ሲመጣ እኔ ከሷ ጋር ከሆንኩ ምንአልባት ለሌላ ሰው ታስተዋውቃት ይሆናል ብሎ ያስባል፥ ይጠራጠረኛል ብላ ቅር ብሏት ነበር። ብሩክ ሜላትን ማስከፋት ስላልፈለገ፥ እሷ ነገሩን ስትረዳ የራሷን እርምጃ ትውሰድ ብሎ ተወው።

አሁን ቢሆንለት እንኳን ሜላትን በቀጥታ ማግኘት እሷን አደጋ ላይ መጣል እንደሆነ ያውቃል። ከሃገር እንደወጣ በሱ ምክንያት ችግር ደርሶባት እንደነበር ብዙም ያልተብራራ ወሬ ከቤተሰቦቹ ሰምቷል። በዚሁ ፍራቻ ምንም አይነት ግንኙነት ለማድረግ አልሞከረም። ለተወሰነ ጊዜ በቤተሰቦቹ በኩል ጥቂት ተባራሪ ወሬ ይሰማ ነበር። ይህ ሁኔታ ብዙም ሳይዘልቅ ቤተሰቦቹም ስለአለችበት ሁኔታ ማወቅ ስላልቻሉ ያችኑም ስለ እሷ የሚነግሩት ወሬ ቀረች። በዚህ ምክንያት ለረጅም ጊዜ ምንም አይነት ፍንጭ የለውም።

ብሩክ ስለሜላት ማወቅ የሚፈልግ ከሆነ ከዚህ የበለጠ የተሻለ አጋጣሚ እንደሌለ ያውቃል። አሁን እንደ ጥሩ አጋጥሚ ሆኖ ያገኘው ትርሲትን ማናገር ቢሆንም፥ ሌላው የፈራው ነገር እዚህ ሃገር ሆነው ለኢሃዴግ የሚሰሩ ብዙ ቅጥረኞች እንዳሉና በተቃዋሚ የፖለቲካ ድርጅቶችና በአባላት ላይ ስለላ እንደሚያካሄዱ፥ ከቻሉም በግለሰቦች ላይ ጥቃት ለማድረስ እንደሚሞክሩ ያውቃል። ከፍተኛ ገንዘብ በማፍሰስ ሰዎችን በመግዛትና የተቃዋሚ ድርጅቶች ውስጥ ሰርገው እንዲገቡ

በማድረግ ለመከፋፈል ጥረት ያደርጋሉ። ጥቂት የማይባሉ የፖለቲካ ቡድኖችም ለዚሁ እኩይ ተግባራቸው ሰለባ ሆነዋል። ዳንኤል በዲያስፖራው ላይ ስለሚደረገው ክትትልና በገንዘብ ለመደለል የሚደረገውን እሩጫ በተመለከተ የነገረውም ከዚሁ ተነስቶ ነው።

ትርሲትም ለዕንደዚህ አይነት ድርጊት ሰለባ እንዳታደርገው ስጋት አለው። ባህሪዋ ትንሽ ለቀቅ ያለ ስለሆነ ለእንደዚህ አይነት ተግባር የተጋለጠችና አመቺም ነው ብሎ ያምናል። ዋናው ስጋቱ በሱ ላይ ስለሚደርሰው ነገር አይደለም። የተዳፈነ ነገር ቆስቁሶ በሜላት ላይ ሌላ ጣጣ እንዳታመጣባት ጥንቃቄ መውሰድ ስላለበት ነው። ሜላትን ከሱ ጋር ግንኙነት አላት ብለው እንዳይወነጅሏት ይፈራል። ያለምንም ማስረጃ እንደዚህ አይነት ጥርጣሬ ውስጥ መግባቱን ሙሉ ለሙሉ አላመነበትም። ቢሆንም የሱ ስጋት ከዱሮም ከሜላት ጋር የነበራትን ጓደኝነት የጠላበት በስተጀርባ የነበርው ምክንያት ይህ ነበር። መጠቀሚያ ሊያደርጓት ስለሚችሉ ችግር ትፈጥርብናለች የሚል ስጋት ስለነበረው።

እሱ እንደሚያስበው ትርሲት ከሜላት ጋር ካላት መቀራረብ አንጻር አሁንም ሳይገናኙ አይቀሩም ብሎ ይገምታል። ስለሆነም በእሷ በኩል ቢያንስ ስላለችበት ሁኔታ አውቃለሁ፤ ከተቻለም በስልክ ማግኘት እችል ይሆናል ብሎ ተስፋ አድርጓል።

ብሩክ ትርሲትን በተመለከተ አሁን ስላለችበት ሁኔታ የሚያውቀው ነገር የለም። በስልክ ካናገራት በኋላ ለምን እንደሆነ አላወቀም በጣም ተጠራጠራት። በዚህም ምክንያት ቀጠሮውን ለሌላ ጊዜ ለማድረግ ወይንም በስልክ ብቻ ባናግራትስ የሚል ሃሳብ መጣበት። ብዙ ካወጣና ካወረደ በኋላ ደውሎ ቀጠሮውን ለመሰረዝ ፈልጎ እስኪ እንደገና ላስብበት ብሎ ተወው። ወዲያው ከስራ መውጫ ስዐት ስለደረሰ ይህንኑ እያሰላሰለ ከቢሮው ወጣ።

የስራ መውጫ ስዐት ስለነበረ ከፍተኛ ትራፊክ አለ። በጣም በዝግታ ስለነበር የሚጓዘው ለትርሲት ደውሎ ቀጠሮውን ለመሰረዝ ፈለገ። ቀጠሮውን ለመሰረዝ እያመነታ ስለነበር ሁለት ጊዜ ስልኩን አነሳ ግን አልደወለም። ልክ ስልኩን ሲያስቀምጥ የቴክስት ሜሴጅ ምልክት አየ። መልዕክቱ የመጣው ከዳንኤል ሲሆን፥ እነሱ የሚከታተሉት የፓልቶክ ፕሮግርማ፥ 'ኢትዮ አንድነት' የሚባል ላይ ጥሩ ውይይት እየተካሄደ ስለሆነ አዳምጠው የሚል ነው። "ታንክ ዮ ዳንኤል" ብሎ መለሰለት። መጨናነቅ

ነገር ስለነበረበትና እንደ ጥሩ አጋጣሚ ስላየው ወዲያው ፕሮግራሙን በሞባይሉ ከፍቶ ማዳመጥ ጀመረ።

ቀደም ብሎ የተጀመረ ውይይት ነው። እንደ አጋጣሚ ሆኖ ስለወጣቱ ለወያኔ ተገዢና መጠቀሚያ መሆንን በተመለከተ የጦፈ ክርክር ይዘዋል። ብሩክ ውይይቱን ስለወደደው እቤቱም ደርሶ መኪናውን አቁሞ ለጥቅት ደቂቃ ያህል እያዳመጠ ቆየ። በጣም የመሰጠው አንድ ተሳታፊ ያቀረበው ሃሳብ ነው፦

> *"ወጣቱ ሲያይና ሲሰማ ያደገው አንዱ ብሄር ከሌላው እሻላለሁ፣ የኔ ክልል ነው በሚል አንዱ ሌላውን ሲገፋ፣ ተበድለናል በሚል የፈጠራ ወሬ የፖለቲካ ጥቅም ለማግኘት እራስን ዝቅ ማድረግ፣ ታሪክን መካድ የመሳሰሉትን እንጂ በዕውቀት ላይ የተመረኮዘ ፋክክር አይደለም። ሳይንስና ቴክኖሎጂን በወጣቱ እንዲሰርጽ የሚያደረግ ጥረት የለም። ግለሰቦች ከፍ ያለ ማዕረግ ሲያገኙ፣ በሃብት ሲበለጽጉ የሚያየው ይህንኑ የጥላቻ ትርክት በመስበክ የተካኑ ሲሆኑ ብቻ ነው። ከዚያ ያለፈ እውቀት፣ ስለ ዜጎች መብት ማንሳት ያስወነጅላል። ወጣቱ በእውቀት ላይ የተመረኮዘ ጥናታዊ ለውጥ እንዳያመጣና አካባቢውን ብሎም ሃገሩን እንዳይለውጥ በዘር አቀንቃኞች ታጥሯል። ስለሆነም ከቻለ በዚያው በጎጠኝነት መንገድ በአቋራጭ ለማደግ ይጥራል ካልሆነም ለመኖር ያክል አገልጋይ ይሆናል። ፈጠራውን ተጠቅሞ እውቀቱን እንዲያዳብር ሃገሩን እንዲረዳ የሚያደርግ ስርአት አልተፈጠረለትም። በቀላሉ በገንዘብ በመደለል ለጎጥ አቀንቃኞች ቅጥረኛ ሆነው ወገናቸውንና ሃገራቸውን ይጎዳሉ። ይህም ብቻ ሳይሆን ለተከታዩም ትውልድ ጠንቅ የሚሆኑ ወጣቶች ጎሰኞቹ በገፍ እያሰለጠኑ ይገኛሉ። የዚህ ስርአት አገልጋዮች ስላልገባቸው ወይም ግድ ስለማይሰጣቸው ነው እንጂ የትኛውም ብሄር ከዚህ ተጠቃሚ አይደለም። እንዲያውም ቆመንልሃል የሚሉትን ወጣት በዘር ቆጠራ ውስጥ እንዲቆለፍ ስላደረጉት ሰፋ ያለ አመለካከት እንዳይኖረውና ከዘመኑ ስልጣኔ እንዳይቋደስ እያደረጉት ነው። ለወደፊቱ ደካማ ህብረተሰብ እየፈጠሩ እንደሆነ የሚያገናዝብ አስተሳሰብ የላቸውም።"*

ብሩክ በሰማው ነገር ሙሉ ለሙሉ የተስማማ ይመስላል። ማዳመጡን ቢቀጥልና የራሱንም ሃሳብ ቢያክልበት ደስተኛ ነበር ግን መሄድ ስላለበት ፕሮግራሙን አቋርጦ ወደ ቤቱ አመራ። ከትርሲት ጋር የያዘውን የቅዳሜውን ቀጠሮ በተመለከተም ላለመሰረዝ ወሰነ። እንዲያውም ከምንም ነገር ተነስቶ ይህን ያህል መጠራጠርና ስጋት ውስጥ መግባት አስፈላጊነቱን አላመነበትም። ያገኘውን እድል ተጠቅሞ ሜላትን ለመርዳት የሚችለውን ሁሉ ማደረግ እንዳለበት ያምናል። ስለሜላት ለማወቅ ጥረት ባደርገ ቁጥር የሚሰማው የክህደት ስሜትና ጭንቀት ቀለል ይልለታል።

ዘጠኝ

"ምነው ይህቺ ልጅ ተኝታ ልትውል ነው እንዴ?" አሉ ከተቀመጡበት ብድግ ብለው ወደ ሜላት ክፍል እየሄዱ። ዋናው ስጋታቸው ምን ሆናለች ብለው እንጂ ተኝታ ስለማርፈዷ አይደለም። የመኝታ በሩን እያንኳኩ "አንቺ ሜላት ተኝተሽ ልትውይ ነው እንዴ እስካሁን . . .?" አሉ ስጋት በተቀላቀለበት ድምጽ ትኩር ብለው እያዩአት። ጓደኛዋን እቤት ስለቀጠረቻት እንደዚህ ተኝታ ታረፍዳለች ብለው አልገመቱም ነበር።

"እ እ . . .እ" አለች ሜላት ገልበጥበጥ እያለች አይኗን እያጨናበሰች፥ ለመክፈት እየሞከረች። "አ . . .አ በሩ ክፍት ነው እማዬ" አለች ከእንቅልፏ በደንብ ስላልነቃችም ጎርነን ባለ በእንቅልፍ ድምጽ። ስለሞቃት መስኮቱን ከፍታው ስለነበር፥ በመስኮት የሚገባው የጧት ጨረር ቤቱን ብራ ስላደረገው ሁሉም ነገር በግልጽ ይታያል። ብርሃኑ የባሰ አጨናበሳት። አልጋዋ ጫፍ ላይ ተቀምጣ ስትንጠራራ፣ ስታዛጋ ይሰማል። በአንድ እጇ ጣቶቿን ጸጉሯ ውስጥ አስገብታ ጸጉሯን ለማፍታት ትሞክራለች በሌላው እጇ ጠረቤዛ ላይ ያለውን ስልኳን አንስታ ስንት ሰዐት እንደሆነ አየት አደረገች። እናቷ መጨረሻዋን ለማየት በሩ አጠገብ እንደቆሙ ናቸው።

"አትገቢም እንዴ እማዬ" አለች ቀና ብላ ወደ በሩ እየተመለከተች፥ እንቅስቃሴ የሰማች ስለመሰላት።

“ምን ልሰራ ነው የምገባው ይልቁንስ አንቺ ተንሽ። ደግሞ ኤደንዬ ትመጣለች አላልሽም፥ ተነስተሽ ክፍልሽን እንኳን አታስተካክይም? ለመሆኑ በጤናሽ ነው እስካሁን የተኛሽው?

“እረ እኔ ደህና ነኝ። ትላንት ማታ አንዳንድ ነገር ኮምፒውተር ላይ ሳይ ስላመሸሁ ነው። ደግሞ ኤደን እኮ የምትመጣው ከስዐት ነው።”

“እሱስ ቢሆን ምን ቀረው?” ብለው ተመልሰው ሄዱ።

ምንም እንኳን እንደነ አቶ በቀለ ቤት የቀድሞ ቤታቸው በችኮላ ባይሸጥም፥ የነሱ እጣ ፈንታ ሳይደርስባቸው ቀደም ብለው በጊዜ በተገኘው ዋጋ ሸጠው ብዙም ከዚያ ሰፈር ሳይርቁ ትንሽ ከዋናው መንገድ ገባ ያለ አነስ ያለች ቤት ገዝተው መኖር ከጀመሩ አንድ ዓመት ገደማ ሆናቸው። ከዱሮ ሰፈራቸው ብዙ ባይርቁም አብረዋቸው ለረጅም ጊዜ ይኖሩ የነበሩት ጎረቢቶቻቸውም ቤታቸውን እየሸጡ ስለተበታተኑ ወ/ሮ አጸደ የቀድሞ ሰፈራቸው የኖሩበት ሰፈር አልመስላቸው ብሏል። ወ/ሮ አጸደ አንድ ወንድ ልጅ የሜላት ታላቅ አላቸው። የልጅ ልጅም አይተዋል። የልጆቻቸው አባት ገና ልጆቹ እራሳቸውን ሳይችሉ ስለሆነ የሞቱት ብቻቸውን እንሱን ለማሳደግ ከፍተኛ ዋጋ ከፍለዋል። በሚያገኟት ትንሽ የጡረታ ገንዘብና በዘመዶቻቸው እርዳታ ነው ያሳደጓቸው። በዚህም ምክንያት ወንዱ ልጃቸው ገና የሁለተኛ ደረጃ ትምህርቱን ሳይጨርስ እራሱንና እናቱን ለመርዳት ይሯሯጥ ስለነበር፥ ምንም እንኳን እንደ እህቱ በትምህርቱ ባይገፋበትም አሁን በንግድ ስራ ተሰማርቶ እናቱን ይረዳል፣ እህቱንም አስተማረ።

ሜላት ቁርሷን ከአክስቷ ልጅ፥ እናቷ ከሚያሳድጓት ትግስት ጋር ከበላች በኋላ ቀለል ያለ የቤት ልብስ ለብሳ፣ ጸጉሯን ጠቅለል አድርጋ ወደ ኋላ አስራ ክፍሏን ማስተካከል ጀመረች። ሜላት ክፍሏን ብቻ ሳይሆን ዋናውንም ቤት ቢሆን ማጽዳት ትወዳለች። የተዝረከረከ ነገር ማየት አትፈልግም። ክፍሏ ሁልጊዜ ንጹህ ሲሆን እቃወቿም በስነስራአት የተቀመጡ ናቸው። እናቷ አንድ ነገር ለመውሰድ እክፍሏ ገብተው በትንሿ እንኳን እቃዎቿን ከቦታው ፈቀቅ ካደረጉ መነካቱን ስለምታውቅ፥ ማነው ክፍሌ የገባው? ብላ ትጠይቃለች። እናቷ ይህን ስትል "ታዲያ እክፍልሽ ገብተን እቃ ላናነሳ ነው እንዴ?" ይላሉ። ሰሞኑን በሜላት ላይ የሚያዩት የባህሪ ለውጥ ግን አሳስቧቸዋል። የምግብ ፍላጎት የላትም። ክፍሏም እንደበፊቱ ሳይሆን መስቀልቀል ብሏል። እንደ ወትሮዋም አትጫወትም። የሚሳሱላትን ልጃቸውን አየት እያደረጉ “ልጄን

ምን ነካብኝ፤ እኔ እንዳልጨነቅ ብላ የሆዷን አውጥታ አትናገር፤ ምን አባቴ ላድርግ?" ይላሉ ለራሳቸው።

ሃይሌን በተለያየ መንገድ ልትርቀው ብትፈልግም እሱ ሊተዋት አልቻለም። አሁን አሁን ከአቅሟ በላይ እየሆነ መጥቷል። የብሩክ የፍቅረኛዋ ጉዳይ መቋጫ ሳያገኝ አሁን ደግሞ ሌላ ጣጣ ውስጥ መግባቷ ለህይወቷ ፈተና ሆኖባታል። በመንገድ ላይም ሆነ በተለያዩ ቦታወች የሚያሳየው ባህሪ ሜላትን መግረም ብቻ ሳይሆን ያስፈራታል። ስጋቷ ስለራሷ ብቻ ሳይሆን በቤተሰቧ ላይ ጉዳት እንዳያደርስባቸው ነው። ነገሮችን ለማርገብ በማሰብ ከሁለት ቀናት ላልበለጠ ጊዜ ለጥቂት ስዐታት ስታገኘው ሃይሌ በትቢት የተወጠረ መሆኑ ከባህሪው ተረድታለች። ሰው ሲያመናጭቅ፣ ለምን መንገድ አልቀቃችሁም ብሎ ሲሳደብ፣ እንደፈለገ ገንዘብ ሲበትን ብታየውም ምን አይነት ስልጣን እንዳለው በግልጽ አታውቅም። ከሱም ሆነ ከሌላ ሰው ባትሰማም ደህንነት ሊሆን ይችላል የሚል ግምት አላት። አብዛኛው የኢህአዴግ ደህንነቶች ተመሳሳይ ባህሪ ስላላቸው።

ሃይሌ ሜላትን ለማወቅ እድል ያገኘው ብሩክን በሚከታተሉበት ወቅት ነው። መኪና ውስጥ ከጓደኞቹ ጋር ሆኖ ለመጀመሪያ ጊዜ ከብሩክ ጋር እመንገድ ላይ ነው ያያት። ሀይሌ ሲያያት ደንግጥ አለ፣ ባልጠበቀው ሁኔታም የልብ ትርታው ጨመረ። በወቅቱ ለረጅም ጊዜ በመስኮት ፍጥጥ አድርጎ ስላያት፥ አስተያየቱ ሜላትን አስደንግጧት ነበር። ወዲያው ለባልደርቦቹ፥ ምንም ሳያመነታና ብሩክ ምኗም ይሁን ከቁምነገር ሳያስገባ፥ መኖሩንም እረስቶ፥ እሷን ማግኘት እንዳለበት ነገራቸው። ለነገሩ ሁሉም ተመኝተዋት ነበር። ሃይሌም ሆነ ጓደኞቹ የፈለጓትን ቆንጆ ሴት ባትፈልግም እንኳን ማስገደዳቸው የተለመደ ስልሆነ፥ ይህቺን ልጅ ማግኝት አለብኝ ብሎ ወሰነ። ለጓደኞቹም ስለ ውበቷ እያነሳ እስከሚሰለቻቸው ድረስ ቀበጣጠረ። ከዚያች የመጀመሪያ ቀን እይታው በኋላም ሃይሌ ብሩክን ብቻ ሳይሆን ሜላትንም መከታተሉን ቀጠለ። እንዲያውም ሃይሌ በብሩክ ላይ የሚያደርገው ክትትል እየጨመረ መጣ።

ብሩክ ከሃገር ከተሰደደ በኋላ ሜላትን በሱ ምክንያት አሰሯት። በወቅቱ ብዙ ምክንያቶችን ደርድረው እስር ቤት ለማቆየት ይችሉ ነበር። በናቷ ከፍተኛ ጥረት በተጨማሪም ሃይሌ ነገሩ እንዲቀል በማድረጉ ቶሎ ለመፈታት ቻለች።

ሜላት ኤደን ስትመጣ የሚበሉት ለማዘጋጀት ጉድ ጉድ ማለት ጀመረች። ምሳ ሰራች፣ ከሰፈራቸው ሱቅ የሚጠጡት ነገር ከገዛች በኋላ ቤቷን አስተካክላ መጠበቅ ጀመረች። እለቱ ሞቃታማ ስለሆነ መስኮቱን ከፋፍታ ደጋግማ ወደ ውጭ እያየች "መቸም ሙቀቱ አያስመጣትም፥ በተለይ ከታክሲ ወርዳ ወደኛ ቤት በእግሯ ስትመጣ" እያለች ተከዝ አለች። ሌላው በጭንቅላቷ የመጣው ባለፈው ሳምንት ሃይሌ የምትሄድበትን እንዳያውቅ ብላ ብዙ ጥንቃቄ አድርጋ ነበር። እንዴት ሃይሌ የት እንዳለች አውቆ መጣ የሚለው ሳምንቱን ሙሉ እረፍት የነሳት ነገር ነው። ከኤደን ጋርም አንስተውት ነበር። "እኔ የምሄድበትን፣ የማደርገውን ነገር ማን ነው የሚነግረው?" አለች ለራሷ በትንሹ ድምጿን አውጥታ። ሀይሌን በህይወቷ ውስጥ የገባ ደንቀራ አድርጋ ነው የምታየው። እስካሁን ለተፈጠሩ ለስኬቷ እንቅፋት ስለሆነ፥ የሱ በአካባቢው መኖር ያስፈራታል። ስዐቷን አየት አደረገች። ቢረፍድብኝም እንኳን ከዘጥኝ ስዐት አላልፍም ብትላትም፥ አሁን ግን አርባ አምስት ደቂቃ አልፏል። መሃል ወለል ላይ ትክዝ ብላ አይኗን እግድግዳው ላይ ትክል አድርጋ ለደቂቃ ያህል ቆመች። የመረባበሽ ነገር ስለተሰማት ወዲያው ስልክ ለኤደን ደወለች፥ አትመልስም። ደጋግማ ደወለች፤ መልስ የለም። ልቧ በፍጥነት መምታት ጀመረ። ከመኝታ ቤት ሳሎን ትመላለሳለች። በጣም ተጨናነቀች። ሁኔታዋን እናቷ አይተው "ምነው ኤደንዬ ዘገየች?" አሏት አይን አይኗን እያዩ ።

"እኔ እንጃ ስዐቱ አልፏል፤ ስደውል አትመልስም።"

"ትመጣለች፥ የአዲስ አበባን የታክሲ ችግር ታውቂው የለም እንዴ?" ብለው ሊያጽናኗት ሞከሩ። ወዲያው ወደ ክፍላቸው "ወየው ጉድ" ብለው እያጉተመተሙ ገቡ። ሜላት የኤደንን እናት ደውላ ልትጠይቃቸው ፈልጋ ነበር ግን ደግሞ ለአልተረጋገጠ ነገር እሳቸውን ለምን አስጨንቃለሁ ብላ አሁንም ደግማ ለኤደን ደወለች፥ መልስ ግን የለም ። በሁለት እጆቿ ፊቷን ሸፍና አልጋዋ ጫፍ ላይ ከአንገቷ አቀርቀራ ቁጭ ብላ "ምን ይሻለኛል?" አለች በሃይል እየተነፈሰች።

ሃይሌ በሃሳቧ መጣ። ሁለቱንም ጊዜ መጀመሪያ ካፌ ውስጥ በሌላ ቀን ከጣይቱ ሆቴል ሲያገኛቸው ኤደንን እንዴት በጥላቻ አስተያየት እንዳያት ትዝ አላት። በተለይ ከሬስቶራንቱ እንደተቀመጠ ጥለውት ሲወጡ ኤደን በጣም ተናዳ ስለነበረ ጥላቻዋን በግልጽ ያየው ይመስላል። እሱም

በተፈጠረው ሁኔታ ከመናደዱም በላይ በኤደን ላይ ቂም ሳይዝባት እንዳልቀረ ሜላት ትገምታለች። ሃይሌ ሜላትን ለማግኘት የማይፈነቅለው ድንጋይ የለም። ይህንን ፍላጎቱን ለማሳካት በዙሪያዋ ያሉቱን ከሷ ጋር ቅርርብ ያላቸውን ለሱ እንቅፋት ናቸው ብሎ የገመታቸውን ሁሉ ለማጥፋት የተነሳ ይመስላል። "እነዚህ ሰዎች ለምንም ነገር የሚመለሱ አይደሉም። አሁንስ የተፈጠረውን ማን ያውቃል? ምነው ባልቀጠርኳት" አለች እንባ እየተናነቃት።

አስር

ሜላት ስለ ኤደን ደብዘዋ መጥፋት ስታስብ ትውላለች ታድራለች። ሜላትን የሚያስጨንቃትና እረፍት የነሳት የኤደን መጥፋት ብቻ ሳይሆን ለመጥፋቷ ምክንያት እኔ ነኝ ብላ ስለምታስብ ነው። የኤደን እናት ቤት በተደጋጋሚ ብትሄድም ምንም አይነት መፍትሄ ሊያገኙ አልቻሉም፥ ብቻ ሲላቀሱ ውለው ይለያያሉ። ጓደኛዋን ኤደንን ለማፈላለግ ያልሞከረችው ነገር የለም። በሌላ በኩል ሃይሌ አላስወጣ አልስገባ ብሏታል። ሜላትን ለማግኘት የማይፈነቅለው ድንጋይ የለም። ሜላት እሱን በአይኗ እንኳን ማየት አትፈልግም። አሁን ግን የኤደን ጉዳይ ስለሆነባት ለስለስ ማለት ጀምራለች። ከዚህ በፊት ስልክ ሲደውልላት አብዛኛውን ጊዜ አትመልስም። አሁን ግን *ሚስድ ኮል* እንኳን ካየች መልሳ ትደውላለች። የምሳ ግብዣውንም ተቀብላ አንድ ሁለት ጊዜ አብረው አሳልፈዋል። የኤደንንም ጉዳይ ለማውጣጣትም የምትችለውን ሁሉ አድርጋለች። አንዳንድ ጊዜ የሚያውቀው ነገር እንዳለና በሱ ቁጥጥር ስር እንደሆነ አስመስሎ ይናገራል፥ ሌላ ጊዜ ደግሞ ከምኑም ውስጥ እንደሌለበት አየነት መስሎ ይታያል።

ሜላት ከመጀመሪያው ለኤደን መጥፋት የሃይሌ እጅ እንዳለበት ትገምት ነበር፤ አሁን ግን ጥርጣሬዋ እየጨመረ መጥቷል። ሃይሌ የሚፈልገውን ለማግኘት ምንም ነገር ከማድረግ እንደማይመለስ ብታውቅም ሁሉንም ነገር በጸባይ ከማሳለፍ ሌላ አማራጭ እንደሌላት ታውቃለች። ለሃይሌ ግን ይህ ሜላት የምታሳየው የእህትነት ባህሪ ለሷ

ያለውን ፍላጎት እንዲጨምርና የባሰ እልክ ውስጥ እንዲገባ አድርጎታል። ለሜላት ደግሞ ይህ የማይታሰብ ነው። ማስገደድ እንደሚችል ስለምታውቅ ሜላት ባላት ጥበብ የተሞላበት አቀራረብ ለጊዜው ወደዚያ እንዳያመራ አድርጋዋለች ምንም እንኳን እስከ መቼ ሊታገሳት እንደሚችል ባታውቀውም። ችግሩ ትዕግስቱን ጨርሶ የአውሬነት ባህሪው የተተካ ወቅት ነው። ይህንንም ስለተረዳች ከፍተኛ ጥንቃቄ በመውሰድ የመቅረብ ወይም የመራቅ ባህሪ አታሳየውም። ጥሩ አቀራረብ አላት፤ አክብሮትም ታሳየዋለች። አሁን በራሷ ዙሪያ የተጠመጠመውን ችግር አልፎ ህሊናዋን የሚረብሸውና ቅድሚያ ልትሰጠው የምትፈልገው የኤደንን ጉዳይ ነው።

ሃይሌ እሷን ለማግኘት ጥረት የጀመረው ከብሩክ ጋር በነበረችበት ጊዜ ማለትም ከመሰደዱ በፊት እንደሆነ ሙሉ ለሙሉ ትተማመናለች። ይህ ከሆነ ደግሞ፥ ምንም እንኳን ብሩክ ባለው የፖለቲካ ተሳትፎ ሊፈለግ ቢችልምና ቢከታተሉትም፥ እንደዚያ በተጠናከረ ሁኔታ ያሳድዱት የነበረው ከሷ ለማለያየት ያላቸው ፍላጎት ተጨምሮበት፥ ይህንኑ ለማሳካት ነበር። በዚያን ወቅት ይህንን የሚጥቁም ብዙ ምልክቶች ቢኖሩም፥ ከብሩክ ጋር ጀምረውት የነበረው ጥልቅ የፍቅር ግንኙነት ዙሪያቸውን የከበበውን አደጋ ላለመቀብል ድፍረት ስለሰጣቸው ያንዣበበባቸውን አደጋ ልብ አላሉትም። ብሩክ ከተሰደደ በኋላም በሷ ላይ ተጋርጦባት የነበረው አደጋ ቀላል አልነበረም። በቀድሞ ጓደኛዋ በኩል ባልጠረጠረችው መንገድ ብዙ ፈታኝ ነገር መጥቶባት ነበረ። ከዚያ ችግርም ልትወጣ የቻለችው እሷን በማግለል ነው። ይህን ባላደርግ ኖሮ ምናልባትም የከፋ ነገር ሊደርስብኝ ይችል ነበር ብላ ታስባለች።

“በዙሪያዬ ያሉትን አንድ ባንድ እያጠፋቸው ነው አይደል?” ትላለች ብዙ ጊዜ ጭንቅ ሲላት። ይህን ድርጊት ባስታወሰች ቁጥር ልቧ በሃዘን ይሰበራል። በተለይ ኤደንን ባስታወሰች ቁጥር ህመም ይሰማታል። ችግሯን የምታካፍላት መካሪ የቅርብ ጓደኛዋ ነች። እንዴት እንደምትቆረቆርላት ስታስታውስ በጣም ትረበሻለች።

ስለኤደን ባሰበች ቁጥር አብረው ያሳለፉት ጊዜ ትዝ ይላታል። አንድ ቀን ከኤደን ጋር እንደልማዳቸው አራት ኪሎ ተገናኝተው በእግራቸው ፒያሳ ከዚያም ትንሽ አረፍ ካሉ በኋላ በቸርቸር ጎዳና አድርገው ብሄራዊ ድረስ ሲሄዱ፥ ከብሩክ ጋር እንዴት እንደተዋወቁ፣ አንድ ላይ እንዴት ያሳልፉ እንደነበር እያወራችላት ምንም ሳይታወቃቸው ደረሱ። ከብሩክ ጋር

ለመጨርሻ ጊዜ ሲለያዩ ያሳለፉትን የሰቆቃ ለሊት ስታወራላት ኤደን የነበራትን ስሜት፥ በኋላም አብረው ሲያለቅሱ ትዝ ብሏት አይኖቿ እንባ አቀረዘዙ።

ኤደንን አፍኖ የወሰዳት እራሱ ሃይሌ ወይንም ጓደኞቹ እንደሆኑ ጥርጣሬዋን የሚያጠናክር አንዳንድ መረጃዎች እያገኘች ነው። መጀመሪያ ሃይሌ በየቀኑ ከሚናገራቸው የተለያዩ ነገሮች ተነስታ ሲሆን ሌላው የዚያን እለት ከቤት እንደወጣች ብዙም ከቤቷ ሳትርቅ አንድ መኪና ይዟት እንደሄደ ከማል የሰፈራቸው ባለሱቅ እንዳየ ግን ሰዎቹን ምን እንደሚመስሉ ልብ ብዬ አላየሁም ብሎ እንደነገራቸው ወ/ሮ ጸዳለ አጫወቷት። ሜላት በወ/ሮ ጸዳለ በኩል ከማልን ተዋውቃ ስለ ጉዳዩ እንዲነግራት፥ ከኤደን ጋር እንዴት አብሮ አደግ እንደሆኑና ቤተሰቦቻቸውም አብረው አንድ ሰፈር ለረጅም ጊዜ እንደኖሩ አጫወተቻው።

"እኔ ኤደን እንደ እህቴ ነው የማያት" አለ ከማል። ሃዘኑ ከፊቱ ይነበባል። "ይሄ ነገር ስሰማ በጣም አዘንኩ። መኪና ስለሸፈነኝ በግድ ስያስገቡ አላየሁም። ባቅ ኖሮ የመጣ ይመጣል አስገድደው ይዘዋት አይሄዱም ነበር። ሰፈር ሰው ጠርቼ እንከተላቸው ነበር። በጣም አዝኛለሁ። ምን አረግች እሷ! እኔ መቸም እንደሷ ጥሩ ልጅ አይቼ አላውቅም። በጣም ሰው አክባሪ ነች። በሷ የሚጨክን የማያስብ አውሬ ብቻ ነው" አለ በንዴት እንባ እየተናነቀው።

"የመኪናውን ቀለም ታስታውሰዋለህ?"

"የመኪና አይንት ብራማ ወይም ሲልቨር ይሉታል። ይሄ ትልቁ ቶዮታ አታቂም?"

"ከዚህ በፊትስ መኪናውን አይተኸው ታውቃልህ?"

"እንደዚ አይነት መኪና ብዙ ጊዜ እዚህ አይገባም" አለ ትኩር አድርጎ እያያት።

አከታትላ ጥያቄ ስትጠይቀው ደስተኛ አይመስልም። የፖሊስ ጥያቄ መስሎ ታየው። ትንሽ አሰብ አድርጎ "እኔ በማማ በኩል ስለመጣሽ እንጂ ያናገርኩሽ ስለዚህ ጉዳይ የማላውቃቸው ሰዎች አስፈራርተውኛል።" ሜላት ድንግጥ ብላ ፊቷ ሲቀያየር ይታያል። "እኔ ይሄንን ለማማ አልነገርኩም።" ብሎ ገልመጥመጥ እያለ አካባቢውን ተመለከተ። እቃ የሚገዛ ሰው ስለመጣ ንግግሩን አቋርጦ ደንበኛውን ካስተናገደ በኋላ፥ ሜላት መስኮት ላይ ቆማ

ስለነበር የምታናግረው "ግቢ ወደ ውስጥ እነዚህ ሰላቢዎች አይታወቁም" ብሎ መቀመጫ አስተካከለላት።

"ከማል ሱቅህ ንጹህ ናት ደስ ትላለች" አለች እየተቀመጠች።

"አመሰግናለሁ፥ ንጽህና አስፈላጊ ነው። ደንበኛም ንጹህ ነገር ሲያይ ደስ ይለዋል" አለ ወደ ውጬ እየተመለከተ። "የጀመርኩልሽ ልጨርሰውና አዎ.. . መቼ ነበር?" አለ አሰብ እያደረገ። ቅዳሜ ጧት ነበረ አይደለም? ሰኞ ማታ እኔ ሱቅ አንድ መካከልኛ ቁመት ያለው ጠይም አይባልም ብቻ ቀላ ያለ መጣ። 'እንዴት ነው ስራ?' አለኝ። አጠያየቁ የጤና አይመስልም፥ ቆጣ ብሎ ስለሆነ። ጥሩ ነው አልኩት። አካባቢውን አየት ካደረገ በኋላ 'ስማ የኛ ሰዎች እዚህ አካባቢ ጾጥታ ለማስከበር ስለሚዘዋወሩና አንዳንድ እርምጃም ሊወስዱ ስለሚችሉ አንተ ብታይ እንኳን እንዳላየ ማለፍ አለብህ። ለማንም እንዳትናገር። ዝም ብለህ ብትዘላብድ በህይወትህ ፈርደሃል ማለት ነው' አለኝና ሽጉጡን አውጥቶ እዚህ መስኮት ላይ አስቀመጠው። በጣም ደነገጥኩ። እረ ጋሼ ምናገባኝ አልኩት። በውስጤ አንስቼ ግንባሩ ብለው አልኩ። ግን እኔ እንደነሱ ሰርቄ ሳይሆን ሰርቼ የምኖር ልጆች የማሳድግ ነኝ። ወድያው ሽጉጡን አንስቶ ዝም ብሎ ሄደ።" ይህን ሲነግራት ከማል የመረባበሽ ስሜት ይታይበት ነበር።

በነሱ እንደተጠለፈች ጥርጣሬ ቢኖራትም፥ እውነት ድርጊቱ ተፈጽሟል ማለት ነው ብላ እንደ አዲስ ነገር፥ ገና አሁን የሰማች ያህል ደነገጠች። "ከማል ነገሩ ድፍንፍን ብሎብን ነበር። ይህን ፍንጬ ስለሰጠኸን በጣም አመሰግናለሁ።" አለች አንገቷን አቀርቅራ መሬቱ ላይ አይኖቿን ተክላ።

"አደራ! ይሄ ነገር" አለ ደንበኞቹን ሊያስተናግድ እየተነሳ። አስተናግዶ እንደጨረሰ "እንዴ ዝም አልኩሽ አይደለም? እኔ ስለ ኤደን ሲነሳ እራሴን ያመኛል" ብሎ ለስላሳ እንድትጠጣ ከፍቶ ሰጣት። "ሜላት አደልም ስምሽ? ይሄ ነገር በኔና ባንቺ ብቻ ይቅር። እኔ ይሄን የነገርኩሽ እንዴት ሰምቼ ዝም እላለሁ ብዬ በጣም ተጨንቄ ስለነበር ነው። ለማን ልተንፍስ? ብዬ ነበር። ፖሊስ ጣቢያ ብሄድ እዚያም እንሱ ሊኖሩ ይችላሉ። ሰው መጥቶ አስፈራራኝ ብዬ የማማ ጸዳለ ብነግር ደግሞ እሳቸው እንዴት ዝም ሊሉ ይችላሉ። እኔም ዝም በሉ አልልም። አሁን ልጃችንን ለማዳን ይሄ ነገር በሰው በኩል ባማላጅ ካልተደረገ ማን ያዝዛቸዋል እነሱን። በህግ ምናምን የሚባል ነገር በነሱ ላይ አይሰራም። እንሱ ናቸው ህግ። እንዲያውም አላየንም ብለው መጥፎ ነገር

ሊያደርሱ ይችላሉ።” ስጋት ፊቱ ላይ ይታያል። “እማማ ፖሊስ ጣቢያ አመልክተዋል እስካሁን ምንም የተደረገ ነገር የለም። በይ አንቺም በጣም ተጠንቀቂ” አለ እቃዎቹን እያስተካከለ።

ሜላት ከማልን በጣም አመስግናው ፈጣሪ እንዲረዳን ሁላችንም እንጸልይ ተባብለው ተሰነባበቱ። ከማል ካይኑ እስከምትሰወር ሜላትን እያያት ኤደን ትዝ ብላው ትክዝ ብሎ በመስኮቱ ወደ ውጭ እያየ ፍዝዝ ብሎ ቆመ።

አሁን ያላት አማራጭ ሃይሌን መለማመጥ ብቻ እንደሆነ ተረድታለች። ችግሩ የሃሌ ፍላጎት አንድ ነገር ብቻ ሲሆን፥ ይህም ሜላትን ማግኘት ነው። እሷን የሚተካ ምንም አማራጭ የለም። ይህን በሚገባ ግልጽ አድርጎላታል። “ይህ ደግሞ ለኔ ብለው ዋጋ የከፈሉትን መክዳት አይሆንም? ለነገሩ “የኤደንን ህይወት ለማዳን ህይወቴን ብከፍልስ” ብላ አሰበች። ወዲያው ብሩክ በአይምሮዋ መጣ። “ከዚህ በኋላ የብሩክ ጉዳይ . . . ።” አከተመ ማለት ነው ለማለት ፈልጋ ቃላቱን ፈራችው።

አሥራ አንድ

ሜላት በዚያች የሃምሌ የዝናባማ ዕለት ብሩክን በአጋጣሚ ስትተዋወቀው፥ የሷን ትክክለኛ አመለካከት ለመረዳት ይሄድበት የነበርው እርቀት በጣም ይገርማታል። አቀራረቡ ሁልጊዜ ከሚገጥሟት ወንዶች የተለየ ሆኖ አገኘችው። በቀላሉ የተገነዘበችው ነገር፥ አስመሳይ አለመሆኑንና ቅንነቱን ነበር። ምንም እንኳን አቋሙ ሁለመናው የሚስብ ነገር ቢኖረውም፥ ሜላትን በይበልጥ የማረካት ነገር ግን በዚያች አጭር ጊዜ ውስጥ የአመለካከት ብስለቱን ስለተርዳች ነው። የነበረው የመጠራጠርና ሰውን ለማንበብ የሚያደርገው ጥረት ምክንያቱ ምን እንደሆነ፥ በፍቅር አብረው መኖር ከጀመሩ በኋላ ነው እየተረዳችው የመጣች።

ከብሩክ ጋር በተዋወቁበት እለት አክስቱን ሊጠይቅ እየሄደ እንደሆነ ግን ወደቤቱ እንደሚመለስ ነግሯት ነበር። በደህና መግባቱን ለመጠየቅ ልትደውልለት ፈልጋ ከእጮኛው ጋር ወይንም ሌላ ሰው ጋር አብሮ የሚኖር ቢሆንና በዚህ ስዐት እንዲደወልለት ባይፈልግስ ብላ ካሰበች በኋላ፥ እንደዚያ ቢሆን ስልኩን አይሰጠኝም ነበር እያለች ራሷን ለማሳመን ሞከረች። ይህንኑ እያሰላሰለች እያለ ደውሎ ደህና መግባቷን ሲጠይቃት የፈጠረባትን ደስታ አሁንም መግለጽ ያስቸግራታል። ለመጀመሪያ ጊዜ በተዋወቁ ከሁለት ስዐት በኋላ አንድ አይነት ነገር በተመሳሳይ ስዐት ማሰባቸው በጣም ገረማት። "ቴሌፓቲ እውን ነው ማለት ነው?" ብላ አሰበች። በስልክ ካናገረችው በኋላ ያቺ ገጠመኝ እንደማንኛውም ትውውቅ እንዳልሆነች የተረዳችበት ስዐት

ደቂቃ ወይም ሴኮንድ ነበር ማለት ይቻላል። በዚያች በተዋወቁባት ሳምንት መጨረሻ ተቀጣጥረው አንድ ላይ ምሳ በሉ። የፍቅር ጅምር ሳይሆን ሁለቱም ጠለቅ ያለ ፍቅር ውስጥ የገቡ ይመስል ነበር። “የኔ ሌላው የህይወተ ምዕራፍ የጀመረው የዚያች እለት ነው” ትላለች ሜላት ብዙ ጊዜ።

የብሩክና የሜላት በዚያች በአጭር ጊዜ ውስጥ በከፍተኛ ደረጃ መግባባት ለርጅም ጊዜ አብረው የኖሩ አስምስሏቸዋል። እየዋለ እያደረ ይህም ግንኙነታቸው በሁለቱም ጓደኞች ሆነ በቤተሰብ አባላት ተቀባይነትም እያገኘ መጣ። ከስራ በኋላና የዕረፍት ጊዜዋን ሜላት የምታሳልፈው ከብሩክ ጋር ሆነ። ምንም እንኳን አልፎ አልፎ እናቷን ለመጠየቅ ብትሄድም የምትኖረውም ከብሩክ ቤት ነበር ማለት ይቻላል። ብሩክ ለሜላት ያለው ፍቅር ከፍተኛ ነው። ከእሷ ተለይቶ መኖር የሚችል አይመስለውም። ጧት ተለያይተው ከስራ በኋል እስከሚገናኙ ይነፋፈቃሉ። በዚህ ጥልቅ የሆነ ፍቅር ውስጥ ቢሆንም፥ የጀመረው ትግል ቀላል እንዳልሆነና ትልቅ ዋጋ ሊያስከፍለው እንደሚችል ያውቃል። ከአቅሙ በላይ የሆነ ከሷ ሊነጥለኝ የሚችል ነገር ሊመጣ ይችላል የሚል ስጋት ስለነበረው ሁልጊዜ ያስጨንቀዋል።

ሜላትም ብትሆን ብሩክ ያለበትን ሁኔታና በየዕለቱ የሚገጥመውን ወከባ ለመረዳት ብዙ ጊዜ አልወሰደባትም። እሷን ላለማስጨነቅ ብዙ ጊዜ ነገሮችን ሸፋፍኖ ለማለፍ ሞክሯል። ሆኖም ካላቸው መቀራረብ የተነሳ እያንዳንዷ የብሩክ የባህሪ ለውጥን በቀላሉ ስለምትገነዘብ አደገኛ ሁኔታ ላይ መሆኑን እየተረዳች መጣች። ዕለት ከእለት ስጋቷም ካሁን አሁን አጣዋለሁ ሆነ ።

ሁለቱም በተለይ የመጀመሪያውን ስምንት ወራት ያንዣበበባቸውን አደጋ ለመቀበል ፈቃደኛ አልነበሩም፤ በፍቅራቸው ውስጥ ተደብቀው ነበር። እየቆየ ውጥረቱ ከአቅማቸው በላይ እየሆነ መጣ። ከኢህአዴግ ደህንነቶች ጋር መካረሩ እየጠነከረ ሲመጣ ብሩክም ዋና ትኩረቱ ከዚህ አደጋ የሚወጡበትን መንገድ ማፈላለግ ሆነ። በምን መልክ ኑሮአችንን እንግፋ? እንዴትስ ይህን ከፊታችን ያለ መከራ እንወጣው? ለሚለው የዕለት ከዕለት ጭንቀታቸው እንደዚህ በቀላሉ መፍትሄ ሊያገኙለት የሚችሉት ነገር ሆኖ አላገኙትም። ሜላት ምንም እንኳን ለፍቅራቸው ያላት ስስት ከፍተኛ

ቢሆነም፥ ብሩክን ከቆመለት አላማ ልታሰናክለው አትፈልግም። ብትፈልግም እንኳን ወደኋላ ሊመለስ የማይችልበት ደረጃ ላይ እንደደረሰም ትረዳለች።

መንግስት ነኝ ብሎ የተሰየመው ዜጉቹን የማያከብር ግን የራሱን ስልጣን ለማራዘም የሚኳትን ስብስብ መሆኑ ግልጽ እየሆነላት መጥቷል። የህዝብን ሃብት ለመዝረፍ ያመቻቹልኛል የሚላቸውን ግለሰቦች ወይም ቡድኖች ይዞ ለዘላለም በስልጣን ላይ እቆያለሁ ብሎ ስለሚያምን የሃገሪቷን ዋና ዋና የኢኮኖሚ ሴክተሮች እንደተቆጣጠረና የቀሩትንም ጠቅልሎ ለመያዝ የሚያደርጋቸው እሩጫወች የአደባባይ ሚስጥር እየሆነ መጥቷል። ይህም ቅዠት ከታሪክ የመማር አቅም ማነስ እንደሆነ አድርጋ ትወስደዋለች። በዚህ የስግብግቦች እሩጫ ምክንያት የጠፋውን ህይወት፣ የተበተነውን ቤተሰብ፣ በራሷ ላይ የመጣውን አደጋና የብሩክን እንግልት ስታስታውስ በጣም ታዝናለች።

በሌላ በኩል ኢትዮጵያ ውስጥ በሰዎች ላይ የሚፈጸመውን መጠነ ሰፊ የመብት ገፈፋና ግፍ እንዴት ለአለም ህብረተሰብ ድብቅ እንደሆነ ሊዋጥላት ያልቻለ ነገር ነው። ይባስ ብሎ ከዚህ በፊት ሃገሪቷ አግኝታ ከምታውቀው በላይ እርዳታና ብድር ሲጎርፍላት ስታይ ትልቅ አደጋ ላይ መውደቅ ብቻ ሳይሆን ተሸጠናል የሚል ስሜት ይሰማታል። ለነገሩ ገንዘቡ ከሌላ ጥቅም ጋር ተዳምሮ ወደ እነሱ ተመልሶ እንደሚሄድና ካዝናቸው ውስጥ እንደሚገባ ያውቃሉ። ገንዘቡን የሰጡት ለሌባ እንጂ ለልማት ስላልሆነ። ይህም ጉዳይ አስባ የማታውቀውን፥ ለምን አገራችን በዘር እንድትከፋፈል ተደረገ? ለምንስ ዘርን ተመርኩዘው በተሰባሰቡ በጥቂት ለሃገርና ለወገን ደንታ በሌላቸው እጅ እንድንወድቅ ተፈለገ? የሚለውን ነገር እንድታጤን አድርጓታል። ከዚህም በመነሳት የራሷ ግንዛቤ አላት።

ጠለቅ ያለ ነገር ውስጥ ባይገቡም ከብሩክ ጋር አልፎ አልፎ በሃገሪቱ ውስጥ ስላለው ችግር አንስተው ይወያያሉ። "አንዳንድ መንግስታት ሃገራችንን በማዳከም የራሳቸውን ጥቅም ለማስከበር እንደ መረማመጃ እያደርጓት እንደሆነ ግልጽ ሆኖልኛል። ሆኖም ይህን አብዛኛው ሰው ተረድቶታል ብዬ ስለማልገምት ደግሞ በጣም ያሳስበኛል። ስለዚህ የውጭ ጠላቶቻችንን ጠንቅቀን ማውቅ፣ በእርዳታና በተለያየ ምክንያት እየሸነገሉ ሊከፋፍሉን የሚፈልጉት ላይ ትኩረት መሰጠት አለብት፤ ህዝቡም

እንዲገነዘበው ማድረግ ይገባል" እያለች ብዙ ጊዜ አንዳንድ መረጃዎችን እየጠቀሰች ለማብራራት ትሞክራለች። ብሩክም ይህን ሃሳቧን ይወድላታል።

ወያኔ በዜጎች ላይ የሚፈጽመው ግፍ እሩቅ ሳይሆን በሷና በፍቅረኛዋም ላይ እያንዣበበ መጥቷል። ይህም ነገር ኢትዮጵያ ውስጥ የሚፈጸመውን በደል ዞር ብላ እንድታይ አድርጓታል። የምትሰማቸውና ያየቻቸው የወያኔ እኩይ ድርጊቶች ቢያሳዝኗትም ከዚህ በፊት ብዙም ትኩረት አልሰጠቻቸውም ነበር። አሁን ከዚህ ግፍ ለመውጣት እያንዳንዱ ግለሰብ ስለመብቱ ከመታገል ውጪ ሌላ አማራጭ እንደሌለ ታምናለች። ይህ ሲሆን ብቻ ነው የመብት ገፋፊዎችን አቅም ማሳነስ ብሎም መገፍተር የሚቻለው። ይህ ካልሆነና ሰው መብቱን ካልጠየቀ፣ ለመብቱ ካልታገለ ግን ጥቂት እራስ ወዳድ ስብስቦች እንደፈለጉ የሚያደርጉት ከሆነ፥ አብዛኛውን የእንሰሳ ባህሪ ተላብሷል ማለት ይቻላል የሚለውን ሃሳብ ትጋራለች።

ብሩክ እየመጣሁ ነው ብሏት ስለነበር፥ ብቻዋን እሶፋ ላይ ቁጭ ብላ አንዳንድ የፖለቲካ እንቅስቃሴዎችን በተመለከት ኢንተርኔት ላይ እያየች የሱን መምጣት ትጠባበቃለች። በመሃከሉ ዩንቨርሲቲ ሆና ይልኩላት የነበረው የቅስቀሳ ቴክስቶች ትዝ ስላሏት ሴቭ ካደረገቻቸው ውስጥ ትኩረቷን ስቧት ከነበረው አንዱን አውጥታ አነበበችው፡-

> *"እያንዳንዱ የህብረተሰብ አባል መብቱን (መብቷን) ለማስጠበቅ ብዙ የሚጠበቅበት(ባት) ነገር አለ። ህዝብ እየተራበ የሃገርን ሃብት እየዘረፉ ሲያሸሹ እያስተዋሉ እንዳላዩ ማለፍ ህሊናስ እንዴት ሊቀበለው ይችላል። ያን ካደረግን ለዘራፊዎቹ እያመቻቸልናቸው ስለሆነ እራስ ወዳድ ወይም የነሱ ተባባሪ ያደርገናል። በነዚህ ፍቅርን ሳይሆን ጥላቻን በመመሪያነት አንግበው የሚያራግቡ በዘረኝነት በሽታ በተለከፉ ቡድኖች ተከበናል። ፍቅርን ሲለገሱ ጥላቻ ይቸልሱበታል። ይህ አይነት ከመስመር የወጣ የህዝቡን መብት የገፈፈ፣ ህዝብን ከህዝብ የሚያጋጭ ስርአት የባሰ ጉዳት ከማድረሱ በፊት ህዝቡ በጋራ መዋጋትና መቀየር ግዴታው ነው"* ይላል።

አዲስ አበባ ዩንቨርሲቲ መጨረሻ ዓመት በነበርችበት ወቅት የኢህአዴግ ደህንነቶች ተቃዋሚ ናቸው ብለው የሚጠረጥሯቸውን ተማሪዎች፥ እረብሻ ሊያስነሱ ነበር በሚል ሰበብ እያፈኑ ይወስዷቸዋል። አንድ እሷ በቅርብ

የምታውቀው ጎበዝ ተማሪ የአመጹ አስተባባሪ ነህ ተብሎ እስር ቤት ተወስዶ የደረሰበትን ድብደባ ከተፈታ በኋላ እቤቱ ልትጠይቀው ሄዳ አይታለች። ከዕርሱ አንደበትም ሰምታለች። በድብደባው በደረሰበት ጉዳት ምክንያትም ከብዙ ስቃይ በኋላ ህይወቱ አልፋለች።

ጓደኛዋን ለማዳን ቤተሰቦቹ፣ ዘመዶቹና ጓደኞቹ ብዙ ጥረት ቢያደርጉም ከሞት ሊያድኑት አልቻሉም። መጀመሪያም በህይወት እንዳይኖር ከኖረም የመኖር አቋም እንዳይኖረው አድርገው ነው የለቀቁት። አሁንም ከረጂም ጊዜ በኋላ የጓደኛዋን ሁኔታ ባስታወሰች ቁጥር እንባዋ ይመጣል።

የሰው ልጅ እንዴት በሰው ላይ እንደዚህ አይነት ጭካኔ ሊፈጽም ከቻለ ፈጻሚው ስላልገባው እንጂ የሰው ባህሪ አልተላበሰም፥ እንደሰውም አልተፈጥረም ማለት ነው ትላለች። ሰው በጩቤ ሲወጋ፣ በዲንጋይ ሲወገር ወይም በጥይት ሲመታ ምንም ካልተሰማው አድራጊው ብቻ ሳይሆን ተመልካቹም ሰው ከሚያደርገው ነገር ውስጥ ትልቁ ነገር ይጎለዋል የሚል አመለካከት አላት።

ይህንኑ ጉዳይ እያሰላሰለች አንዳንድ ጊዜ ቲቪ አንዳንድ ጊዜ ደግሞ ኢንተርኔት እያየች የብሩክን መምጣት በጉጉት ብትጠብቅም እደርሳለሁ ካለው ስዓት ዘግየት ስላለ ደወለችለት። ስልኩ ይጠራል አይነሳም። በጣም ደነገጠች። ከተቀመጠችበት ተንስታ በመስኮት ወደ ውጭ እያየች መልሳ ልትደውል ስትል ብሩክ ደወለላት። በአንድ ጥሪ አነሳችው።

"ምን ሆነህ ነው? አለች ትንፋሿ ቁርጥ ቁርጥ እያለ።

"ይቅርታ የደወልሺው ልክ ከታክሲ እየወረድኩ ስለሆነ አልሰማሁትም። በቃ ሰፈር ደርሻለሁ" አለ። ጭንቀቷ እሱንም አስጨነቀው።

"እኔማ አልመልስ ስትል በጣም ደነገጥኩ። በቃ ና፥ ቻው" አለች።

ሜላት እንዳትጨነቅ በማሰብ ብሩክ የዕለት ከዕለት ማስፈራራቱን፣ ክትትሉንና ጉሸማውን አይነገራትም። ሁልጊዜ ከቤቱ ሲወጣ በስጋት ሲሆን፥ ስለመመለሱ እርግጠኛ አይደለም። በዚህ ምክንያት ለሜላት የት እንደሚሄድ፣ ምን ያህል ጊዜ እንደሚቆይና በስንት ሰዐት እቤት እንደሚገባ በዝርዝር ይነግራታል። እሷም ቢሆን ያለውን ሁኔታ ስለተረዳች ይመስላል ሁሉንም ነገር ትከታተላለች። በየስዐቱ እየደወለች ትጠይቀዋለች። ከተወሰነ ጊዜ በኋላ ሁኔታወች እየተቀየሩ ከፍተኛ አደጋ እየተደቀነበት ሲመጣ ይህንን

ያንዣበበባቸውን ችግር መንገር ግድ ሆነ። ከብሩክ ከራሱ አንደበት በመስማቷ እንደ አዲስ ነገር ቢያስደነግጣትም፥ ቀድሞም ቢሆን ለእሷ ሁሉም ነገር ግልጽ እየሆነላት መጥቷል።

በዚህ አይነት ውጥረት ውስጥ ሆነው ለወራት ቢቆዩም፥ የብሩክ የህልውና ጉዳይ አደጋ ላይ መውደቅ ብቻ ሳይሆን መቼ ነው የሚያስብል ደረጃ ላይ ደርሰዋል። ይባስ ብለው በሜላትም ላይ ክትትልና ማሥፈራራት ጀመሩ። ከቤተሰብ ከጓደኛ ያላቸው ግንኙነት ሁሉ መከታተላቸው የአደባባይ ሚስጥር ሆነ። ስልካቸውም እንደተጠለፈ የሚያሳይ አንዳንድ ምልክቶች ስላዩ፥ በተቻላቸው መጠን በጥንቃቄ መጠቀም ጀመሩ። ሜላት በወቅቱ ከሚከታተሏት ውስጥ አንዱ ሃይሌ እንደነበርና አንዳንድ ጊዜ አስተያየቱና አቀራርቡ ግራ ይገባት እንደነበር ትዝ ይላታል። እጮኛ እንዳላት እያወቀ እሷን የመፈለግ አይነት ምልክት ያሳያት ስለነበር፥ ክትትሉ የውንጀላ ይሁን ወይም የመውደድ ለማውቅ ግራ ተጋብታ ነበር። በሌላ በኩል ይህ የሃይሌ ፍላጎት መቀየር በብሩክ ላይ ያንዣበበውን አደጋ እንደሚያባብሰው ስለተረዳች፥ በጸባይ ለማግለል ብዙ ጥረት ብታደርግም ነገሩ ከአቅሟ በላይ እየሆነባት መጣ።

ሜላት ብሩክ ቤት ለመጨረሻ ጊዜ ስለ ወደፊት እጣ ፈንታቸው ምን ሊሆን እንደሚችልና ምን ማድረግ እንዳለባቸው ሲወያዩ፥ በተግባራዊነቱ ጥርጣሬ ነበራቸው። ሆኖም ፍቅራቸውን ላማስቀጠል ተስፋን ከማንገብ ሌላ አማራጭ የለም፤ ወደፊትም ለመራመድ አስቸጋሪ ይሆናል። የነሱ የመጨረሻ አቅም ማሳው እንደተመቸው አትክልት ያቆጠቆጠው ፍቅራቸውን እንደሚያፈራ ተስፋ ማድረግ ብቻ ነው። ያችን ዕለት ስታስታውስ "የመኖር መብታችን ተሟጦ የተወሰደው የዚያች ቀን ነው" ትላለች።

ብሩክ እቤት ሲደርስ እንደርሳለሁ ካለው ጊዜ ከአድ ስዓት በላይ ዘግይቷል። የህወሃት ደህንነቶች ሊይዙት እንደሆነ ጥቆማ ደርሶት ስለነበረ እቤት የደረሰው መንገዱን በመቀየር በሌላ አቅጣጫ ዞሮ ነው። ሜላት በሩን ከፍቶ ሲገባ ቆማ ጠበቀችው። ተቃቅፈው ተራርቆ የቆየ ያህል ሰላምታ ተለዋወጡ። ያለመረጋጋት ነገር ስለሚታይበት አይን አይኑን እያየች ደጋግማ ስለ ደህንነቱ ጠየቀችው። ፊቱ ላይ ከፍተኛ ጭንቀት ስለሚታይበት በጣም ደነገጠች።

"ብሩኬ ደህና ነህ ግን? እፊትህ ላይ የመረባበሽ ነገር . . .።" ብላ ወገቡን ይዛ ጥምጥም አለችበት። ፊቷን እደረቱ ላይ ድፍት አድርጋ ጸጥ አለች። ለሷ የደረቱ ለሱ ደግሞ የትንፋሿ ሙቀት ከፍተኛ ምቾት የሰጣቸው ይመስላል።

ጀርባዋን ዳበስ እያደረገ "አቧራው፣ ጸሃዩ፣ ግፊያው እኮ ያደክማል። ፊቴን ታጥቤ ልምጣ አይደል?" አለ ጠረኑ ይረብሻታል ብሎ ስለሰጋ።

"ጥሩ ነው ድካሙም ለቀቅ ያደርግሃል። ያዘጋጀሁት ምግብ አለ ላቅርብ? ርቦሃል?" አለች ከደረቱ ላይ ቀና ብላ አይን አይኑን እያየች።

"አሁን አልበላም ትንሽ እቆያለሁ። ለምን አንቺ አትበይም?" አለ።

"በቃ በኋላ አንድላይ እንበላለን" አለች። ሁለቱም የምግብ ፍላጎት ያላቸው አይመስሉም።

ብሩክ መታጠቢያ ቤት ደርሶ ተመለሰ። የሱና የሜላት አንድ ላይ የመኖር ህልም እየመነመነ መጥቶ የመለያየት ጫፍ ላይ እንደደረሰ ግልጽ ነው። ሳይታወቀው ከመሃል ወለል ላይ ጸጥ ብሎ ቆሟል። የተፈጠረው ነገር ሊቋቋመው ከሚችለው በላይ ሆኖበት ትክዝ ብሏል።

ስታየው ተረበሸች ግን ማጽናናት ስላለባት ስሜቷን እምቅ አድርጋ ይዛ "ብሩኬ ምነው ቆምክ ቁጭ አትልም?" አለች ወደ ሶፋው ጥግ ጠጋ ብላ እየተቀመጠች። ምነው የተከዝክ ይመስላል። እንዴት ነበር ውሎ?" አለች

"እንደተለመደው ተውሎ ይመጣል። ምንም አይል" አለ አጠገቧ እየተቀመጠ።

"ድካምም ሊሆን ይችላል ብቻ . . ." ብላ ትክዝ አለች።

ምን ለማለት እንደፈለገች ገብቶታል። ስሜቱን ከሷ ሊደብቀው እንደማይችል ያውቃል። "ህይወት ብዙ ውጣ ውረድ አላት። እናቅዳለን ግን በፈለግነው መንገድ ላይሄድልን ይችላል። ድንገት በሚፈጠሩ አዳዲስ ያልጠበቅናቸው ነገሮች መደናገጥና ተስፋ መቁርጥ ሳይሆን እንደ አመጣጡ መቋቋም ይኖርብናል" አለ ሜላትን ትክዝ ብሎ እያየ። አስተያይቱ በጣም በመመሰጥ ሲሆን የእሷ ነገር እንዳሳሰበውና ያሳደረብትን ጭንቀት ያመለክታል።

"ሰዎች ማድረግ የሚገባቸውን፣ አቅማቸው የሚፈቅደውንና የሚችሉትን እንዳያደርጉ ሲነፈጉ፥ የህይወት ጉዞአቸው እንደቆመ ይቆጠራል። ህይወት ልክ ነው አንተ እንዳልከው እንደ አቀዱት ላይሆን ይችላል። አንድ ሰው በዚች ዓለም ሲኖር ማድረግ የሚገባውን ለማድረግ

ሲሞክር ግን በግድ ሊገታ አይገባም። ስለ ህይወት ሊያወራ የሚችለው ይህ አላማ ስላለው እንጂ ያለበለዚያማ መኖር ትርጉም ያጣል። አሁን በሃገራችን እየሆነ ያለው ግን ይህንን የነፈገ፥ እንዲያውም በነሱ የወረደ ህይወት እንድንመራ *ሰብ ሁዩማን*(ከሰው ዝቅ ያለ) ባህሪ እንዲኖረን የአውሬ ጥቃት እያደረሱብን ይገኛሉ። ለዚህ እኩይ ተግባራቸው እንዲያመቻቸው ደግሞ ይህን የዘረኝነት ስርአት ዘርግተው ሰውን በሰውነቱ፣ ባስተሳሰቡ ሳይሆን የቋንቋ አጥር ሰርቶ እንዲኖር በማድረግ ህብረተሰቡን ያባላሉ። አንተ የምትከፍለው ዋጋ ይህንን ድርጊት በመቃወም መሆኑን ለመገንዘብ ብዙ ጊዜ አልወሰደብኝም። ለዚህ በጎ አላማ መቆምህን በማወቄ ደግሞ ህይወትን እንዳመጣጡ ለመምራት ጽናት ሰጥቶኛል" በማለት ለተነሳበት አላማ ከልቧ ያላትን ድጋፍና አክብሮት ልትገልጽለት ሞከረች።

ሶፋ ላይ ደገፍ ብላ እጆቿን ተንተርሳ ጣራ ጣራውን ስትመለከት እልህ ውስጥ እንደገባች ያስታውቃል። ለብሩክ በዚያች የመኖር ተስፋው በተሟጠጠችበት ወቅት ይህን ስትለው፥ ሊገልጸው ከሚችለው በላይ የሆነ ሞራል ወይም ጽናት ሰጠው። ከልቡ የሚያፈቅራት ፍቅረኛው የቆመለትን አላማ ስለተረዳችለት ከፍተኛ የመበረታታት ስሜት ፈጠረለት። ያለሁበትን ሁኔታ አትረዳኝ ይሆን የሚል ስጋት ነበረበት። አላማዬን ካልተርዳችው ለሚፈጠረው ፈታኝ ጉዞ ዝግጁ አትሆንም፤ ይህም አደጋ ላይ ይጥላታል የሚለው ስጋቱን አቀለለለት። አንዱ ሌላውን እያጽናና ጥቂት ከቆዩ በኋላ ሁለቱም ጸጥ ብለው በየራሳቸው የሃሳብ ማዕበል ውስጥ ሆነው ይዋዥቃሉ።

በዚያች የመጨረሻ ቀን ሃሙስ ዕለት ምሽት ቴሌቪዥን ከፍተው ጎን ለጎን ሆነው ሜላት ብሩክን ደገፍ ብላ እሶፋ ላይ እግሯን አውጥታ ሰብሰብ አድርጋ ተቀምጣለች። ቴሌ ቪዥኑ ይከፈት እንጂ ማንም ልብ ብሎ የሚያየውም ሆነ የሚሰማው አልነበረም። ሁለቱም በሃሳብ ይዋዥቃሉ። ብሩክ በትልቁ ተንፍሶ የሜላትን ጀርባ አሸት አሸት አደረገው። ሜላትም ስጋት በተሞላበት ፊቷ አይኗን በዘዝ እንዳደረገች ቀና ብላ አየችው። ሁለቱም ጸጥ ብለው ለጥቂት ሰኮንዶች ከተያዩ በኋላ፥ ብሩክ ሜላትን እቅፍ አድርጎ ደረቱ ላይ አስተኛት። ተለያይቶ የቆየ ያህል ተሳሳሙ። ፈራ ተባ እያለ "ሜላት" ብሎ ከጠራት በኋላ ጸጥ አለ። ሜላትም ቢሆን ምነው፥ ምን ሆነሃል የሚል ጥያቄ አላነሳችም። ለሷ ለመንገር ፈልጎ ግን ለማውጣት እንደፈራ ገብቷታል። "አንድ ነገር ማድረግ ያለብን ይመስለኛል። ወደፊት ይህችንም

እድል የምናገኝ አይመስለኝም ዙሪያችን ታጥሯል። ላንችም እየተረፍኩ ነው" ብሎ ሊቅጥል ሲል ሜላት ከእቅፉ ወጥታ ቀና ብላ አየችው።

ምንም እንኳን ውስጧ ቢረበሽም ብሩክን እንዴት እንደምታጽናናው ግራ ገብቷታል። "ብሩኬ እንደዚህማ ማለት አትችልም። እኔን ምን አደረከኝ? ይህ እኮ አንተ ያመጣሃው አይደለም። ለማዳ እንሰሳ፥ ለማዳ እንሰሳ ብቻ ሳይሆን ሌላ አውሬ ወይም ሰው የማይተናኮል ማንኛውም አውሬ እንኳን ጥቃት ሲበዛበት የሚችለውን ያደርጋል። እኛ ደግሞ ሰወች ነን እንደሰው መኖር አለብን። ስለሆነም ይህንን ግፍ እያየ አሜን ብሎ መቀበል ወይም ለዚህ ስርዐት ማገልገል ጤነኛ አመለካከት አይመስለኝም። እኔ ምንም አልሆንም የመጣውንም እቀበላለሁ ሆኖም ያንተ ጉዳይ ግን የዕለት ከዕለት ጭንቀቴ ነው" አለች ተመልሳ ደርቱ ላይ ጋደም ብላ በሃዘን መልክ እየተመለከተችው።

ብሩክ ፍዝዝ ብሎ ወደ ቲቪው እየተመለከተ "ይህ እንግዲህ ካቅማችን በላይ ነው። በዚያች በተቀደሰች ቀን ካንቺ ጋር ስንተዋወቅ እንዴት እድለኛ ነኝ፥ ሜላትን የመሰለ ሁሉን ነገር አሟልቶ የሰጣትን ያገኘሁ እያልኩ አምላኬን አመስግኛልሁ። አሁን ደግሞ ይህ የመጣብን ችግር ህልማችንንና እቅዳችንን ገና ከውጥኑ እያሰናከለብን ነው። አሁን ስለኔ አይደለም። ከሁሉም በላይ አንቺን ማጣት፣ ጉዳትሽን ማየት ወይም መስማት መቋቋም የሚያስችል አቅም አለኝ ብዬ አልገምትም። ስለሆነም ይህን ችግር በዘዴ ለመወጣት የምንችለውን ማድረግ አለብን።" ጾጥ አለ አሁንም ሜላትን እንዴት እንደሚነግራት ስለተጨነቀና ድርጊቱንም ማመን ስላልፈለገ። "የሚጠጣ ነገር ከፍሪጅ ላምጣልሽ ወይስ ሻይ ላፍላ?" አለ ጸጉሯን እያሻሸ።

"እኔ ምንም ነገር አልፈልግም፤ ከፈለክ እኔ አመጣለሁ" አለች ትክሻው ላይ እራሷን ደገፍ አድርጋ።

"አመሰግናልሁ አልፈልግም" ዞር ብሎ በስስት እያያት።

"ብሩክ አሁን ማድረግ ያለብንን ባስቸኳይ ማድረግ አለብን። መጨናነቅ የለብህም፤ እቅድህን ንገረኝ" አለች ሊነግራት የፈለገው ነገር እንዳለ ማወቋንና በጣም እየተረበሸች መሆኗን ለመንገር እየሞከረች።

ኮስተር ብሎ "ምን መሰልሽ ሜላት" ብሎ ጀመረ። በዚህ ሁለት ቀናት ውስጥ አንድ ነገር ካላደረኩ እ . . . እ . . . እንደ . . . ሚይ . . .ዙኝ" ብሎ ንግግሩን ሳይጨርስ፥ ሜላት ቀና ብላ እግሯን ከሰፋው አውርዳ እጆቿን ደረቷ

ላይ አጣምራ ተስተካክላ ቁጭ ካለች በኋላ ዞር ብላ አይን አይኑን በጭንቀት ማየት ጀመረች። ብሩክ ሁኔታዋን እያየ ንግግሩን ቆም እንደማድረግ አድርጎ "እንደሚይዙኝ እርግጠኛ መሆን እችላለሁ። የደረሰኝ ጥቆማም አለ። እነዚህ አረመኔዎች እስርቤት ካስገቡኝ ወይ ህይወቴ ያልፋል ያለበለዚያ እኔነቴን አጥቼ ነው የምወጣው፥ የቱም ከየቱ አይሻልም። አሁን ያለኝ የመጨረሻ አማራጭ ከነሱ መሰወር ብቻ ነው። ከኔ ጋር እንድትሄጂ አስቤ ነበር ግን በጣም ፈታኝ የሆነ ጉዞ ነው። በመንገድ ላይ የመነጣጠል እድልም ሊገጥመን ይችላል። ጉዞው ምን እንደሚመስል ጠንቅቄ አውቄዋለሁ። አንቺ እዚሁ ኢትዮጵያ በመቆየትሽ ለመገናኘት የተሻለ እድል ሊኖረን ይችላል። በህይወት እስካለን ከእዝጊአብሄር እርዳታ ጋር እንገናኛለን" ብሎ እጆቹን እራሱ ላይ አድርጎ ሶፋውን ተደግፎ ትክዝ ብሎ ጣራ ጣራውን ሲመለከት ሜላት ካጠገቡ መጣሁ ብላ ወደ መታጠቢያ ቤት አመራች። መታጠቢያ ቤት ውስጥ ሆና ስቅስቅ ብላ አለቀሰች። ብሩክ ድምጽ የሰማ ስለመሰለው በሩ አጠገብ ቆሞ "ሜላት ሰላም ነው?" አለ ጆሮውን ጣል አድርጎ።

"ደህና ነኝ መጣሁ" አለች። እያለቀሰች እንደነበረ በድምጿ ያስታውቃል። ውሃ ሲፈስ ይሰማል። ወዲያው ፊቷን ተጣጥባ ከወጣች በኋላ ፊለፊቱ ቆማ "እኔ እነዚህ ሰዎች ወስደው ሲያሰቃዩህ ማየትም ሆነ መስማት አልፈልግም። እግዚአብሄር ፈቃዱ ከሆነ እንገናኛለን። እኔ ላንተ ያለኝን ፍቅር በቃላት ለመግለጽ ያስቸግረኛል፤ ካንተ ተለይቼ መኖሩን እንዴት እንደምለምደው የማውቀው ነገር የለም። ምንም ነገር ይፈጠር ለኔ ዋናው ነገር የአንተ በህይወት መኖር ነው።" ይህን ስትል እንባዋ በጉንጬቿ መውረድ ጀመረ። ብሩክ ከተቀመጠበት ብድግ ብሎ እቅፍ አደረጋት። የእሱም አይኖቹ በእንባ ተሞሉ። ለደቂቃዎች ተቃቅፈው እንደቆሙ ሁለቱም አይቀሬውን መለያየት እያሰላሰሉ ቆዩ።

ብሩክና ሜላት ለመጨረሻ ጊዜ በዚያች ሃሙስ ምሽት እቤታቸው ሆነው የብሩክን የጉዞ ሻንጣ ሲያስተካክሉ አመሹ። በከፍተኛ ሀዘንና ጭንቀት ተውጠው እርስ በራሳቸው አንዱ ሌላውን እያጽናና ወደፊት እንደሚገናኙ ቃል በመገባባት እራሳቸውን ለማጽናናት ቢሞክሩም በአደጋ የተከበበው የወደፊት ጉዞአቸው የት እንደሚወስዳቸው ግን እርግጠኛ አልነበሩም።

ከለሊቱ አስር ሰዐት ገደማ ብሩክ ቤተሰቦቹ ወደ አመቻቹለት የቀጠሮ ስፍራ አመራ። መስኮት ላይ ቆማ ጭልጭል በሚለው የሰፈር መብራት

ለአይኗ አልታይ እስከሚላት ድረስ ትክዝ ብላ ተመለከተችው። ብሩክ እመስኮት ላይ ሆና ስታየው የቤቱ መብራት ያሳየው ስለነበረ ከአይኑ እስከምትሰወር ድረስ ደጋግሞ እጁን እያወዛወዘ ተሰናበታት። ሜላት የተፈጠረውን ነገር ለማገናዘብና ለመቀበል የተቸገረች ይመስላል። ከሄደም በኋላ ለግማሽ ስዐት ያህል መስኮት ላይ ቆማ ፍዝዝ ብላ ወደ ውጭ እያየች ቆየች። የሚቀጥለው ህይውቷ ምን እንደሚሆን የምታውቀው ነገር የለም። ሳትተኛ አድራ በጥዋት ተነስታ ወደ መስሪያ ቤቷ ሄደች።

አሥራ ሁለት

ከስራዋ ፋታ ባገኘች ቁጥር እንዴት እንደዚህ የተወሳሰብ ችግር ውስጥ ልትገባ እንደቻለች በሃሳብ ወደኋላ ሄዳ ስታሰላስል ዋለች። ቀኑን ሙሉ የረባ ስራም አልሰራች። በተለያየ ጊዜ ወደ ውጭ ለመውጣት ያደረገችው ጥረት አልተሳካም። የነ ሃይሌ እጅ አለበት ብላ ታምናለች። የት እንደምትሄድ ለምን እንደምትሄድ ማወቅ ከቻለ ጉዳዩ እንዳይሳካ ለማድረግ የሚያቅተው አይመስልም። “የኔን ጉዳይ ለማደናቀፍ እንዴት የውጭ ሃገር ኤንባሲዎች ድረስ የሚደርስ አቅም ሊኖራቸው ይችላል? ደግሞስ አቅሙስ ቢኖራቸው እንዴት ጊዜያዊ ፍላጎታቸውን ለማሳካት ይህን ሁሉ እርቀት ሊሄዱ ይችላሉ?” እያለች እራሷን ትጠይቃለች። ግራ ስለገባት እንጂ ለነግሩ እንሱ አያደርጉትም ማለት አይቻልም። ድሮስ ስልጣናቸውን መቸ ለህብረተሰቡ የሚጠቅም ነገር ለመስራት ይጠቀሙበታል።

ቀኑን ሙሉ ስታስብ የዋለችው ስለኤደን ነው። አርብ ዕለት ማታ የኤደንን ሚስድ ኮል አግኝታ መልሳ እንደ ደወለችላትና ባለፈው ሳምንት የጀመሩትን ወሬ ቀጥለውበት ሲያወሩ እንዳመሹ ትዝ አላት። በሜላት ላይ የደረሰውን ነገር ኤደን በሰማች ቁጥር እንዴት እንዳዘነችና እሷን ለመርዳት የምታደርገውን ጥረት ስታስታውስና አሁን ደግሞ በዚሁ ምክንያት ትሙት ትኑር ባልታወቀበት ሁኔታ መሆኗን ስታስታውስ ማዘን ብቻ ሳይሆን ህመም ይሰማታል ።

ለመጨረሻ ጊዜ ኤደንን በስልክ ያገኘችበት ዕለት እንደተለመደው ከሀይሌ ጋር ያላትን የድብብቆሽ ጨዋታ ፈጽማ እቤቷ በግዜ ገብታለች። ከስራዋም ቢሆን ትንሽ ቀደም ብላ ስለወጣች፥ ሀይሌ ደግሞ ትራፊክ ይዞት ስለነበረ መስሪያ ቤቷ ወይም ታክሲ ከምትይዝበት ቶሎ ስላልደረሰ ማምለጥ ችላለች። ጧት ማታ የሚያደርገውን እሩጫ ላየው የሃይሌ ሁኔታ ግራ የሚያጋባ ነው። ትክክልኛ ፍቅር ይሁን ትቢት አይታወቅም፤ ሀይሌ ሜላትን ካላየ መተኛት የሚችል አይመስልም።

ዕለቱ ይሞቅ ስለነበረ ሜላት እቤቷ እንደገባች እናቷን ሰላም ብላ ቀጥታ ሻወር ለመውሰድ መታጠቢያ ቤት ገባች። ጨርሳ እንደወጣች ምግብ እንድትበላ እናቷ ሲጠይቋት "እማዬ አሁን አራበኝም አንቺ ግን ብይ መብላት ስፈልግ አቅርቤ እብላለሁ" አለቻቸው ጸጉሯን በፎጣ እያሻሸች

"እኔማ እቤት ነው የዋልኩ። እንግዲያውስ ስልክሽ በተደጋጋሚ ሲጮህ ነበር" ምግብ ለማቅረብ መሄዳቸውን ትተው እየተቀመጡ"

"አይ እማዬ ታዲያ ከምግቡ በፊት እሱን አትነግሪኝም?"

"ስልክ ይበላል? ለሱ ትደርሻለሽ ምን ያቻኩላል። እንዲያው ከዚህ ከስልክ ጋር ተጣብቃችሁ መቼ ነው ሰው ከሰው በአካል እየተያየ የሚያወራው? ሰው ከቆርቆሮ ጋር ተጣብቆ በየመንገዱ እንደ እብድ ለብቻው እንዴት ሲያወራ፣ ሲሳሳቅ ይውላል? አሉ አንገታቸውን ወደ አንድ ጎን ጋደል አርገው በመገረም ሜላትን ስልኳን ስትነካካ እያዩ።

"አይ እማዬ፥በቃ መጣሁ" ብላ ወደ መኝታ ቤቷ ገባች።

"ደህና እደሪ አትይም" አሉ በቅሬታ መልክ የቲቪውን ሪሞት እያነሱ።

እናቷ እንዳሉትም ሁለት ሚስድ ጥሪ አንዱ ከሃይሌ ሌላው ደግሞ ከኤደን አላት። ድምጿን ከፍ አድርጋ "ይሄ ደግሞ በሽተኛ!" እያለች ለኤደን ደወለች። ወዲያው ጥሪውን አነሳች።

"ሰላም ሜላት" አለች፤ ስልኩን የምተጠብቅ ይመስላል።

"ታዲያስ ኤደን ቅድም ስትደውይ ሻወር ውስጥ ነብርኩ አልሰማሁትም። እንደጨረስኩ ማዘር ስልክሽ ይጠራ ነበር ስትለኝ አንቺ መሆንሽን ገመትኩ። ለነገሩ እኔም ለመደወል አስቤ ነበር።

"እኔማ ሰሞኑን ስትጠፊ . . ." አለች።

"ትላንትናም ልደውልልሽ አስቤ ደካክሞኝ ስለነበር ከስራ እንደገባሁ ጋደም አልኩ። በተረፈ እየተሳደድን ውለን እንገባለን። ሁለተኛው ሚስድ

ኮል የማን መሰለሽ? ማን ልበልሽ፥ ስሙን ባላነሳው ይሻለኛል። ዛሬ ይህን ለካፌ ሳላየው በምግባቴ በጣም ደስ አለኝ። ታክሲ የምይዝበት አካባቢ ሄዶ ይሆናል እኔ ግን ከስራ ቀድሜ ነው የወጣሁት።

"ጥሩ አደረግሽ። እኔ ብታይ ባለፈው እንደዚያ የደረሰብሽን ስትነግሪኝ የተሰማኝ ነገር *አይ ካንት ቴል*፤ ሃዘን አትይው ወይ ብስጭት ብቻ በጣም ነው የተረባበሽኩት። ሳምንቱ እንዴት አለፈ?"

"ይነጋል ይመሻል። አካባቢዬን እንደ *በዲ ጋርድ* እየቃኘሁ ውዬ እገባለሁ።"

"ምንም አይደል ሜላት። በትዕግስት ለማለፍ መሞከር ነው። የማያልፍ ነገር የለም። ብታይ ባለፈው የነገርኩሽ ሰው ደውሎ እንዳገኘው ትዛዝ አስተላልፎ ነበር፤ እኔ ግን አልችልም አልኩት። ለመቆጣትም ይቃጣዋል፤ የሱ ተቀጣሪ ወይም ቅምጥ አድርጎ ያየኝ እንደሆነ አላውቅም። ከዚያ በኋላ ወደ አስር ጊዜ ይሆናል የደወለው። ስልኩን ማንሳት ሳቆም መደወሉን አቆመ።

"ጥሩ አደረግሽ። ከማይሆንሽ ሰው ጋር ለምን ጊዜሽን ታጠፊያለሽ?"

"እሱን ተይው በቃ ፋይሉ ተዘግቷል። ባለፈው ጊዜ አንስተነው ስለነበር ውሳኔዬን ልነገርሽ ብዬ ነው።" አለች ስለሱ ሌላ ዝርዝር ወሬ ውስጥ መግባት እንደማትፈልግ ግልጽ ለማድረግ ስለፈለገች።

"ግን ሜላትዬ እንደነገርሽኝ ከሆነ ብሩክ አሁን ያለበትን ሁኔታ የምታውቂው ነገር የለም፣ አይደል? ባለፈው ጊዜ ጨዋታችንን ሳንጨርስ ምሳችንንም ሳንበላ ተዋክበን ተለያየን። ብቻ እኔ አሁን ስለ ብሩክ ለማንሳት የፈለኩበት ምክንያት አንቺ የምትችይውን አድርገሻል። አራት ዓመት መጠበቅ ቀላል አይደለም። ካልሆነም እኮ ሴት ልጅ ስልሆንሽ ግዜሽን አለ አይደል . . .በቃ። ስለጨንቀኝ ነው እኮ። ከዚህ ሰውዬም መላቀቅያ መንገድ ይሆንሻል። አንድ ውሳኔ ውስጥ መግባት አለብሽ።" አለች የሜላትን ሞራል እንዳትነካ በስጋት።ለምን ጓደኛ አትይዥም የሚለውን መልዕክት ማስተላለፍ ስለፈለገች።

"ትክክል ነሽ ኤደን ተረድተሽኛል። እነዚህ ሰዎች እኮ ይህን በችሎታ ወይም በአገልግሎት ያልተገኘ ስልጣን እንዴት እንደሚጠቀሙበት አያውቁትም። ቢያውቁትም ባግባቡ ሳይሆን በታውን ያስገኘላቸውን ስብስብ ለማቆየት ነው የሚጠቀሙበት። እኔን እኮ የእርሱ እስረኛ አድርጎኛል። ከሆነ ከሱ ጋር ካልሆነ ግን ከማንም ጋር ሊያየኝ አይፈልግም።

ሞክሬም አይቸዋልሁ። ስለሱ ሌላ ግዜ እነግርሻለሁ።” ብላ ከብሩክ ከተለያዩ በኋላ ስለ እሱ የምታውቀውን ነገር መንገር ጀመርች። ንግግሯን አቋርጣ “ኤደን የምትችይ ከሆነ ለምን በቤት ስልክ አናወራም?” አለቻት።

“ጥሩ፥ በቃ ዝጊው እኔ እደውላለሁ” ብላ ኤደን ወዲያው መልሳ በቤት ስልክ ደወለች።

“ወሬዬ እረጅም ስለሆነ ሚኒቱም አይበቃም ብዬ ነው” ብላ አልጋዋ ጫፍ ላይ ቁጭ ብላ ንግግሯን ቀጠለች። ባለፈው ጊዜ እንደነገርኩሽ ብሩክ አሁን ስላለበት ሁኔታ የማውቀው ምንም ነገር የለም።አራት ዓመት ገደማ የሆነን ይመስለኛል። እሱም ቢሆን እኔ ሰፈርም ስልክም ስለቀየርኩ ማግኘት የሚችልበት መንገድ የለም። በተጨማሪም ደብዳቤ እንኳን ቢልክልኝ እኔ ዘንድ የሚደርስ አይመስለኝም።

ብሩክ ከወያኔ ደህንነቶች ከተሰወረ በኋላ የሄደበትን ንገሪን ብለው ሲመረምሩኝ እንደ አንድ ዜጋ ሳይሆን ከኢትዮጵያ ውጭ እንደመጣ ሰላይ ነበር። ብዙ አንገላተውኛል። እናቴ በጣም ጎበዝ ስለሆነች ከብዙ ስቃይ አድናኛለች። ብዙ ጊዜ እንደዚህ አይነት ጠንከር ያለ ችግር ሲፈጠር ወገቧን ጠበቅ አድርጋ መፍትሄ ፍለጋ ትሯሯጣለች እንጂ ቁጭ ብላ እዬዬ አትልም። ‘ከመሆኑ በፊት መጠንቀቅ ነው እንጂ ከሆነ በኋላ መርበትበት የባሰ ችግር ውስጥ ለመግባት ነው ትላለች።’ አንዳንድ ወሳኝ የሆኑ ጉዳዮች ሲገጥሙኝ ማድረግ ስላለብኝ ነገር ለኔም ከፍተኛ ትምርት ሰጥታኛለች። እናቴ ኤርትራ ከቤተሰቦቿ ጋር በነበርች ጊዜ ብዙ ፈታኝ የሆኑ ነገሮችን አልፋለች። እሱም ጥንካሬ ሳይሰጣት አይቀርም።

ከዚህ በፊት የነገርኩሽ ይመስለኛል አባቴ እዚሁ አዲስ አበባ ተወልዶ ነው ያደገው። የውትድርና አገልግሎቱን ይሰጥ የነበረው በህክምና ሙያው ነው። በዚሁ የውትድርና አገልግሎቱ ዘመን ለረጅም ጊዜ ኤርትራ ተቀምጧል። በዚህ ወቅት ገና በወጣትነቱ ከናቴ ጋር ባአጋጣሚ ተዋውቀው ተጋቡ። እንዴት እንደተዋወቁ አጋጣሚውን ንገሪኝ እንዳትይኝ። እሱ ለሌላ ጊዜ ይቆየን” አለች እየሳቀች።

“የምረሳ እንዳይመስልሽ ሌላ ጊዜ እጠይቅሻለሁ። እንደዚህ አይነት ወሬ በጣም ደስ ይለኛል። ብቻ ስለ አባትሽ አንቺም ከዚህ በፊት ጠቀስ አድርገሽልኛል፤ ከማዘርም ሰምቻለሁ። ብዙ ጊዜ ስለሳቸው ታነሳልኝ። በጣም ጥሩ ሰው እንደነበሩ፣ ከኔ አባት ጋርም በጣም ይግባቡ እንደነበር፣

እንኖርበት የነበረው ሰፈር ሁለቱ ያልተሳትፉበት የማህበራዊ ስራ እንዳልነበር ለምትግባባው ሰው ሁሉ ነው የምታወራው" አለች ኤደን

"አቃለሁ እትዬ ጸዳለ ባገኙኝ ቁጥር ስለአባቴ ጥሩ ሰውነት ሳያወሩልኝ ሄደው አያውቁም። መልክሽ አባትሽን ሻለቃ አበራን ቁጫ እኮ ነው ይሉኛል። አባቴን በጣም እውደው ስለነበር ስለሱ ሲያነሱ ደስ ይለኛል። እንደዚህ ባሉኝ ቀን ቀኑን ሙሉ ስለሱ ሳስብ እውላለሁ። አንድ ላይ የተነሳናቸውን ፎቶዎች አውጥቼ ከማዬ ተደብቄ ደጋግሜ አየዋለሁ። አይ የኔ ነገር ሌላ ነገር ውስጥ ገባሁ አይደል? ብቻ በናቴ ጥረት እንዴት ከከፋ ስቃይ እንዳመለጥኩ ልንገርሽ ብዬ ነው ይህን ሁሉ የምቀባጥረው።"

"በዕናቴ በኩል የናቴ አባት የትግራይ ሰው ሲሆኑ በአባቷ በኩል ትውልዳቸው መሃል ኢትይጵያ ብላኛለች። ብቻ እሱ ታሪኩ ብዙ ስለሆነ እንተወው። ከዚህና ከዚያ ዘር ማለት አልችልም ብቻ ተጋብተው አስመራ ሲኖሩ እናቴ ተወለደች። አንድ ታናሽ ወንድምና አንድ ታላቅ እህት አላት። ወደ ዘር ቆጠራ ገባሁ አይደል? ምን ይደርግ። እናቴ አንድ የምትለው ነገር አለ። 'ከምን የዋለች . . . ምን ትማራለች. . . ነገር ነው የሚባለ አይደል?" ብላ ሳቀች።

ኤደንም እየሳቀች "በቃ ተረቱን *ጉግል* እናደርገዋለን ተይው" አለች።

ሜላት እየሳቀች "ጥ…ሩ ከአባቴ ጋር ከተጋቡ በኋላ፥ ብዙም ሳይቆዩ አባቴ ወደ አዲስ አበባ የመቀየር እድል ስላገኝ አንድ ላይ እዚህ መጥተው መኖር ጀመሩ። እናቴ በልጅነቷ ስላገባች እዚሁ አዲስ አበባ መጥታ ነው ያደገችው ማለት ይቻላል። ከዘመዶቿ ጋር ጥሩ ግንኙነት ስለነበራት ይህንን የእኔን ጉዳይ ዘመዶቿ ሲሰሙ፥ እሷን ለመርዳት መሯሯጥ ጀመሩ። በናቷ በኩል የህወሃት ታጋይ የነበሩ ሌላ ደግሞ በአባቷ በኩል ከኢህአድግ ጋር ንክኪ ያላቸው ሰዎች ተፈልገው ስለተግኙ በእነሱ እርዳታ ወይም አማላጅነት በአጭር ጊዜ ተፈታሁ ማለት ነው። ከዘመኑ ባለስልጣናት ዘመድ ባይኖረኝ አስቢው የሚደርስብኝን። ሀይሌም ቢሆን ወድጄአለሁ እያለ አይደል? ነገሩ እንዲጠነክርብኝ የፈለገ አይመስለኝም። ችግሩ ከእስር ቤት ከተፈታሁ በኋል እሱ እንዳስፈታኝ አድርጎ ማውራት ጀመረ። እንደ ውለታ ተመዝግቦለት ሂሳቡን ለማወራረድ ማለት ነው። 'እኔ እኮ በነግሩ ባልገባበት ያንቺ ወንጀል ከባድ ነበር' ይለኛል በአገኘው አጋጣሚ ሁሉ። ታየኝ እኮ . . . እሱ ለኔ አዝኖ ማለት ነው" አለች በማፌዝ መልክ።

ኤደን እየሳቀች" ይቅርታ ሜላት። ምንም እንኳን የምትነግሪኝ ነገር በጣም ቢያሳዝንም አገላለጽሽ ያስቃል። ካውሬ ጋር ጧት ማታ እየተሯሯጡ ስራን ሰርቶ መኖር በጣም ይከብዳል" አለች ትክዝ ብላ።

"ምን ይደረግ ኤደንዬ፤ አንዳንድ ጊዜ ነገሮች ጠጠር ብለው መፍትሄ ሲጠፋ በችግሩ ማፌዝ ምናልባት ሌላውን መንገድ ይጠቁም ይሆናል። ወደ ዋናው ነገር ልመለስና፥ ከተፈታሁም በኋላ በሃይሌና ጓደኞቹ ስለተከበብኩ ስለ ብሩክ መከታተልና ማውቅ አልቻልኩም። ብሩክ ቀጥታ መለዕክት ለኔ ቢልክ፥ በኔም ሆነ በሱ ላይ ችግር ሊያመጣ እንደሚችል አስቀድሞ ያውቃል። ስለዚህ ከአንድ ስራ ባልደርባው ማህሌት የምትባል ጋር ከመሰደዱ በፊት አስተዋውቆኝ ስለነበር ያለኝ አማርጭ በትርሲት ጓደኛዬ በኩል መልዕክቱን ማግኘት ነው። የሚገርምሽ ከተለየሁት ከሶስት ወር በኋላ ጓደኛዬ ከብሩክ የተላከውን ደብዳቤ ስትሰጥኝ፥ ደብዳቤ ሳይሆን እሱን እራሱን ያገኘሁ ስለመሰለኝ ሳምኩት። ወዲያው እኔ መኝታ ቤት ከጓደኛዬ ጋር ገብተን ደብዳቤውን ማንበብ ጀመርኩ። ለምን እንደሆነ አላውቅም እንባዬ ዝም ብሎ ይወርድ ነበር።" ብላ ጸጥ አለች የነበራት ስሜት ትዝ ብሏት።

"እንዲያውም ደብዳቤውን ላንብልሽ። አልሰለቸሽም አይደል? ደብዳቤውን ብዙ ጊዜ አነበዋልሁ። ሳነበው በመንፈስ ከብሩኬ ጋር የተገናኘሁ አይነት ስሜት ይሰማኛል። ነካ እያደረገሽ ነው እንዳትይኝ ብቻ"

"ሜላት እኔ በጣም ነው የተሰማኝ። ብታነቢልኝ ደስ ይለኛል ግን ሚስጥር ነገር ካለው እየዘለልሽ አንብቢልኝ።"

"ሚስጥር? ማንን አምኖ ይልካል? ጀስት ያለውን ሁኔታ ሊያሳውቀኝ ነው።

"ጥሩ" አለች ኤደን በጉጉት።

ሜላት በረጅሙ ተነፈሰች። እረጂም ጽሁፍ እንደሚያነብ ሰው ድምጿን ግልጽ ለማድረግና ጉሮሮዋ ያለመዘጋቱን ለማረጋገጥ ኡህ. . . አህ ብላ ጉሮሮውን እንደመጠራረግ ነገር ሞከረች።

ጥር 15 2001 ዓም

ሜላት ይህችን ደብዳቤ ስታንቢያት ለማመንም ለመቀበልም ያስቸግርሽ ይሆናል። ልክ እኔም ለመጻፍ ስጀምር እንደተሰማኝ። ጧት ተለያይተን ማታ እስከምንገናኝ ድረስ እንድዚያ እንዳልቸኮልን አሁን ይኸው እንደዚህ ባልጠበቅነው ፍጥነት ሁኔታዎች ተቀያይረው ግንኙነታችን በደብዳቤ ብቻ ለዚያውም ከወራቶች በኋላ መሆኑ ይገርመኛል። ለማመን ያስቸግራኝ። ሜላት ይህ ሁኔታ ባልጠበቅሽው መንገድ ከመቅጽበት በመፈጸሙ ያደረሰብሽን ተጽዕኖ ሳስብ በጣም ያሳዝነኛል።

በዚያች ውድቅት ለሊት ካንቺ ከተለየሁ በኋላ ለመመለስና የመጣውን ሁሉ ለመቀበል አስቤ ነበር ግን ያ ደግሞ ችግራችንን በተለይም ባንቺ ላይ ሰቆቃውን ማብዛት እንጂ መፍትሄ አይሆንም ብዬ ስላሰብኩ ሀሳቤን እንደገና ቀይሬ መንገዴን ቀጠልኩ። በዚያች ዕለት ያወራናቸው ከአይምሮዬ አይጠፋም። በተለይ አንቺ እኔን ለማጽናናት የነገርሽኝ ከይትም ላገኘው የማልችለው ስንቅ ሆኖ ጽናት ሰቶኛል። ከዚያ በኋል በመንገድ ላይ ስለነበረው ውጣ ውረድ ዝርዝሩ ውስጥ አልገባም፤ ግን ሞያሌ ደርሰን የኢትዮጵያን ድንበር እስከምንሻገር የነበረው ነገር አድካሚና በጣም አስፈሪ ነበር። የኢቶዮጵያን ድንበር ሳልፍ ምንም እንኳን ከሚከተሉኝ የወገን ጠላቶች የማምለጤ ተስፋ እየጨመረ ቢመጣም፣ አገሬን ጥዬ መሄዴና የመሰደዴ ጉዳይ እውን መሆኑን ስገነዘብ እኔነቴን ያጣሁ መሰለኝ። ባዶነት ተሰማኝ። በሃገር ውስጥ አንቺ አለሽ፣ ቤተሰብ፣ ዘመድ አዝማድ፣ ጓደኛ፣ የሃገሬ ሰው፣ ወጉ ባህሉ፣ ወንዙ ሸንተረሩና አየሩ ስንቱን ልጥቀስልሽ። በቃ ስደት ይህ ነው? ብዬ እራሴን ጠየኩ። ግማሽ አካሌን ጥዬ እንደምሄድ አይንት ስሜት፤ ለመግለጽ የሚያስቸግር የማላውቀው የህመም አይነት ተሰማኝ።

በማላውቀው መንገድ ብቻ ሳይሆን ወደ ማላውቀው አቅጣጫ ተጉዤ አሁን ያለሁበት ቦታ ከሃያ አምስት ቀናት አስቸጋሪ ጉዞ በኋላ ደርሻለሁ። እዚህ አሁን ያለሁበት ከስደተኛ መጠለያ ከደረስኩ በኋላ ጥሩ ነው ባይባልም ደህና ሁኔታ ገጥሞኛል። በተለያዩ ሀገሮች የሚኖሩና እኔን እዚህ ያለሁበት ቦታ እንድደርስ ያመቻቹልኝ፣ የረዱኝ ጓደኞቼን በስልክ፣ በቴክስትና በሰው በኩልም መልዕክት እየተለዋወጥን ነው። በቅርብ ጊዜ ወደሌላ ሀገር የምሄድ ይመስለኛል። አሁን በጣም እያሳሰብኝ የመጣው

ነገር ያንቺ ጉዳይ ነው። እንዴት ሆና ይሆን? በኔ ምክንያት ቢያንገሏታትስ፣ ምን ደረሰባት? ጥያት ስሄድ ምን ተሰማት? የሚለው የዕለት ከለት ጭንቀቴ ላንቺ ያለኝን ናፍቆት ቅንጦት አድርጎብኛል።

አይዞሽ ሜላት እኔና አንቺ እንድንገናኝ የምችለውን ሁሉ አደርጋለሁ። አንቺም ጠንከር በይ። እግዚአብሄር ይርዳን። እራስሽን ጠብቂ

እወድሻለሁ ብሩክ ።

ደብዳቤውን ስታነብ እያለቀሰች እንደሆነ ለኤደን ግልጽ ነበር። እሷም በጣም ተመስጣ ነበር የምትሰማው። ስሜቷ ተንክቷል፤ የሜላትን ለቅሶ በሰማች ቁጥር እሷም ታለቅሳልች። ደብዳቤውን አንብባ እንደጨረሰች ሁለቱም ጸጥ ብለው ለግማሽ ደቂቃ ያህል ቆዩ። ሁለቱም በሃይል ይተነፍሳሉ። "ይቅርታ ኤደን አንችን ጨምሬ አስጨንኩሽ አይደል?"

"እረረ . . .! እኔ ምን ሆንኩ ብለሽ ነው? ሰው እኮ ችግሩን ለሰው ሲያካፍል ጥሩ ነው። ለሚያምነው ማለቴ ነው። ከተቻለ በሃሳብ አስፈላጊም ከሆን በማቴሪያል እርዳታ ሊያገኝ ይችላል። ይህ ካልሆነ ደግሞ የታፈንን ነገር ማውጣት፣ መተንፈስ ረሊፍ ይሰጣል ማለትም ቀለል ይላል። በቃ ከዚያ በኋላ በደብዳቤ ኦር በሌላ መንገድ አልተገናኛችሁም ማለት ነው?"

"ኤደንዬ የሚገርመውና የሚያስደነግጠው ከዚያ በኋላ የሆነው ነው" አለች የንዴት አይንት ሳቅ እየሳቀች። "ከዚህ ካነበብኩልሽ ደብዳቤ በኋላ አንድ ተጨማሪ ደብዳቤ ደርሶኛል። በጣም አጭር ደብዳቤ ነው። ብዙ ነገር ማውራት እንዳልፈለገ ያስታውቃል። ደብዳቤው የሚለው በአስራ አምስት ቀን ውስጥ ወደ አውሮፓ ጀርመን እንደሚሄድ ነው። ይህም በአስቸኳይ እንዲሄድ የተደረገበት ምክንያት የኢህአዴግ ደህንነቶች እንዴት መረጃ እንደደረሳቸው አላወቀም ግን እየተከታተሉት ስለሆነ ሲሆን፥ በአስቸኳይ ከካምፕ በሚስጥር ወጥቶ ሆቴል ውስጥ ተደብቆ ጉዞውን እየተጠባበቀ መሆኑን ነገረኝ። ይህን ስሰማ በጣም አዘንኩ። ጭንቀቱ፣ እንግልቱ ታየኝ። የኔ ወሬ አያልቅም እንግዲህ ቻይው።" አለች ያሰለችቻት ስለመሰላት።

"እንዴ ሜላት ምን ማለትሽ ነው። እኔ እኮ ነኝ እንድትነግሪኝ የጠየኩሽ" አለች ኤደን።

“ምን መሰለሽ ኤደን ሌላው አስደንጋጩ ነገር ደግሞ ደብዳቤውን ባገኘሁ በሶስተኛው ቀን ሀይሌ የሚባለው ጉድ ከመስሪያቤቴ ስውጣ ጠብቆ አገኘኝ። ከብሩክ ሁለት ደብዳቤ ለኔ እንደደረሰ፣ ደብዳቤው የያዘውንም መልዕክት እንደሚያውቅ አለሃፍረት በድፍረት ተናገረ። ከዚያም ይህን ግንኙነት ካላቆምኩ ደግሞ በራሴ ላይ ችግር እየፈጠርኩ እንደሆነ ምክር አይሉት ማስተንቀቅያ ወይም ማስፈራሪያ በክቡርነታቸው በኩል ሰማሁ። ይህን ሲለኝ ድርጊቱ ከእኔ አቅም ውጪም ቢሆንም የብሩኬን አደራ የበላሁ፥ በኔ ምክንያት አደጋ ላይ የወደቀ መስሎ ስለታየኝ ያለሁበትን አላውቀውም ነበር። መጀመርያ ደብዳቤው የምትቀበለውን ማህሌትን የብሩክን የስራ ባልደረባ ጠርጥሬ ነበር በኋላ ግን በትርሲት ላይ ጥርጣሬዬ እየተጠናከረ መጣ።”

ኤደን ይህን ከሰማች በኋላ “እንዴት አንድ የህዝብንና የሃገርን ደህንነት እጠብቃለሁ የሚል የግል ፍላጎቱን ለማሳካት በግለሰቦች ላይ እንዲህ አይነት ድርጊት ይፈጽማል? በአገራችን በሰላም እንዳንኖር የግል ደብዳቤያችንን፣ ስልካችንን ይሰልላሉ? ምን ቀራቸው? እነዚህ ሰዎች እኮ ስለምንበላውም ምግብም ያውቃሉ . . .። ሌላም ነገር . . . ። በዚህ አይነት ከነሱ የተደበቀ ነገር አለ ለማለት እቸገራለሁ።በቃ የመኖር መብታችን ነፍገውናል ማለት ነው። አለች በቁጭት።

“አይዞሽ ሜላትዬ ለሁሉም ጊዜ አለው። እሺ የሃገሪቷን ንብረት ጋጥ አድርገው በሉ፣ አገሪቷን በዘር ሸነሸኗት። አሁን እኮ እኛ እራሳችን ነው የቀረናቸው። ለነገሩ እኛስ ቢሆን ሰብአዊ መብታችን ከተገፈፈ ምን መኖር ይባላል? የመኖር መብታችንም ከነሱ ጋር የተቆራኘ ሆኗል። በጣም የሚገርም ነው አለች” ስልኩን ጆሮዋ ላይ አድርጋ ወዲያ ወዲህ እየተንጎራደደች፥ በቁጭት መልክ። ይህን ድርጊት ሰምታ ዝም ለማለት እንደማትችልና ሜላትን ለመርዳት የምትችለውን ሁሉ ለማድረግ ቃል የገባች ይመስላል።

“ሜላት እንዴት ነው ዛሬ ወደ ቤት አትሄጅም እንዴ? አለቻት ቢሮ የምትጋራት የስራ ባልደረባዋ ለመውጣት እቃዋን እያነሳሳች። ከሷ የሰማችው ነገር ባይኖርም የሰሞኑ የሜላት ሁኔታ አንድ ችግር እንዳለባት ያስታውቃል። አርፍዳ ትገባለች፣ በተደጋጋም አመመኝ ብላ ከስራ አቋርጣ ትወጣለች፣ እንደወትሮዋ አትጫወትም።

"ውይ የሚገርም ነው። ስዐት መድረሱ አልታወቀኝም ነበር። እግዜር ይስጥሽ ልጄ" ብላ ወረቀቶችን መኮሰታተር ጀመረች።

"በይ ቻው ሜላት እኔ ልሂድ" ብላ ወደ በሩ አመራች።

"ቻው እኔም መጣሁ" አለች ቀና ብላ እያየቻት።

ማስተካከሉን አቁማ ወንበሯ ላይ ደገፍ ብላ ቁጭ አለች። "የዚያን ቀን በስልክ ያን ሁሉ ሚስጥር እኮ ማውራት አልነበረብኝም" አለች ለኤደን ጥርስ ውስጥ መግባት ምናልባትም ምክንያት ሊሆን ይችላል ብላ ስለምታስብ። የነሱን ስራ እያወቀች የዝያን እለት ይህንን ሚስጥር ለኤደን በስልክ መንገሯ በጣም እየጸጸታት መጥቷል። ስልኳን ጠልፈውት ይሆናል የሚል ጥርጣሬ ስላላት። በረጅሙ ተንፍሳ "ኤደንዬ ምን ሆነሽ ይሆን? እግዚአብሄር ከክፉ ነገር እንዲሰውርሽ የሁልግዜ ጸሎቴ ነው። ገና ብዙ ላጫውትሽ ያሰብኩት በውስጤ አምቄ የያዝኩት ነገር ነበረ። አውርቼ ሳልጨርስ ሌላ ህመም ተጨመረብኝ" አለች በተለይ በትርሲት በቀድሞ ጓደኛዋ በኩል የደረሰባትን ነገር ልትነግራት ጀምራላት እንደነበር ትዝ ብሏት። ትርሲት ለሃይሌና ጓደኞቹ ልታጋልጣት ስትጥር በተቃራኒው ኤደን ደግሞ ከንሱ ከበባ ለማውጣት ነበር ጥረቷ።"የቤተሰቦችሽ አምላክ ለቤትሽ ያብቃሽ" ብላ ወንበሩን እንደተደገፈች ፊቷን በጇ መዳፍ ሸፍና አለቀሰች።

አሥራ ሶስት

ከብሩክ ጋር ከተለያዩ ሁለት ዓመት ገደማ ሆኗል። በዚህ ጊዜ ውስጥ ብዙ ነገሮች አይታለች። ባሳለፈቻቸው የብቸኝነት ወቅት አለኝ የምትላት ትርሲትን ብቻ ነው። መስሪያ ቤትም ሆነ ሰፈር አካባቢ ሜላት ብዙ ሰዎች ብታውቅም እንደ ትርሲት ግን የምትቀርበው ሰው የለም። ምንም አይነት ሚስጥር አይደባበቁም ማለት ይቻላል። አንድ ሰፈር ባይሆኑም አንድ አካባቢ ስለሚኖሩ ቤታቸው ብዙም አይራራቅም።

ሃይሌን በተመለከተ በተፈጠርው ነገር ምክንያት ሜላት ለትርሲት ያላት እምነት እየተሸረሸረ መጥቷል። ጥሩ ሰው እንዳልሆነና በተለይም በሷና በፍቅርኛዋ በአጠቃላይ በህብረተሰቡ ላይ ከጓደኞቹ ጋር የሚፈጽሙትን ግፍ እያወቀች በተደጋጋሚ እሷን ከሃይሌ ጋር ለማቀራረብ የምታደርገው ጥረት አበሳጭቷታል። አብረው በነበሩበት ወቅት ብሩክ ብዙ ጊዜ የሚነግራት ነገር ከእንደነዚህ አይነት ሰዎች እንድትርቅ ነው። "የወቅቱ ባለስልጣናት ገንዘብ ስላላቸው ሰዉን በገንዘብ እየደለሉ እርስ በርሱ ያባሉታል" ይላት ነበር። ይህን በተመለከተ መጠንቀቅ እንዳለባት በተደጋጋሚ አሳስቧታል። ትርሲትን ልትርቃት ብትሞክርም፥ ጓደኝነታቸው ስር የሰደደ ስለነበረ እንዲህ በቀላሉ ባጭር ጊዜ መላቀቁ ከብዷታል።

ምንም እንኳን ስለሱ እንዳታነሳባት ብትነግራትም፥ ምክንያት ፈልጋ ሀይሌ እንደሚወዳትና ብዙ ነገር ሊያደርግላት እንደሚፈልግ ከመንገር ወደኋላ አላለችም። እንዲያውም አንድ ቀን ትርሲት ለሜላት ደውላ

ሲጨዋወቱ፥ ለማስፈራራት ይሁን ወይም የሷን ቀልብ ለመሳብ ለሜላት ግልጽ ባልሆነላት መንገድ፥ ሃይሌ የተናገረው ነው ብላ ማስፈራሪያ የሚመስል ነገር ነገረቻት። "አንድ ቀን ምን እንዳለ ልንገርሽ፡- 'ስለምወዳት ነው እንጂ እኔ እኮ በግፊት ወይም በግድ የፈለኩትን ለማድረግ የሚያግደኝ ነገር የለም' ሲለኝ ሜላትዬንማ እንዲህ አታደርጋትም አልኩት" እያለች በቀልድ መልክ ስትነግራት ነገሩ ስላናደዳትና የምትለው ነገር ስለጠፋት መልሼ እደውላለሁ ብላ ስልኩን እጀሮዋ ላይ ዘግታባታለች። በዚሁ መንገድ አንድ አንድ ጊዜ በመኳረፍ ሌላ ጊዜ ደግሞ በሰላም ተገናኝተው እንደወትሯቸው ጊዜያቸውን ለማሳለፍ ቢሞክሩም፥ የሃይሌ ጣልቃ ገብነት አልቀረም። የእነሱም ጓደኝነት ቀጣይነቱ አጠራጣሪ እየሆነ መጣ። ትርሲትም ብትሆን የሱን ፍላጎት ማሟላት ግዴታዋ እስከሚመስል ድርስ ሜላትን ለማግባባት የምታደርገውን ጫና ቀጥላበታለች።

በሃይሌና በትርሲት ግፊት ማለት ይቻላል፥ ሜላት ነገሩን ላለማካረር ግብዣቸውን ተቀብላ ለተውሰኑ ቀናት ከስራ በኋላ አብራቸው ጊዜዋን ለማሳለፍ ሞክራለች። ሜላት እንዴት እንደዚህ አይነት መቀራረብ እንደጀመረች ለራሷ ግራ ይገባታል። ወጥመድ ውስጥ እንደገባች ሆኖ እየተሰማት መጥቷል። ውድ የሆነ ቦታ እየወሰደ ይጋብዛቸዋል። የትርሲት ግፊትና ተጽእኖም እየጨመረ መጣ። ሜላት በተጋበዘች ቁጥር ከብሩክ ጠላቶችና ከዚያ የዩንቨርሲቲ ጓደኛዋ ገዳይ ጋር እየተዝናናች፥ ለነሱ ክብር ያለመስጠት ብቻ ሳይሆን ክህደትም መስሎ ይታያታል። ሌላው የታዘበችው ነገር በተጋበዙ ቁጥር ሀይሌ ለግብዣው የሚከፍለው የገንዘብ መጠን ነው። ሰዉ ከወር ወር በደመውዙ አብቃቅቶ እንኳን መድረስ እያቃተው፥ እሱ ግን አንድ ተራ የደህንነት ሰራተኛ እንዴት ይህን ያህል መጠን ያለው ገንዘብ መበተን መቻሉ ለማመን ያስቸግራታል። "ይህ ማለት የገቢ መጠኑ የሚለካው በህብረተሰቡ ላይ በሚፈጽመው በደል ወይም ግፍ መሆን አለበት" ትላለች ምንጩ ግራ ስለሚገባት።

ሜላት ከብሩክ ከተለየች በኋላ የምታሳየው ባህሪ እንደወትሮዋ አይደለም። በተጨማሪም የሃይሌ አላስውጣ አላስገባ ማለት በጣም እያበሳጫት ስለማጣ ከናቷ ጋር የነበራት ጨዋታና መወያየት ቀንሷል። ዝምተኛ ሆናለች። እቤት ውስጥ አብዛኛው ጊዜዋን የምታሳልፈው መኝታ ቤቷ ነው። ብዙ ጊዜ ታነባለች ወይም ኢንተርኔት ላይ ነች። ካለበለዚያ

ትተኛለች። ወ/ሮ አጸደ ይህ የሜላት ባህሪ መቀየር አሳስቧቸዋል፥ ምንም እንኳን ስለብሩክ ጉዳይ ቢያውቁም። ደጋግመው "ምነው ልጄ እንደወትሮሽ አይደልሽም፣ ምን ሆነሽ ነው?" እያሉ የሚጠይቋት ነገር ብዙም ሜላትን እንዳላስደሰታት ስለተገነዘቡ እንዲህ አይነት ጥያቄ መጠየቅ ትተዋል። ሜላት ላይ በተከታታይ ይደርስባት በነበርው የተለያየ ጫና ምክንያት በዕለት ከዕለት እንቅስቃሴዋ ላይ ከፍተኛ ስጋት ተፈጥሮባታል። ይህም በራሷ ላይ የማይናቅ የባህሪ ለውጥ እንዳሳደረባት ታውቃለች። ችግሩን ለመወጣት የምትችለውን ሁሉ እያደረገች ነው ግን እንደዚህ በቀላሉ የምትገላገለው ሆኖ አላገኘችውም።

የሰሞኑ ከትርሲትና ከሃይሌ ጋር ወጣ ወጣ ማለቱ እየተደጋገመ መምጣት ስላሰጋት ለሳምንት ከስራዋ ፈቃድ ወስዳ እቤቷ ተቀመጠች። ትርሲት በየቀኑ ደውላ እንገናኝ ብትላትም የተለያየ ምክንያት እየፈጠረች የትም ሳትሄድ ሳምንቱን ጨረሰች። ሃይሌ በየቀኑ ሜላትን ማየት ይፈልጋል። እሱም ብዙ ጊዜ ይደውላል። በተቻላት መጠን ነገሮችን በሰላም ለማሳለፍ ስለምትፈልግ አንዳንድ ጊዜ ስልኩን ትመልሳለች። እሱ ግን ሜላት ጫና ሲበዛባት የምታሳየውን መከፋትም ሆነ ንዴት ከቁም ነገር አያስገባውም። ከሚወድላት አንደኛው ነገር ይህንኑ ባህሪዋን እንደሆነ እስከሚመስል ድረስ። ልታርቀው በሞከረች ቁጥር የባሰ ፍላጎቱ እየጨመረ ይመጣል።

ሃይሌ ባለ ትዳር ሲሆን ሁለት ልጆች አሉት። አንድ ከጋብቻ ውጭ አንድ ደግሞ አሁን እቤት ካለችው ሚስቱ። ባለትዳር ቢሆንም ከባለቤቱ ውጭ ለሚያደርገው ነገር ሰግቶም ወይም ተሳቆ አያውቅም። የፈለገውን እንዲያደርግ የተፈቀደለት ይመስላል። ሀይሌ ለሜላት እንዴት እንደዚህ እንደተንበረከከ ግራ ይገባዋል። ይህ ለሱ ያልተለመደ ነው። ሜላትን ካሁን አሁን አገኛታለሁ የሚል ጉጉት ስላለው ማስቀየምም ሆነ መጉዳት አይፈልግም። የሜላትን መልኳንና አቋሟን ብቻ ሳይሆን የሚወደው አቀራረቧንም ነው። ይህም እንዳይጨክንባት እጁን ይዞታል። በጣም ግፊት ካላበዛባት በስተቀር እሱን ላለማስቀየም የምታደርጋቸው ብስለት የተሞላበት ጥረቶች፣ አክብሮት፣ በየጊዜው የሚያሳየውን ባህሪዎች በመረዳት እንደአመጣጣቸው ማስታመም በመቻሏ ሃይሌ ያለ ባህሪው በትዕግስት መጠበቁን መርጧል።

ሜላት የገባችበት ችግር በቀላሉ ልትፈታው የማትችለው የማትጋፋው ባላጋራ መሆኑን ታውቃለች። በተቻላት መጠን በሰላም ለመፍታት እይሞከረች ነው። ሆኖም እንቢታን እንደማይቀበልና በመጨረሻም ወደ ማስገደድ ሊገባ እንደሚችል ከባህሪው ስለተረዳች ከፍተኛ ስጋት ላይ ነች።

ዕለቱ አርብ ነው።ሜላት እረፍቷን ጨርሳ ስራ ከጀመረች ሶስት ቀን ሆኗታል። በጣም ይሞቃል። አናት የሚበሳ ጸሃይ ስለሆነ እረጅም መንገድ በግር ለመሄድ ይከብዳል። በአስፋልቱ ላይ የሚያርፈው የጸሃይ ጨረር አስፋልቱ ላይ ሲያንጸባርቅ ይታያል። ትርሲት ወደ አራት ስዐት አካባቢ ለሜላት ደውላ “ዛሬ ላግኝሽ፥ ምንም ጉዳይ የለኝም ከተገናኘንም ቆየን” አለቻት። በተጨማሪም በጣም ደብሮኛል የምነግርሽም ነገር አለ ብላት ስለነበር ሜላት ከስራ ቀደም ብላ ለመውጣት እቃዎቿን መኮሰታተር ጀመረች። እቤቷ መሄድ ነበር የፈለገችው ግን ትርሲት እንደምንም ብላ ሃሳቧን አስቀይራታለች። ብዙ ጊዜ ትርሲት በተለይ አርብ በመጣ ቁጥር የምትሄድበት ስለማታጣ እቤት መገኘቷ ገርሟታል።

አንድ ሰፈር ከተዋወቀችው ሰው ጋር ወደ ሶስት ዓመት ገደማ በጓደኝነት ቆይታለች። አንድ ሴት ልጅም ከሱ አላት። አሁን ከተለያዩ ከዓመት በላይ ሆኗቸዋል። በዚህ አጭር ጊዜ ውስጥ አሁን ሁለተኛ ጓደኛ ይዛለች። ይህን መቀያየሯን ሜላት ስለአልወደደችላት በአንድ ሰው እንድትረጋ ለመምከር ብትሞክርም የትርሲት መልስ ግን “የሚታመን ሰው፣ ቁምነገረኛ ሰው ስለማይገኝ ከመሰልሽ ጋር መዝናናት አለብሽ” ትላለች። ሜላት “አንድ ሰው ወይም ሁለት ሰው መጥፎ ሊገጥምሽ ቢችልም ሁሉም ሰው መጥፎ ሊሆን አይችልም፥ በመቀያየር እራስሽን ከመጉዳት በስተቀር የምታገኚው ነገር የለም” እያለች ብዙ ጊዜ ለመምከር ሞክራለች።

ሜላት ወደ ቀጠርዋ ለመሄድ መታጠቢያ ቤት ሄዳ ጸጉሯን አበጣጥራ ልትወጣ ስትል “እንዴ ዛሬ ወዴት ነው? በጣም አምሮብሻል” አሏት እይተቀባበሉ፥ አንድ ቢሮ ውስጥ ሆነው የሚሰሩት አንድ ወንድና አንድ ሴት ባልደረቦቿ።

ሜላት ሳቅ ብላ “ካንዷት ጓደኛዬ ጋር ቀጠሮ አለኝ” አለች የቢሮውን በር ለመክፈት እየሞከረች ቆም ብላ ወደ እንሱ እየተመለከተች።

ሁለቱም እየተሳሳቁ “አንድ ጓደኛዬ ቀጥሮኛል ማለትሽ ነው? መቼም ስዐት ሳይደርስ የሚያጣድፍ . . .” ብሎ ንግግሩን ሳይጨርስ ።

“ያለውን የትራንስፖርት ችግር ታውቁት የለ? በቃ እንዲያውም ከሷ ጋር ሆኜ እደውልላችኋለሁ። ወይም ቴክስት። ደህና እደሩ!” ብላ ከቢሮ ለመውጣት በሩን ከፈት አድርጋ ቆም አለች መልሳቸውን ለመስማት።

“ቴክስት ከነፎቶው ይላክልን” አሉ እየሳቁ።

ካሳንችስ አካባቢ ከሚገኘው መስሪያ ቤቷ ወደ ታክሲ ማቆሚያው አመራች። ወዲያው እስቴዲዮም ድረስ ታክሲ አገኘች። የስራ መውጫ ሰዐት እየተቃረበ ስለሆነ የሰዉና የመኪናው ግርግር እየጨመረ መጥቷል። ሜላት ከመስሪያ ቤት ቀደም ብላ የወጣጨበት ምክንያት የትራንስፖርት እጥረትን አሳባ ቢሆንም ዋናው በውስጧ ያለው ምክንያት ግን ከሀይሌ ለማምለጥ ነው። እስቴድዮም አካባቢ ወደ ቦሌ ታክሲ መያዣው ስትደርስ እንደፈራችው አይደለም። የታክሲ እጥረት ያለ አይመስልም። ብዙም ሳትቆይ ታክሲ አገኘች።

ሜላት መውረጃዋ እስከምትደርስ የምታሰላስለው ስለ ጓደኛዋ ትርሲት መቀያየር ሲሆን፥ ከቅርብ ጊዜ ወዲህ ደግሞ ከሀይሌና ጓደኞቹ ጋር ያላት መቀራረብ እየጨመረ መምጣት ነው። አንድ ትክክለኛ ስሙ ይሁን አይሁን የማይታውቅ አንዳንድ ጊዜ ናደው ብለው ይጠሩታል ሌላ ግዜ ናዳቸው የሚሉት የሃይሌ ጓደኛ ከትርሲት ጋር ያዝ ለቀቅ አይነት ግንኙነት እንደነበራቸው ታውቃለች። አሁን ደግሞ አልነገረቻትም እንጂ ከሌላው ጓደኛው ጋር ሳትሆን አትቀርም የሚል ጥርጣሬ አላት። ባልተለመደ ሁኔታ ስለናደው ማውራት ካቆመች ሰንበት ብላለች። ሌላው የሚገርማት ነገር ትርሲት ከንግድ ባንክ በልጇ አሳባ ከለቀቀች ማለትም ስራ ካቆመች ብትቆይም አሁን ያላት የኑሮ ሁኔታ ከበፊቱ የተሻለ ነው። እነ ሃይሌና ናደውን የመሳሰሉ ወዳጆች ስለአሉዋት የገንዘብ ምንጯ ከየት እንደሆነ መገመት ቢቻልም፥ እንዴት በዚህ መጠን? የሚለው ለሜላት እንቆቅልሽ ሆኖባታል።

ሜላትንም ቢሆን በትርሲት በኩል በገንዘብ ለማጥመድ ያላደረጉት ሙከራ የለም። የሜላት ፍርሃት የትርሲት ከነሃይሌ ጋር ውሎዋ ከፍቅር ግንኙነት ያለፈ ሊሆን እንደሚችልና ከዚህ በፊትም ከብሩክ ጋር የነበርኝን የደብዳቤ ልውውጥ ሊደርሱበት የቻሉት ምናልባትም በሷ በኩል ሊሆን ይችላል የሚል ጥርጣሬ ስላላት ነው። ይህ ከሆነ ደግሞ ለሌላም ነገር አጋልጣ ትሰጠኛለች የሚል ስጋት አላት። ስዐት ስታይ ቀጠሮዋ አካባቤ የደረሰችው

ቀደም ብላ ስለሆነ ከመድርሷ በፊት ወርዳ በእግሯ ወደዚያው አመራች። ሙቀቱ ጠንከር ያለ ስለሆነ ቀደም ብላ መውረድ እንዳልነበረባት ገባት። ግርግሩም ጨምሯል። ወዲያው ከቦርሳዋ ውስጥ ዣንጥላዋን አውጥታ ዘርግታ ያዘችው። ሳሳ ያለ ግሬይ ሱሪ፣ ሁለት አይነት ቀለም ስትሪፕ ያለው ጉርድ ሸሚዝ፣ ቡኒ አጠር ያለ ተረከዝ ያለው ጫማና ቡኒ ቦርሳ ይዛ ጸጉሯን ወደ ኋላ ለቃዋለች። ጸሃዩ አይኗን እያጥበረበረ ስላስቸገራት የጸሃይ መነጽሯን አደረገች። ካለባበሷ ጋር የሚገርም ቁንጅናና አቋም አላት። ባጠገቡ ስታልፍ ያያት ወንድ አቋሟንና መልኳን አድንቆ ደግሞ ሳያያት አያልፍም። ካለፈ በኋላ እንኳን ገልመጥ አርጎ አይቶ፥ ጓደኞቹ ከሆኑም ተጠቋቁመው እያደነቁ ያልፋሉ። ታድያ ሜላት ምንም እንኳን አካባቢዋን እየቃኘች መሄድ ብትወድም፥ በመንገድ ላይ ያለው ለከፋ አማሯታል። አንዳንድ ጊዜ ሲበዛባት "አሁንስ መኪና በኖረኝ ትላለች።"

ከተቀጣጠሩበት ኢለፋንት ዎክ ካፌና ሬስቶራንት ስትገባ የቀጠሮዋ ሰዐት ገና አስራ አምስት ደቂቃ ይቀረዋል። ካፌው ውስጥ ሰወች አለፍ አለፍ ብለው ተቀምጠው ይታያሉ። ከስራ መውጫ ገና ስለሆነ ይመስላል ቤቱ እንደወትሮው ሙሉ አይደለም። አስቴር ቀደም ሲል ከዘፈነቻቸው ዘፈን ውስጥ ከነበረው "የኔ ወለላ" የሚለው ይዘፈናል። ቀልቢዋን ወሰድው። እዚህ ካፌ በተደጋጋሚ ከብሩክ ጋር ይገቡ ነበር። የአስቴርን ዘፈኖች ከብሩክ ጋር በብዛት ከምትሰማቸው ሙዚቃውች ውስጥ አንዱ ስለነበር በሃሳብ ወደኋላ ይዟት ነጎደ፤ አንድ ስንኝ በጆሮዋ ጥልቅ አለ፡-

"ጨረቃ ስትጎላ ቀኑ ሲል መሸትሸት፣
ይቀሰቅሰኛል ትዝታህ በድንገት።"

"*ኖው!*" አለች በትንሹ ድምጿን አውጥታ። አሁን ስለሱ ማሰብ አልፈልግም የምትል ይመስላል። ሁለት ወንዶች ፊት ለፊት ተቀምጠው የሚወጣ የሚገባውን ይቃኛሉ። እሷ ስትገባ ትኩር ብለው ሲመለከቷት የሚያውቋት እንዲያውም "ነይ እዚህ ነን!" የሚሉ ይመስላል። አየት አድርጋቸው አልፋቸው ሄደች። ይህ አይነት ሁኔታ ለሜላት የተለመደ ስለሆነ ግር አላሰኛትም። ወደ ሚቀጥለው ክፍል ስታመራ አስተናጋጇ ጀርባዋን ነካ እያደርገች "ሰው ይጠራሻል" አለቻት። ዞወር ስትል ወደ ጥግ ወዳለው መቀምጫ በእጇ እየጠቆመች አመለከተቻት። ሳቅ ብላ አስተናጋጇን አመስግና ወደዚያው አመራች። "እንዴት ነው ይህን ያህል አጭር ነኝ?

አልታይም? ለነገሩ እኮ ግራ ቀኙን እያማተርሽ ነው ያለፍሽው! ምን አይነት ሰው በሃሳብሽ እንዳስቀመጥሽ አላውቅም። ከጠቀመጡት ውስጥ ግን እኔ እንደሌለሁበት እርግጠኛ ነኝ" አለች ትርሲት እየሳቀች ከመቀመጫዋ ተነስታ ሰላምታ እየተለዋውጡ።

"እኔ እዚህ እንደምታድሪ መች አወኩ! ለዚያውም የያዝሺው ስትራተጂክ የሆነ ቦታ አይደለ እንዴ! አነጣጥረህ በለው ነው መሰለኝ። በታው መቸም ቀድሞ ለመጣ፣ በዘመድ ወይም ለአንዳንቺ አይነት *ሎያል ከስተመር* (ታማኝ ደንበኛ) ነው የሚሰጠው። እኔ ደግሞ ቀድሜ መድረሴ ነበር።" ሁለቱም ሰው ዞር እያለ እስከሚያያቸው ከት ብለው ሳቁ።

"ጫወታ ጨምረሻል ሜላቴ" አለች ሳቅ ብላ።

"እንዴ ትርሲት ዛሬ ሽክ ብለሽ የለ እንዴ!" ከእግር እስከራሷ በማጋነን መልክ እያየቻት።

"እሺ እዚህ ላይ ታቆሚያለሽ። እንዳትቀደሚ ነው አይደል? ያላየሁ መሰለሽ፤ እዚያ ፊለፊት የተቀመጡት ወንዶች እኮ ያደፈጠ ነብር ነበር የሚመስሉት አንቺን ሲያዩሽ። አላየሻቸውም? ደግሞ እንዲህ ተለብሶ ብቻን አይኬድም፥ ኦኬ!" አለች እራሷን እያወዛወዘች። አሁንም ሰው ዞር ብሎ እስከሚያያቸው በሳቅ ተንከተከቱ።

"ተወርውረው ጉብ ሊሉ ነበር በይኝ አዳኞቹ" አለች ሜላት ሳቅ ብላ።

ትርሲት አጠር ደልደል ያለች፣ ጠይም የደስደስ ያላት ናት። በጣም ተጫዋች ስለሆነች ጓደኞቿም ሆነ በአጋጣሚ የተዋወቀቻቸው ጨዋታዋን ይወዱላታል። ለቀቅ ያለ ባህሪ አላት።

ትርሲት ሌላ ቤት እንሂድ ብትላትም ሜላት ግን እዚሁ ቤት ተጫውተን በግዜ ወደ ቤት እሄዳለሁ ብላ ፈቃደኛ አልሆነችም። ሙቀት ስለነበር ለስላሳ ነገር አዝዘው ካንድ ቦታ ሳይንቀሳቀሱ፥ ሲሳሳቁ፣ አንዳንድ ጊዜም ሲከራከሩ ቆዩ። አልፎአልፎ ትርሲት ስለ ሃይሌ ለማንሳት ስትሞክር ሜላት እንዳልገባት በመምሰል አርስቱን ለማስቀየር ብዙ ሞክራለች። ትርሲት ግን ወደዚያው ጉዳይ ልታስገባት መሞከሯን ስላላቆመች "ትርሲት ስለዚህ ሰውዬ እያነሳሽ የምትይውን ነገር አልወደድኩትም" አለች ኮስተር ብላ። ለምን ይህን ያህል ደጅ ታስጠኚዋለሽ ስላለቻት። "ግን እኔ ጓደኛ እንዳለኝ ታውቂያለሽ አይደል?" አለች በጣም መከፋቷን ለማሳየት እየሞከረች። "ብሩኬስ?" አለች መረር ብላ። "እሱ በቃኝ ከሌላ ሴት ጋር ነኝ ካለ ወይም መሆኑን ከሰማሁ የዝያን

ጊዜ እወስናለሁ፤ አለበለዚያ ግን አሁን ሌላ ወንድ ለመውደድ ዝግጁ አይደለሁም፥ ለዚያውም ሃይሌ!" ብላ ሜላት በንዴት በረጅሙ ተንፈሰች። ክንዷን ጠረቤዛው ላይ አድርጋ በጇ መዳፍ ላይ በጉንጯ ተመርኩዛ አይኖቿን በዘዝ አድርጋ ወደ ፊት ለፊት እያየች ጸጥ ብላ ቁጭ አለች። ብዙ ጊዜ የብሩክን ስም ባነሳች ቁጥር እንባ ይተናነቃታል።

ይህን ትርሲት ስለምትውቅ "መታጠቢያ ቤት ደርሼ መጣሁ" ብላ ተነሳች። ቆም ብላ "እኔ ሜላትዬ አንቺን ለመጉዳት ሳይሆን፥ ሴትና ወንድ ልጅ አንድ አይደለም ብዬ ነው። የምትፈልጊው ነገር ቢሆንልሽ እኮ ካንቺ ቀጥዬ የምደሰተው እኔ ነኝ። ታዲያ ካቅምሽ በላይ ለሆነ ነገር ምን ማድረግ ትችያለሽ?" ብላ ሄደች። ከዚህ በፊት ትርሲት የተለያዩ ዘዴዎችን ተጠቅማ ሜላትን በማግባባት በተደጋጋሚ ከሃይሌና ከጓደኞቹ ጋር ባልጠበቀችው መንገድ አንድ ላይ እንድታሳልፍ አድርጋታለች። ዛሬም ቢሆን በተመሣሳይ መንገድ ሜላት ሳታውቅ ሃይሌን ቀጥራዋለች።

ከመታጠቢያ ቤት ስትመለስ ሜላት በነበረችበት ሁኔታ ቁጭ ብላለች። "ሰላም ነው ሜላትዬ?" አለቻት ትክሻዋን ነካ እያደረገች።

"ደህና ነኝ አለች" ድምጿን ዝቅ አድርጋ፤ መከፋቷን በሚያመለክት ሁኔታ። ወዲያው ከእንቅልፉ እንደነቃ ሰው "እንዴ መሽ እኮ እንሂድ ብላ ደርሰኙን ብድግ አድርጋ ቦርሳዋን መክፈት ጀመረች።

"እንዴ ምን ልትሆኚ ነው? እኔ ጋብዤሽ አንቺ ልትከፍይ?" ብላ ደረስኙን ከጇ ላይ ወሰደችው። ሜላት ከቦርሳዋ ትንሽ መስታወት አውጥታ ፊቷን አየት አድርጋ ጸጉሯን አስተካከለች።

"መልስሽን ሰጠሽ ብላ ወደ አስተናጋጁ ስትመለከት፥ ከሃይሌ ጋር አይን ላይን ተገጣጠሙ። ሳታስበው ስለሆነ አንድ የምትፈራው ነገር እንዳየች ያህል ድንግጥ አለች። "ቶሎ ወደ ትርሲት ዞር ብላ ቀጥረሽው ነበር አይደል ትርሲት?" አለች በንዴት።

"ሜላት! ምነው አንቺ ደግሞ እንደርሳለን ቀስ በይ" አለች።

"ሰላም ትርሲት" ብሎ እጁን ወደ ትርሲት ዘረጋ ለመጨበጥ

"ሰላም ሃይሌ" ብላ ጨበጠችው። ሜላት ከመቅጽብት ሁለት ሃሳብ መጣላት፤ ትንሽ አንድ አምስት ደቂቃ ልቆይ ወይስ አሁኑኑ? በቃ አሁኑኑ መሄድ አለብኝ ብላ ወሰነች።

"ሰላም ሜላት" አለ እየጨበጣት

"ሰላም" በመጠኑ ፈገግ ብላ። አጠገባቸው ሊቀመጥ ሲዘጋጅ "በሉ እኔ ልሂድ እናንተ ተጫውቱ" ብላ ቦርሳዋን እያነገተች ለመንሳት ተዘጋጀች።

"ኖ ኖ . . . ኖ እንደዚህማ አይሆንም። እኔ ስለምጣሁ ነው እንዴ? እንደዚህ ከሆነማ እኔ እሄዳለሁ እናንተ ጨዋታችሁን ጨርሱ" ብሎ ቆም አለ፥ ለንሱ ያሰበ በመምሰል።

ሜላት እየተጨናነቀች "እንደዚያ ሳይሆን፥ እኔ ለመሄድ እየተነሳሁ ነው የመጣሃው፤ ከመጣን ቆየን" አለች በማስተዛዘን መልክ።

ትርሲት ጣልቃ ገብታ "በቃ ሰው ሲመጣ አይኬድም። አንድ አስር ደቂቃ ተጫውተን እንሄዳለን" ሳቅ ብላ ሜላትን በማግባባት መልክ እያየቻት። ሜላት ቦርሳዋን እንዳነገተች ለሜሄድ እንደተዘጋጀ ሰው አንድ እግሯ ከተቀመጠችበት ወንበር ወጣ እንዳለ ትክዝ ብላ ዝም አለች።

አሥራ አራት

ሜላትን እንደምንም ገፋፍተው እዚያው ቦሌ መንገድ ፥ ደንበል ሞል አካባቢ ያለ ምግቤት ይዘዋት ሄደው ራት ከበሉ በኋላ ወደ ሃያ ሁለት አቅጣጫ አመሩ። ምንም እንኳን አልኮል የመጠጣት ፍላጎት ባይኖራትም ለመመሰሰል ያህል አንዳንድ ጊዜ ሳይበዛ በትንሹ ሞከር ታደርጋለች። ለመጠጥ ፍላጎት እንደሌላት ብታውቅም ትርሲት ግን እንድትጠጣ ግፊት ታደርግባታለች። አሁን ሜላት ያላት አማራጭ የሚመጣበትን ጫና በዘዴ መወጣት ብቻ እንጂ እራት እንብላ ብለው ሲያስቸግሯት ከዚያ ቀጥሎ የሚመጣውን ታውቃለች።

ሃያ ሁለት እንደደረሱ አንድ ቡና ቤት ውስጥ ገቡ። ሰዐቱ ጊዜ ነው ግን ምንም እንኳን ቤቱ ትልቅ ቢሆንም ሊሞላ ምንም አልቀረውም። የሙዚቃውና የሰዉ ጫጫታ ከፍተኛ ስልሆነ እርስ በርስ ለመደማመጥ ጮክ ብሎ ማውራት ያስፈልጋል። ጩኸቱ ብቻውን ያሰክራል። ሜላት ለመጠጣት ፍላጎት እንድሌላት ሃይሌ ጠንቅቆ ያውቃል። እንደማያውቅ በመምሰል ምን እንደምትፈልግ እንኳን ሳይጠይቅ ውስኪ ለዚያውም ደብል ለሁሉም አዘዘ። አስተናጋጇን ሚሪንዳ ከውሃ ጋር እንዲያመጣላት ሜላት ነገረችው። ሃይሌና ትርሲት ቀደም ብለውም ጠጥተዋል፤ አሁንም እየደጋገሙ ነው። ካሁኑኑ ሞቅ እያላቸውም መጥቷል። ሜላት በትርሲት አጠጣጥ በጣም ተገርማለች። እንዲያውም እሷንም በተደጋጋሚ እንድትጠጣ እየገፋፋቻት ስልሆነ ዞር ሲሉ የመጣላት ዊስኪ ለስላሳ ውስጥ ትጨምረዋለች። በቃኝ

ብትልም ማንም አልተቀበላትም። ለራሳቸው ባዘዙ ቁጥር ለሷም እንዲመጣላት ያደርጋሉ።

ሜላት በጣም የገረማት ግን እርግጠኛ ያልሆነችበት ነገር እያየች ነው። በሃይሌና በትርሲት መሃከል የምታየው መተሻሸትና መዳራት ከተራ ጓደኝነት ያለፈ አይነት መሆኑ ነው። ከትርሲት ጋር የሚያደርገው መጎሻሸም በሜላት ላይ ጥርጣሬ እንዳያሳድር ለማድረግ ሃይሌ ጥረት ያደርጋል። ሞቅታ እየተሰማቸው ሲመጣ ግን ሳይታወቃቸው የሚያደርጉት ስርአት የሌለው መጎነታተል ጥርጣሬዋን እያጎላው መጣ። በተደጋጋሚ ሃይሌ ሜላትን ለማቀፍ እጁን ተከሻዋ ላይ ለማድረግ ሞክሯል። እሷ ግን በማያስከፋ መንገድ አትንካኝ አልፈልግም አይነት ምልክት አሳይታዋለች። ይህንንም ስለተረዳ ይመስላል በፊቱ ላይ የመበሳጨት ሁኔታ ይታይበት የጀመረው። እንዲያውም ከትርሲት ጋር መቀላለዱን ትቶ ምክንያት እየፈለገ የማመነጫጨቅ አይነት ነገር ጀምሯል። “ምነው ሜላት ለምን አትጫወችም ለምንስ አትጠጭም? አልመጥንሽ አልን እንዴ?” አለ በጎን በኩል እያያትና የለበጣ ፈገግታ እያሳየ። ብታርፊ ይሻልሻል የሚል ይመስላል።

ሜላት ነገሮች እየተቀየሩ መምጣታቸውን ተረድታለች። ትርሲትም ብትሆን የእሷ ጓደኛ ብትሆንም ለእሱ የምትሰራ መስላ ታየቻት። ድርጊቷ ሁሉ የነሱን ፍላጎት ለማሟላት ጥረት የምታደርግ ይመስላል። ይህ ከሆነ ደግሞ ሜላትን አሳልፋ የማትሰጥበት ምንም ምክንያት አይኖርም።

ሀይሌ ሞቅታው በጨመረ ቁጥር ለሜላት ያለው ፍላጎት በጣም እየጨመረ መጥቷል። ሜላት ከዚህ በፊት እንደምታደርግው መረር ያለ ነገር ሲመጣ ቀረብ፥ መስመር ሊያልፍ ሲል ደግሞ ራቅ ትለዋለች። በእጁ ገብታለች የሚል አይነት ስሜት እንዲሰማው ካደረኩ ሊጎዳኝ አይፈልግም ሆኖም ተስፋ መቁረጥ ደርጃ ላይ ከደረሰ ግን ምንም ነገር ከማድረግ አይመለስም ብላ ስለምታስብ ይህ ደግሞ ሁልጊዜ ያስጨንቃታል። ስለሆነም አንድ መፍትሄ እስከምታገኝ ድረስ ከዚህ በፊት እንደምታደርገው ነገሮችን በጸባይና በዘዴ ከመያዝ በስተቀር ሌላ አማራጭ እንደሌላት ተገንዝባለች።

“እንዴ ሃይሌ ለምን እንደዚህ ትላለህ። አንመጥንሽም ምን አመጣው? እየተጫወትን አይደል እንዴ? እኔ እኮ እናንተን ላለማስቀየም ነው ያለ ፕሮግራሜ ያመሸሁት። ለእናቴ እንኳን እስካሁን አልደወልኩም” አለች።

ምንም እንኳን መታጠቢያ ቤት በሄደች ጊዜ የት አካባቢ ከማን ጋር እንደሆነች ለናቷ ደውላ ብትናገርም።

"ዋይ ለምን አትደውይላቸውም፤ ሚኒት የለሽም እንዴ? ቆይ እንዲያውም" ብሎ አስተናጋጁን እጁን አንስቶ "አንተ ወንድም!" ብሎ ጠራው። ከልምዳቸው በመነሳት ብዙ ግዜ አስተናጋጆች እንደነ ሃይሌ የመሳሰሉ ደንበኞች ከባህሪያቸው ምን እንደሆኑ ይገባቸዋል። በተጨማሪም ጉራም ስላለባቸውና ሰውን ማስፈራራት ስለሚያስደስታቸው በገቡበት መዝናኛ ቦታ እንዲታውቁ አንዳንድ ትቢት የተሞላበት ነገር መናገር፣ ሽጉጣቸውን ማሳየት፣ ሰውን መገላመጥ የመሳሰሉትን ነገሮች ስለሚያደርጉ እነዚህ የነሱ መገለጫወች ናቸው። አንዳንድ ግለሰቦችም ስልጣን ያለው ወይም የደህንነት አባል የሆነ ጓደኛ ሲኖራቸው እንደጉራ ስለሚያዩት፥ ይህንኑ ለማሳወቅ ያሰሩላቸዋል፥ ምንም እንኳን አብዛኛው የደህንነት ስራ መሰራት ያለበት እራስን በመደበቅ ቢሆንም።

አስተናጋጁ ፈጠን ብሎ ወደ ሃይሌ መጣ። መቶ ብር አውጥቶ "የሞባይል ካርድ ግዛልኝ እስኪ፤ አንድ ሰው ላክና አስገዛልኝ" ብሎ እጁን ሰነዘረ።

ሜላት "እኔ በቂ ሚኒት አለኝ" ብላ ክንዱን ያዘችው።

"ምን ችግር አለው ትጨምሪበታለሽ" ብሎ ገንዘቡን ሰጠው።

"በቃ እኔም ስልክ ደውዬ መጣሁ" ብላ ወደ ቡና ቤቱ በር አመራች። እንሱ ካሉበት ቀጥሎ ሌላ ክፍል አለ። ቤቱ ሙልት ብሏል። ሁለቱንም ክፍሎች አቋርጣ ወደ ውጭ ወጣች። መኪና ወደሚቆምበት ሄዳ ቆም ብላ አሁን ወደ ቤቴ ብሄድስ? ብላ አሰብ አደረገች። ይህንን መጣሁ ብሎ ወደ ቤቷ መሄድ ከዚህ በፊት በተደጋጋሚ አድርጋዋለች። የዛሬው ግን ከሌላው ቀን ይለያል። በጣም አምሽተዋል። ሃይሌም በቀላሉ የሚያልፈው አይመስልም። እንዲያውም በደንብ ተዘጋጅተው የመጡና ምናልባትም በድብቅ የሚከታተላት ሰው ይኖር ይሆናል የሚል ጥርጣሬ አላት። ነገሩን ወደ ከረረ ሁኔታ ከመውሰድ እስኪ ለማግባባት ልሞክር ብላ ስላሰበች የመሄዱን አሳብ ጥላ ለናቷ ደወለች።

"ሃሎ!" አሉ ጮክ ብለው። የቲቪው ድምጽ ስላለ መጮሃቸው አልታወቃቸውም።

"ሃሎ" ሜላት ነኝ እንዴት አመሸሽ እማዬ" አለች ግራና ቀኟን እያየች።"

"ምነው ልጄ በደህና ነው እንደዚህ ያመሸሽው?" አሉ ከጠቀመጡበት ሰፋ ሆነው። ቲቪው በድንብ አላሰማ ስላላቸው ሪሞቱን አንስተው ቀነሱት።

"አይ ሰላም ነው እማዬ። ድንገት የምናውቃቸው ልጆች አግኝተን ነው። አታስቢ እንሱ ይሸኙኛል። አትጠብቂኝ . . . ተኚ" አለች። ሃሳቧ የተበታተነ ይመስላል።

"በይ ባታመሺ ጥሩ ነበር። ለማንኛውም እራስሽን ጠብቂ። ደግሞ ካደረሱሽ እዚሁ በር ድረስ ያድርሱሽ እንጂ ይህን የውስጥ መንገድ በእግርሽ ብቻሽን እንዳትሞክሪው" ብለው አስጠንቅቀዋት ተሰነባበቱ።

ወደ ውስጥ እየገባች በመስታወቱ ስትመለከት ሃይሌና ትርሲት ወሬ ይዘዋል ግን ወደ በሩ ደጋግመው ያያሉ። የሷን መምጣትና ያለመምጣት በመጠራጠር ይመስላል። ድንገት አጠገባቸው ስትደርስ ደንገጥ ብለው ወሬአቸውን አቆሙ። "ምነው ቆየሽ ሰላም ነው?" አለ ሃይሌ ጀርባዋን መታ እያደረገ።

"እማማን አናገርሻቸው?" አለች ትርሲት።

"በጣም ሰግታ ነበር ከትርሲት ጋር ነኝ በቃ ለመምጣት ተዘጋጅተናል" አልኳት። እንሂድ አይነት እንቅስቃሴ እያሳየች። ትርሲትና ሃይሌ ሳያስቡት ተያዩ። ምን? የት ነው የምትሄጂው የሚሉ ይመስላል።

"ዋይ ሁልጊዜ ወደ ቤት እሩጫ። ዛሬ እኮ አርብ ነው፤ ከተማውን ነው የምናዳርሰት። ሃ ሃ. . .ሃ አይደለ እንዴ ትርሲት?" አለ የሜላት ትከሻ ላይ እጁን እያሳረፈ። ከአሳሳቁ ሞቅ እንዳለው በግልጽ ያስታውቃል። ሜላት በዕጁ ትክሻዋን መደባበሱ ስላላስደሰታት፥ ከእጁ ሸሸት ለማለት ጠረቤዛው ላይ በደረቷ እንደመደገፍ አለች።

"ሜላትዬ አንድ ክለብ አለ እዛ እንሄዳለን፥ ትወጂዋለሽ" አለች ትርሲት በማግባባት መልክ። ሜላት በእንቢተኝነት ምንም ማድረግ እንደማትችል ተረድታዋለች። በውስጧ ንዴትም ሆነ መረበሽ እንዳለ ማሳየት ስላልፈለገች እሺ በሚል አይነት መጠጧን ከንፈሯ አድርሳ መለሰችው። ይህን ካሉ በኋላ ምንም አይነት የመሄድ እንቅስቃሴ አይታይባቸውም መጠጣታቸውን ቀጠሉ።

ሜላት ግራ ስለገባት "በቃ እንሂድ ካላችሁ እንሂድ፤ ሊነጋ እኮ ነው?" አለች።

“ምን ነካሽ ሜላት? እን . . .ዴ አሁን እኮ አራት ሰዐትም አልሆነ!” ብሎ ንግግሩን ሳይጨርስ ወድያው “ሃይ! ሃይሌ! . . .” አለ አጠገቡ ቆሞ ጀርባውን መታ እያደረገ፥ አንድ እረዘም ደልደል ያለ ወደ ሰላሳዎቹ መጨረሻ የሚገመት እድሜ ያለው። ዥንጉርጉር ሸሚዝ ለብሷል፣ ጅንስ ሱሪና ቆንጆ ስኔከር አድርጓል። ጠየም ያለ ሲሆን የሚያሰፈራ አይነት የፊት ገጽታ አለው። በዚያ ላይ ፊቱ ፈታ ያለ አይደለም። ሜላት ስልክ ለመደወል ስትውጣ እንሱ ካሉበት የሚቀጥለው ክፍል ጥግ ላይ ቁጭ ብሎ እንደነበር በተለይ ሸሚዙን ስታይ ትዝ አላት። ሃይሌን ሰላም ሲለው ስታይ ድንግጥ አለች። እሷን እንዲከታተል የተመደበ መሆን አለበት ብላ አሰበች። ባውሬ እንደተከበበ አይነት ስሜት ተሰማት። “እኔ አሁን እንደሰው አስቤ አመዛዝኜ የዕለት ከለት ኑሮዬን እንዳልገፋ ከተደረኩና በሌሎች ተጽእኖ በነሱ ፍላጎት ብቻ እንድመራ ከተገደድኩ፥ እኔ እንደሰው ሳይሆን እንዳውሬ ተቆጥሪአለሁ ማለት ነው። እንሱም እኔን እንደሰው ካልቆጠሩኝ በሰውና በአውሬ መሃከል ያለውን ልዩነት ማመዛዘን የማይችል ጭንቅላት ያላቸው፥ የሰው የተፈጥሮ ባህሪ የሌላቸው ከተናካሽ አውሬ የሚመደቡ ናቸው”በማለት በዚያ በሚያሳድዱት ወቅት ብሩክ የተናገረው ትዝ አላት።

በክንዷ ጠረቤዛውን ተደግፋ በእጇ መዳፍ ግንባሯን እያሻሸች “ሰው በመሆኔ እግዚአብሄር የሰጠኝን በነጻነት የመኖር ጸጋ እንዴት በሃገሬ እነፈጋለሁ። እንዴት ደግሞ እንደነዚህ አይነት ስብስቦች እንደዚህ እንደፈለጉ የሃገሪቷን ንብረት ይረጫሉ። ሌላው ሌት ተቀን እየለፋ ኑሮን ለማሸንፍ ይጣጣራል እንሱ ያለፉበትን ገንዘብ ...” እያለች በሃሳብ እንደተመሰጠች፥ ሳምሶን ከሃይሌ ጋር ትንሽ ከተቀላለደ በኋላ እነሱን ሰላምታ ለማለት መጀመሪያ ትርሲትን ጨበጠ፣ ቀጥሎ ወደ ሜላት እጁን ሰንዘረ። ወዲያው ትርሲት “ሜላት! ሰላም ይልሻል” አለቻት እንዳላይችው ስለገባት። ቀና ብላ ካየችው በኋላ ተጨባበጡ። “ሳምሶን እባላለሁ” አለ ጎንበስ በማለት ወደሷ ከተጠጋ በኋላ። ፈገግ ለማለት ሲሞክር ሲጋራ ያቃጠለው ከንፈሩና ወደ ቡኒነት የተቀየረው ጥርሱ በግልጽ ይታያል። በሃይል እየተንፈሰ ስለነበር የመጠጡና የምግቡ ሽታ እፍን አደረጋት። የፊቷን መቀያየር በማየት ምን እንደተሰማት ለማወቅ ይቻላል። ቀስ ብላ ስሟን ነገረችው። “ማን አልሽኝ?” አለ በድጋም።

“ምነው ሳምሶን ሜላት አለችህ እኮ!” አለ ሃይሌ።

"ይቅርታ ስላልሰማሁ ነው" ብሎ ተከሻዋን መታ አደረጋት። "አትንካኝ፤ እጅህ ይሰበር!" አለች ለራሷ።

"ስማ በል ሌላ ቤት ልንሄድ ስለሆነ፥ እራት ካልበላህ ብላ . . ." አለ ሃይሌ ሂሳብ እየከፈለ። ለማስመሰል እንጂ እዚያው ቤት እንደቆየ ያውቃል።

"አይ በልቻለሁ። ይልቁንስ በግዜ ብንሄድ ይሻላል። እዚያ ባለፈው የሄድንበት ቤት የምንሄድ ከሆነ ከቆየን ቦታ አናገኝም" አለ ትርሲትን አየት እያደረገ። ልክ ነኝ አይደል የሚል ይመስላል።

"ስለቦታው አትጨነቅ። ይልቁንስ ለመጨወት ቶሎ መሄዱ ጥሩ ነው" አለ ሃይሌ እየትንጠራራ። እኛን የሚሳነን ነገር የለም የሚለውን መልዕክት እያስተላለፈ። ሜላት በዚህ ጥቂት ደቂቃ ውስጥ በእርግጠኛነት በትርሲትና በሳምሶን መሃከል ያለው ግንኙነት ጠንከር ያለ እንደሆነ አወቀች። እነሱም ቢሆን ለመደበቅ አልሞከሩም።

ወዲያው ከቡና ቤቱ ወጥተው እዚያው አካባቢ ከሚገኘው ብዙ ጊዜ ወደሚሄዱበት ጭፈራ ቤት አመሩ። ሜላት የምታየውን ነገር ለማመን ተቸግራለች። ትርሲትና ሳምሰን ከኋላ ሲዳሩ ሰርቅ እያደረገች በፊት መስታወት፣ አንዳንድ ጊዜም ደግሞ ትርሲት ስታዋራት ዘወር እያለች ታያቸው ስለነበር የሚያደርጉት መረን የለቀቀ መተሻሸት እየረበሻት መጣ። መኪናው ውስጥ የሙዚቃውን ድምጽ ከፍ አድርገው ከፍተውታል። ቆንጆ የትግሪኛ ዘፈን ተከፍቷል። "ተጫወች ሜላት ይላል ሃይሌ" አልፎአልፎ ። ትርሲትም "እንዴት ነው ሜላት ተጫወች እንጂ!" እያለች ጀርባዋን መታ ታደርጋታለች።

"እጫወታለሁ፥ ሙዚቃም እየሰማሁ ነው" አለቻቸው ጥያቄው ሲደጋገምባት። ሜላት አሁንም ስለትርሲት እንደዚህ መሆን በጣም ገርሟታል። "ከተለያየ ወንድ ጋር መታየቷ ሳያንሳት መጠጥ ገልባጭ መሆኗ፥ ከመቼ ጀምሮ? ወይስ ይህኛው ገጽታዋን ማየት ተስኖኝ ነበር" እያለች ከራሷ ጋር ትሟገታለች። ይህን እንደ ማስጠንቀቂያ ደወል አድርጋ ስለወሰደችው፥ አሁን ዋናው ትኩረቷ ከዚህ ስብስብ ዛሬ ብቻ ሳይሆን እስከወዲያኛው እንዴት መላቀቅ እንደምትችል ነው።

ቦታው ከነበሩበት ብዙም እሩቅ ስላልነበረ ወዲያው ደርሱ። ትርሲት በአገኘችው አጋጣሚ ሁሉ ሜላትን ፈታ ብላ እንድትጫወት ልትመክራት ትሞክራለች። አብዛኛውን ጊዜም የምትጫወተው ከሜላት ጋር ነው። ሞቅ

ብሏታል። ሃይሌ እራሱን ባይስትም ሰክሯል ማለት ይቻላል። ሳምሶን ሳያቋርጥ ይጠጣል ግን ንቅንቅ አላለም። ሜላት ከንሱ ሁኔታ በተለይም ከሃይሌ የተረዳችው ነገር እሷን የማጥመድ ጥረታቸው ስለተሳካ ደስተኛ መሆናቸውን ነው። የሃይሌም እንክብካቤ በተለይ ለትርሲት በጣም ጨምሯል።

ሃይሌ መጠጡ ስላደከመው ተቀምጦ የነሱን ጭፈራ ማየት ብቻ ሆነ። ብዙም እዚያ መቆየት አልፈለገም። ሜላትን ይዞ መሄድ ብቻ ነው የሚፈልገው። ሳምሶን የገባ የወጣውን ሴት ወንዱን ሰላም ይላል። ከተለያዩ ሰወች ጋር ያወራል ይቀልዳል። እንዴት ያን ሁሉ ሰው እንደሚያውቅ ግልጽ አይደለም። ሃይሌ ቁጭ ብሎ እየጠጣ አይኑ ያለው ሜላት ላይ ነው። አቋሟን መልኳን አይቶ የሚጠግበው አይመስልም። አጋጣሚዎችን ጠብቃ የሃይሌን ሁኔታ ለመገምገም ሰርቅ አርጋ ታየዋለች። ድንገት አይን ላይን ከተገጣጠሙ፥ ሃይሌ ከወንበሩ ቀና ብሎ በጥይት እንደተመታ ሰው በደረቱ ጠረቤዛው ላይ ይዘረራል። ሜላት ሃይሌ በጣም እንደወደዳት ታውቃለች። ዘለቄታ ይኑረውም አይኑረውም ለጊዜው በገንዘብም ሆነ በሌላ ጉዳይ ተጠቃሚ እንደምትሆን ግልጽ ነው፤ ግን ለዚህ አይነት ተግባር ዝግጁ ወይም ፍላጎት ያላት አይመስልም።

ምን ሃይል ብድግ እንዳደረገው ሳይታወቅ፥ ሃይሌ ትርሲትና ሜላት መሃከል ከገባ በኋላ ሁለቱንም አቅፎ ወዝወዝ እያለ "እን . . . ሂድ መሸ" አላቸው ትንሽ እንደመንገዳገድ በማለት አይኑን ሜላት ላይ ተክሎ።

"ከመሸ እኮ ቆየ" አለች ትርሲት ከት ብላ እየሳቀች።

"አይ ኖው፤ ታዲያ ነጋ ልበል እንዴ?" አለ ገድገድ እያለ። "ሃ! . . .ሃሃ! ሳምሶን የታለ?" እያለ ባይኑ ማማተር ጀመረ። ባንኮኒውን ተደግፎ ከሁለት ሰወች ጋር ሲያወራ በርቀት ስላየው እጁን እያወዛወዘ በምልክት ጠራው። ሳምሶን የጀመረውን መጠጥ በፍጥነት ጭልጥ አድርጎ ከጠጣ በኋላ በእጁ አፉን ሸፈን አድርጎ እያገሳ መጣ። "አይ ሳሚ በቃ ካገኘኸው ጋር ትለምዳለህ፤ ወዲያው ተቀላቅለህ ትገለብጣለህ። አላስጠጣህ እንዳልን ይገባኛል። እኛ እንዴት ነው ልን . . .መጥንህ አልቻልንም አይደል? ደረብከን እኮ እንደ ፈጣን እሩዋጭ። መጠ . . .ጥ ካገኘህ እንግዳ ምን የለም በቃ ወደ ሞቀበት ነው?" ሃ. . .ሃሃ! አለ ትርሲትና ሜላትን ዞር ብሎ እያየ። ሁሉም ሳቁ።

ሳምሶን አንድ እጁን ሃይሌ ትክሻ ላይ አድርጎ "እኔ ዛሬ እንግዳ የለብኝም። አውቃለሁ አንተ ሜላትን የመሰለ ትልቅ እንግዳ እንዳለብህ። አይዞህ በሚቀጥለው ቀጠሮ እንደዚህ እንዳትንቀሳቀስ እንዳሉት ህጻን አንድ ቦታ ቁጭ አትልም" ብሎ እራሱ ከት ብሎ ሳቀ። ሃይሌም እሱን ተከትሎ ሳቀ። ትርሲትም ሜላትን በእጇ እየነካች ሳቋን ለቀቀችው። ሜላት ቀልዱ ባይጥማትም ለማስመሰል ፈገግ አለች። ከፊቷ ገጽታ እንደሚነበበው ምንም ያስደሰታት ነገር ያለ አይመስልም።

በሃሳቧ የሚመላለሰው እንዴት ዛሬ ከእነዚህ ሰዎች መላቀቅ እንደምትችል ነው። ለዘለቄታውም እንዴት በዚህ መልክ ኑሮዬን ልገፋ እችላለሁ የሚለው በጣም ያስጨንቃታል። ምንም አይነት መፍትሄ አይታያትም።

አሥራ አምስት

መጀመሪያ ሜላትንና ሃይሌን ሆቴላቸው አድርሰው ትርሲትና ሳምሶን መገናኝ ካለው የሳምሶን አፓርትመንት ለመሄድ መኪናውን ወሰዱ። ትርሲት ጥረቷ ስለተሳካ ይሁን ወይም ስላዘነችላት ሜላትን በከፍተኛ ሁኔታ ትንከባከባት ታደፋፍራትም ነበር። በመጨረሻም ሲለያዩ "በይ ሜላትዬ አይዞሽ ነገ በጥዋት እንገናኛለን ብላ እቅፍ አድርጋ ስማት ተለያዩ።

የሜላትን ስሜት ለማንበብ ይከብዳል፤ ምንም አይነት ጭንቀት አይታይባትም። ምናልባትም የምችለውን ሁሉ አድርጌአለሁ ይህ ካቅሜ በላይ ነው ብላ እራሷን አጽናንታ ይሆናል። ሃይሌን ምንም እንኳን መጠጥ ቢያዳክመውም ለሜላት ያለውን ስሜት መጠጥ አይደለም አደንዛዥ እጽ ይበግረዋል ለማለት ያስቸግራል።

ከመኪና ከወረዱ በኋላ ወደ ሆቴላቸው አመሩ። "ሃይሌ የት ነው ያለነው?" አለች ፊት ለፊቱ ቆማ።

"ሜላት ምን ማለትሽ ነው? አዲስ አበባ ነዋ!" አለ አይን አይኗን እያየ ሳቅ ብሎ።

"ሃይሌ አትቀልድ። እኔ ሰፈሩን ማለቴ ነው፤ የሰከርኩ መሰለህ እንዴ? ደግሞ እኔ ሆቴል ማደር ያስፈራኛል" አለች ቀና ብላ የሆቴሉን ስም እያነበበች። የት አካባቢ እንደሆነ ባታውቅም ሆቴሉን በቲቪ ሲያስተዋውቁት እንዳየች ትዝ ይላታል ።

"ያለነው ሃያ ሁለት አካባቢ ነው። ይህ ፋይብ ስ . . . ታር ሆቴል ማለት ትችያለሽ። ደግሞ የሚያስፈራ አይደ . . . ለም፤ በጣም የታውቀ እንዳንቺ ቆንጆ ነው" አለ አቀፍ እያደረጋት። ሜላት አልሸሸችውም እንዲያውም ልጥፍ አለች። የሃይሌ የልብ ምት ጨመረ። ወደ ውስጥ ብንገባ አይሻልም" ገድገድ ስላለ እሷን ደገፍ ብሎ።

ሳቅ ብላ አይን አይኑን እያየች "አይ ጊዜ ነው" አለችው። ሃይሌ ትክሻዋን ይዞ ነቅነቅ እያደረገ ሳቀ። "ብድር በምድር" አለች ወደቤት ልሂድ መሸቷል ስትለው የመለሰላትን ስላስታወሰችው። ከሆቴሉ አጠገብ አንድ ሶስት ታክሲዎች ቆመዋል። አንዱ መኪናው ውስጥ፥ ሁለቱ ደግሞ መኪናቸውን ተደግፈው ቆመው ይጠብቃሉ። የሆቴሉና የመንገዱ መብራት አካባቢውን ብራ አድርጎታል። ሜላት ድንገት ቆም አለች። ሃይሌ እጁን ከትክሻዋ አንስቶ "ምነው?" አላት።

"እንደፈራሁት፤ አየኸው ያ ታክሲውን ተደግፎ የቆመውን ባለ ታክሲ? ዞር ብላ ወደዚያ አቅጣጫ እየተመለከተች። የሰፈራችን ልጅ ብቻ ሳይሆን ቤተሰብ ነን። በቃ ሰላም ብዬው ልምጣ ብላ መሄድ ስትጀምር ፥ሃይሌ ግራ ተጋብቶ ቆሞ ያያታል።

"አስፈላጊ አይመስለኝም" አለ። ንግግሩ ለራሱ ካልሆነ እሷ እራቅ ስላለች ልትሰማው አትችልም። ምን ማለት እንደፈለገችም የገባው አይመስልም። ሜላት ቀጥ ብላ ወደ ባለ ታክሲው ሄዳ አናግራው ብዙም ሳትቆይ መጣች። "ብዙ አላስቆምኩህም አይደል? ትንሽ ገብተን አረፍ እንበልና ፋርማሲ ደርሰን እንመጣለን፤ ልጁ እንዲያደርሰን ነግሬዋለሁ" አለችው።

"እረ ችግር የለም። አንቺ እንዳልሽ።" ብዙ ዝርዝር ውስጥ መግባት አልፈለገም። ወዲያው እጅ ለእጅ ተያይዘው ወደ ሆቴሉ ገቡ። "ሪስፕሽን አካባቢ ትንሽ ቁጭ ብንል ቅር ይልሃል ሃይሌ? አምቦ ውሃ ነገር መጠጣት እፈልጋለሁ" አለችው ሳቅ ብላ በዳሌው ነካ እያደረገችው። ሃይሌም ቢሆን ትንሽ መጠጣት የፈለገ ይመስላል። ያለምንም ማንገራገር ፈቃደኛ መሆኑን ነገራት። "በቃ ወደ ባሩ ሄደን እንቀመጥ" ብሎ ወደዚያው ሄዱ። ሃይሌ እቅፍ አድርጓት ተቀመጠ። እሷም ትክሻው ላይ እራሷን ደገፍ አድርጋ ተቀመጠች። ምንም እንኳን እራሷን ለመቆጣጠር ጥረት ብታደርግም በውስጧ መረበሸ አለ። ስለ ብሩክ በዚህ አይነት ሁኔታ ሆና ማስታወስ ባትፈልግም

እንዲያውም በባሰ ሁኔታ ደግሞ ደጋግሞ በሃሳቧ ይመጣል። ሃይሌ ሲያቅፋት ብሩክ ይመስላታል። በሃይሌ ውስጥ የምታየው ብሩክን ነው።

"ምን ይምጣልሽ?" አለ በስስት እያያት።

"አንተ የምትጠጣውን" አለች እየሳቀች ቀና ብላ እያየችው።

"ጥሩ፤ ውስኪ እንጠጣለን።"

"ብቻ ብታሰክረኝ ዋ!" አለች ታፋውን በእጇ መዳፍ መታ እያደረገች።

"ምን ችግር አለ ታዲያ ከማደሪያችን ደርሰናል" አለ ያስተናጋጇን መምጣት እየተመለከተ። "ሁለት ደብል ዊስኪ።"

"ሜላት የኔን ሲንግል አድርጊልኝ። አንተ ልታሰክርኝ ከሆነ ዋ! እኔ ስሰክር እደባደባለሁ" አለች ከት ብላ እየሳቀች።

"ተገኝቶ ነው፤ ባንቺ ብደበ . . . ደብ ደስታውን አልችለውም" አለ ትክሻዋ ላይ በፊቱ ድፍት ብሎ "ሃ . . . ሃ . . .!" ብሎ ከት ብሎ እየሳቀ። የስካር ሳቅ።

"እሱ ለሌላ ጊዜ ይቆይህ። አሁን መታጠቢያ ቤቱን አሳየኝ ሽንት ይዞኛል" አለችውና አንድ ላይ ወደዚያው ሄዱ። "በል ሃይሌ መጣሁ። ዛሬ በየ መሽታ ቤቱ ስትግተኝ ውለህ . . . በቃ መጣሁ ቁጭ ብለህ ተብቅኝ" ብላው ስትሄድ፥ መጣደፏን አይቶ ሃይሌ ሳቅ ብሎ ወደ ነበሩበት ተመለሰ። "በዕርግጥ ሜላት ከኔ ጋር ነች? ወይስ ጥሩ ህልም እያለምኩ? ምናልባትም በስካር መንፈሴ ይሆን እንዴ?" አለ ለራሱ ውስኪውን አሰተናጋጇ ይዛ ስትመጣ እያየ።

ሜላት ወደ መታጠቢያ ቤቱ መሄጃ እጥፍ እያለች ሃይሌን ዘወር ብላ ስታየው ቆሞ የነበረበት ቦታ የለም። ወዲያው ምልስ አለች። ተቀምጠው ከነበረበት ቦታ የሆቴሉ ዋናው በር እንደማይታይ እርግጠኛ ነች። ከተቀመጠበት ተነስቶ ወደ ባንኮኒው ካልሄደ በስተቀር። ሊያደርገውም ቢፈልግ እንኳን ዛሬ እዚያ ሄዶ የመቆም አቅም የለውም። ከሆተሉ እንደወጣች ቀደም ሲል ወደአናገርችው ባለ ታክሲ በፍጥነት አመራች። ባለ ታክሲውን ከዚህ በፊት አታውቀውም ግን መጀመሪያ ወደ ሆቴሉ ስትገባ ስታናግረው "እርሳኸኝ መሰልኝ አይደል?" ስትለው ምናልባት አንድ ቀን ካደረስኳቸው ሰውች አንዷ ትሆናለች ብሎ ስለገመተ "የማውቅሽ መሰለኝ" አለ እየተጠራጠረ። "እንዴት ይህቺን የመሰለች ቆንጆ እረሳለሁ። እሷ እራሷ ተምታቶባት ይሆናል" አለ በሃሳቡ ለማስታወስ እይሞከረ።

"በቃ በኋላ እናወራለን ግን ወደ ፋርማሲ መሄድ ስለምንፈልግ ትወስደናልህ" ብላው ነበር።

"ታዲያስ በቃ እንሂድ" ብላው ከኋል ገባች።

"ምነው ከፊት አይሻልሽም?"

"አይ እዚህ ይሻለኛል ብዙ ቴክስት የማደርጋቸው ነገሮች አሉኝ፤ አመሰግናለሁ" አለችው። "ይቅርታ ማን ነበረ ስምህ?"

"ሳሚ!" አለ ዞር ብሎ እያያት።

የፊተኛው ወንበር ላይ በእጇ ደገፍ ብላ "ቅድም እኮ ይገርምሃል አንድ የሰፈራችን ልጅ ባለ ታክሲ አለ እሱ መስለኸኝ ነው፥ ይቅርታ።ይህውልህ ሳሚ አሁን የምንሄደው ወደ በቅሎ ቤት ነው። ፋርማሲ መሄዱን ትቸዋለሁ። መድሃኒቴን ከቤቴ ረስቼው ወጣሁ፤ አሁንኑ መድሃኒቱን መውሰድ ስላለብኝ በፍጥነት ብታደርሰኝ ደስ ይለኛል። ግን ይቅርታ ስላቻኮልኩህ" አለችው በአክብሮት መልክ።

"እረ ምንም ችግር የለውም። አሁንማ ትራፊክ የለም ቶሎ እንደርሳለን" አለ ፍጥነቱን እየጨመረ።

"አመሰግናለሁ" አለች ውጭ ውጭውን በስጋት እያየች። ባለ ታክሲው ለምን ሰው እንደሚፈልግ ወደኋላና ወደጎን ደጋግማ እንደምታይ ግራ ገብቶታል።

ለማረጋጋት ስለፈለገ "እኔ እኮ ቅድም አውቅሃለሁ ስትይኝ ግራ ገባኝ። ምክንያቱም በኛ ስራ ሰው የሚታወስበት ብዙ መንገድ አለ። ወዲያው የሚረሳ ተሳፋሪ አለ። እንዲያውም ሰው ጭኛለሁ እንዴ ብለሽ እራስሽን የምትጠራጠሪበት ጊዜ ይኖራል፤ መሳፈሩንም ረስተሽ ማለት ነው። በሌላ በኩል ደግሞ ሊደበድበኝ የሞከረን፣ ሂሳብ ያልከፈለ፣ ጥሩ ቲፕ የሰጠ፣ እንዳንቺ አይነት ቆንጆ መቸም አይረሳም። እኔ አልረሳም" አለ ደመቅ ያለ መብራት ጠብቆ ዞር ብሎ ለማየት እየሞከረ። ሜላት ስጋት ላይ ብትሆንም ነገሩ አሳቃት።

"በጣም ቀልደኛ ነህ" ብላ ሞባይሏን መነካካት ቀጠለች። ለሃይሌ መሄዷን ደውላ ልትነግረው ፈልጋ ወደ ቤቷ ትንሽ ቀረብ እስከምትል መቆየት ፈለገች።

ሃይሌ የመጣለትን ውስኪ እየተጎነጨ ቢጠብቅ አትመጣም። በመጨረሻ ወደ መጸዳጃ ቤት አመራ። አንድ የሆቴሉ ሰራተኛ ፊት ለፊቱ

ስትመጣ ስላየ ወደሷ ጠጋ ብሎ "ቅድም ጓደኛዬ ወደ ሽንት ቤት ሄዳ ነበር ግን በጣም ቆየች ቼክ ታደርጊልኛለሽ?" ሲላት

"ቅድም ከእርሶ ጋር የነበርችው?"

"አዎ፥ እረዘም ያለች፣ ሱሪ ..." ብሎ ሳይጨርስ

"አዎ አስታውሳለሁ። ቸኮል ብላ ከሆቴሉ ስትውጣ አይቻታልሁ።"

"በየት በኩል . . .?" ብሎ ንግግሩን ሳይጨርስ" ወዲያው ነው የሄደችው ትንሽ ቆየች" ብላው እየቸኮለች ስለነበር ካጠገቡ ሄደች።

ሃይሌ አናቱን የተመታ ያህል ህመም ተሰማው። እጁን ወደ ሽጉጡ ሰደድ አድርጎ ያዘው። ለመተኮስ የተዘጋጀ ይመስላል። እያጉተመተመ የስድብ ውርጅብኙን አወረደው። "አታውቂኝም ማለት ነው! ክብር ካልወ . . . ደደልሽ . . ." አለ ድምጹን አውጥቶ። ወዲያው ስልኩን አውጥቶ ለሜላት ደወለ።

ስልኩ ሲጠራ ሜላት በጣም ደነገጠች። የማን ስልክ ቁጥር እንደሆነ እንኳን መለየት አቃታት። ከሃይሌ በስተቀር ማንም በዚህ ስዐት እንደማይደውልላት ታውቃለች። "ሄ . . .ሎ. . .።" አለች፥ ድምጿን ስታወጣ ከአተነፋፈሷ ፍርሃቷ ያስታውቃል።

"የት. . .ነው ያለሽው!" አለ ሃይሌ ጮክ ብሎ መናደዱ ያስታውቃል። የሷን መልስ ሳይጠብቅ። "ስሚ ሜላት ምንም ምክንያት አልፈልግም ተመልሰሽ ነይ! ምን አይነት ንቀት ነው? በጣም ነውር ነው። የተከፈለበትን መጠጥ እንኳን ሳትጠጪ ሳትነግሪኝ ጎልተሽኝ ትጠ . . . ፈያለሽ? እኔ እኮ በጣም አከብርሽ ነበር። እንደዚህ አይነት ሰው መሆንሽን አላወኩም። በጣም ተሳስትሻል፤ ዋጋ ሊያስከፍልሽ ይችላል . . ." ብሎ ንግግሩን ሊቀጥል ሲል

"ሃይሌ እያስፈራራ...ሃኝ ነው አይደል? እኔ ለነገሩ ልደውልልህ ስል ነው የቀደምከኝ" አለች።

"አንቺ ነሽ ነገሩን እዚህ ያደ . . . ያደረሽው" አላት።

"እኔ ዛሬ ያለፕሮግራሜ ነው ይህ ሁሉ የተፈጠረው። ዛሬ ቀጥታ እቤት መግባት ነበረብኝ፤ ትርሲት ለግማሽ ሰዐት ያህል እንገናኝ ስላለችኝ እንጂ። ተጠራጥሬ መጸዳጃ ቤት ስገባ ያልጠበኩት ለነገር፥ ለነገሩ ጠብቄ ነበር ተፈጠረ። በቦርሳዬ ደግሞ እንደአጋጣሚ ምንም ነገር አልያዝኩም። ስለዚህ ወደ ቤት መሄድ ነበረብኝ። ላንተ ብነግርህ እንድሄድ አትፈቅድልኝም። ችግሬ ገባህ አይደል?

ንዴት ላይ ስልሆነ ምንም አይነት ምክንያት መቀበል አልፈለገም። ልትለው የፈለገችው ነገር ቢገባውም እንዳልገባው ሰው “ምንድን ነው የምታወሪው! ...” አለ።

“እናንተ ወንዶች እኮ ከወር ወር ችግር የለባችሁም” አለች ባለ ታክሲው እንዳይሰማት ድምጿን ቀንስ አድርጋ።

“ይህ በቂ ምክንያት አይደለም። ብታማክሪኝ ዘዴ ይፈለግ ነበር። የት ደረሽ አሁን ...?” አለ ታክሲዎች ወደ ቆሙበት እያመራ። “እየመጣሁ ስለሆነ አንድ በታ ጠብቂኝ። መመለስ ከቻልሽም እዚሁ እጠብቅ . . .” አለ አነጋገሩ ትዛዝ የሚሰጥ ይመስላል።

“እኔ ወደ አክስቴ ቤት እየሄድኩ ሲሆን አንድ ሁለት ደቂቃ ቢቀርኝ ነው። “በቃ ደህና እደር ሃይሌ። በጣም ይቅርታ” አለች ጠንከር ባለ አነጋገር። ሃይሌ ምንም ሳይል ስልኩን ዘጋው። ሜላትን ለመከተል አስቦ ነበር። እሷም ይህ ስለገባት ተስፋ የሚያስቆርጥ ነገር፥ ወደ ቤቷ እንደማትሄድ ስለነገርችው ምንም ሊያደርግ አልቻለም።

ሜላት ይህ የዛሬው ድርጊቷ ብዙ ጣጣ እንድሚያመጣባት ታውቃለች። ግን እራሴን ሆኜ መኖር ካልቻልኩ የኑሮ ትርጉሙ ምንድን ነው የሚል አመለካከት አላት። ከጥቂት ደቂቃ በኋላ ከትርሲት በተደጋጋሚ ስልክ ቢደወልላትም ለመመለስ አልፈለገችም። በሃሳብ እንደተዋጠች ወደ ሰፈራቸው መግቢያ አካባቢ ደረሱ። “እዚች ጋ ታጠፍና ትንሽ ነው ገባ የሚለው” አለችው። ባለ ታክሲውም ጫወታውን ሊቀጥል ቢፈልግም፥ እየተጨቃጨቀች እንደነበረ ስላወቀ ምንም ነገር ሳይተነፍስ ከመውረጃዋ ደረሰች።

“ቢዝነስ ካርዴን ልስጥሽ አለና” የመኪናውን የውስጥ መብራት አብርቶ ፈገግ ብሎ አይን አይኗን እያየ ሰጣት።

“አመሰግናለሁ” ብላ ሂሳቡን ከፍላ ወደ ቤቷ አመራች። እሱም አምስግኖ ዞር ብሎ የምትገባበትን አየት አድርጎ ሄደ።

አሥራ ስድስት

ወቅቱ *ሰመር* (በጋ) ስለሆነ ሃይለኛ ሙቀት አለ። ታዲያ ሙቀቱ እንደ አዲስ አበባ አናት የሚበሳ ሳይሆን በጣም ይወብቃል። የቤት ወይም የመኪና ውስጥ ጥላ አያስጥልም። መፍትሄው *ኤየር ኮንዲሽን* (ማቀዝቀቻ) መጠቀም ብቻ ነው።

እለቱ ቅዳሜ ነው። ሙቀቱ በጥዋት ጀምሯል። ብሩክ ጋደም እንዳለ ካንገቱ ብቻ ቀና ብሎ መሰረትን ሲያያት፥ መሰረት አንሶላውን ከወገቧ በታች ለብሳ ድብን ያለ እንቅልፍ ውስጥ ነች። ኮምፈርተሩን (ብርድልብሱ) ምናልባትም በሙቀቱ ምክንያት ሲወራጩ በግራቸው መተውት ሊሆን ይችላል ከግርጊያቸው መሬት ላይ ወድቋል። ክፍሉ ስለሞቀበት ቀስ ብሎ ካጠገቧ ከተንሳ በኋላ የአየር ማቀዝቀዣውን አስተካከለው። ከዚያም መጀመሪያ ሻወር ወሰደ፣ ሳሎን ሄዶ የተኙትን እንዳይረብሽ የቲቪውን ድምጽ በትንሹ አድርጎ ከፈተ፣ ኢንተርኔት ቃኘት ካደርገ በኋላ ኢሜሎቹንም አየ፣ ከዚያ ፌስ ቡኩን ከፍቶ አየት አደርገ። እንደ ጉድ የፈሉ ስለ ኢትዮጵያ የፖለቲካ እንቅስቃሴ የሚያወሩ የኢትዮጵያውያን ድህረገጾች ቢኖሩም አብዛኛዎቹ የዘር ፖለቲካ የሚያራግቡ በህወሃት የሚደጎሙ ናቸው። ብሩክ ማን ምን እንደሆነ ጠንቅቆ ስለሚያውቅ የተወሰኑ የኢትዮጵያውያን ድህረ ገጾችን ይመለከታል እንጂ ሌሎች ላይ ጊዜውን አያባክንም። በአሜሪካ አቆጣጠር ከጠዋቱ ስምንት ሰዐት ከሰላሳ አምስት ሆኗል። መሰረት አሁንም አልተነሳችም። ቅዳሜ የእረፍት ቀኗ ስለሆነ አረፋፍዳ ነው የምትነሳው። ዛሬ

ግን ትንሽ ቆየት አለች። አብዛኛውን ጊዜ ልጆቹም አርብ አርብ እንዲያመሹ ስለሚፈቀድላቸው እንደተኙ ናቸው። ቤቱ ጸጥ ብሏል። የመኪና አላርም የሚመስል ድምጽ ከርቀት፣ ሰፈራቸው በዛፍ የተከበበ ስለሆነ ከውጭ የወፎች ጫጫታ ይሰማል። ምናልባት ቅዳሜ ጧት ስለሆነ ሊሆን ይችላል ሌላ እንቅስቃሴ ያለ አይመስልም።

"እንዴ ተኝታ ልትውል ነው እንዴ?" እያለ መኝታ ቤቱን ከፍቶ ገባ። ፈጥን ብሎ ሲገባ ድንገት በሩን በግሩ ስለምታው ሳይቀሰቅሳት አይቀርም፥ ገልበጥ አለች። ቆም ብሎ አያት የባሰውን ተገላልጣለች።

"እፍ . . . " አለች ጣቶቿን እጸጉሯ ውስጥ አስገብታ እያሻሸች።

"ምነው በሰላም ነው? ዘጠኝ ስዐት እኮ ሆነ" አለ አልጋው አጠገብ ቆም ብሎ፥ መንቃቷን ካረጋገጠ በኋላ።

"ይ ...ሁና! ሰው ሲደክመው መተኛት አይችልም? የረፍት ቀኔ አይደለም እንዴ? ደግሞ የትነው ዘጠኝ ስዐት የሆነው?" አለች እንቅልፍ በተጫጫነው ድምጽ የግድግዳ ስዐቱን አይኗን በግድ ገልጣ ፊለፊት እያየች። "ኤይት ፎርቲ ቆይ አንተ እንቅልፍ ከሌለህ ሌላው አይተኛም?" አለች ገልበጥ ብላ ፊቷን አዙራ እየተኛች። አነጋገሯ እንቅልፍ ስለተጫጫናት ከመረባበሽ የመጣ ይመስላል።

"ሃያ ደቂቃ ይቀራል ለማለት ነው? ጥሩ በቃ የደካከመሽ ይመስላል ትንሽ ተኚ። ቁርስ ልስራ አይደል? ልጆቹ መነሻቸው ስዐት ደርሷል" አለ ብሩክ ስላዘነላት ትንሽ ትተኛ ብሎ።

እንደገን ገልበጥ ብላ አይኗ በደንብ ስላልተገለጠ እየተጨነባበሰች "ቆይ መጣሁ፤ ትላንት ልጆቹ ስሪልኝ ያሉኝ ነገር ስላለ እኔ እሰራለሁ" አለች ከልጆቿ ጋር ማት የተነጋገሩት ትዝ ስላላት። ተነስታ አልጋው ጫፍ ላይ ቁጭ ብላ እጆቿን ወደ ግራና ቀኝ ዘርግታ ስትንጠራራ ገና እንቅልፏን እንዳልጨረሰች ያስታውቃል።

"የደካከመሽ ይመስላል፤ በቃ ትንሽ ተኚ እኔ እሰራላቸዋለሁ" አላት ለመነሳት ስትታገል እያየ።

"በቃ አሁንማ ነቅቻለሁ" አለች አይኗን ከፈት ከደን እያደረገች እጆቿን በማቆላለፍ አናቷ ላይ አርጋ እየተንጠራራች። ብሩክ ከመኝታ ቤት ወጥቶ ቲቪ ከፍቶ ማየት ጀመረ። ከልጆቹ መኝታ ቤት የልጆቹን ድምጽ ስለሰማ ሊቀሰቅሳቸው መሄድ አላስፈለገውም።

መሰረት ፈጠን ብላ ተጣጥባ ቁርስ አዘጋጅታ ከልጆች ጋር አንድ ላይ በልተው እንደጨረሱ “በስራ ቀን አይመቸኝም፣ ለቤት የሚሆን ትንሽ ነገር የምገዛው ስላለ ልሂድ አሁኑኑ፣ የበላንበትን አንሱት” ብላ ልብሷን ለመቀየር ወደ ውስጥ ገባች።

ብሩክ ተክትሏት ሄዶ “መሲ ትላንት የነገርኩሽ ቦታ ስለምሄድ እንዳትረሺውና እንዳይረፍድብኝ” አላት።

“አውቃልሁ አልረሳሁትም። እስከዚያ ድረስ ምን አደርጋልሁ? ቶሎ ነው የምመጣው” አለችው። ብሩክ መሰረትን ከሚወድላት ነገር አንዱ፥ የትነው የምትሄደው? ለምን ቆየህ? አይነት ነገር የለባትም። ምንም እንኳን ከቅርብ ጊዜ ወዲህ አንዳንድ የባህሪ መቀያየር ቢታይባትም። እሱም ቢሆን በልጆቹ የተነሳ ቅር የተሰኘበት ነገር አለ። ይህም ሆኖ በመሃከላቸው ብዙም ለክፉ የሚያደርስ ልዩነት የለም። አሁንም ቢሆን ተከባብረውና ተጋግዘው ነው የሚኖሩት።

መሰረት ብዙም ሳትቆይ የሄደችበትን ጉዳይ ጨርሳ ብሩክ ከገመተው ስዓት በፊት ደረሰች። ብሩክ ታላቋ ልጃቸውን ሲያስጥና ቆይቶ መሰረት ስትመጣ ልብሱን እየለባበሰ ነበር። ታላቋ ልጃቸው ልደት ሰባት አመቷ ሲሆን የሁለተኛ ክፍል ተማሪ ነች።

ብሩክ ለብሶ እንደጨረሰ በይ መሲ አሁን ልሂድ፤ ብዙ የምቆይ አይመስለኝም፤ ለማንኛውም ከፈለግሽኝ ደውይልኝ ብሎ ልጆቹንም ተሰናብቶ ወጣ።

ሙቀቱ በጣም ስለጨመረ መኪና ሳይቀዘቅዝ ወዲያው መግባት በጣም ከባድ ነው፥ ያስጨንቃል። ብሩክ መኪናውን ካስነሳ በኋላ የአር ማቀዝቀዣውን ከፍቶ ትንሽ እውጭ ቆም ብሎ ገባ። ወዲያው ውስጥ ውስጡን ያሉ መንገዶችን ተጠቅሞ *ሩት ፊፍቲ* (መንገድ ሃምስ) የሚባለውን መንገድ እንደያዘ ለትርሲት ደወለላት። ትራፊኩ እንደቅዳሜ ሳይሆን ትንሽ ያዝ ያደርጋል። እንደተለመደው ወዲያው አነሳችው። “ታድያስ ብሩክ። የት ደረስክ?” አለች።

“ከቤና ነው የምመጣው አሁን *ሩት ፊፍቲ* መንገድን ይዣለሁ።”

“ጥሩ፥ በቃ ወደአሌክሳንድሪያ መጥተህ . . . “ብላ እንዴት እንደሚደርስ አቅጥጫውን ልትነግረው ፈልጋ ነበር። “እንዲያውም አሁኑኑ

አድራሻውን ቴክስት አደርግልሃለሁ። እዚህ ስትደርስ ፓርኪንግ ሎቱ ሆነህ ደውልልኝ። ምናልባት ቦታውን ካጣሃውም ሌት ሚ ኖው (ንገርኝ)" አለች።

"ጥሩ በቃ ቴክስት አድርጊልኝ" ብሎ መንገዱን ቀጠለ። ወዲያው ሜሴጅ መጣለት። ቴክስቱን ሲያይ ያን አካባቢ ያውቀዋል። እዚያ አካባቢ ያለው መኖሪያ ቤት ብቻ ነው። ለምን ይህን ቦታ መረጠች? ምናልባት እቤቷ ልትወስደኝ ይሆናል ብሎ ገመተ። ዝም ተብሎ እሰው ቤት ይኬዳል እንዴ? ባይሆን ለሌላ ጊዜ በፕሮግራም ለምን አላደረገችውም? ወጣ ብለን ብንጫወት ይሻል ነበር" ብሎ እንደገና ደውሎ ሁኔታውን ለማጣራት አስቦ ነበር ግን ያን ያህል አስፈላጊ ሆኖ አላገኘውም።

ብሩክ በመንገድ ላይ ሆኖ የሚያሰላስለው ስለ ሜላት ጉዳይ ነው። "ሌላው ነገር ቢቀር እንኳን ምን ሁኔታ ላይ እንዳለች፣ ምን እንደደረሰባት ሳልጠይቅ ዝም ብዬ ስጠፋ እንዴት ሞራሏ ይነካ ይሆን?" ብሎ እንደተለመደው ስለሜላት በሃሳቡ እያወጣ እያወረደ ትክዝ አለ።

በነበረበት የፖለቲካና የኑሮ ጫና ምክንያት ሜላትን ለማፈላለግና ለመርዳት እድል አላገኘም። አሁንም ቢሆን በሱ ምክንያት ችግር ውስጥ ልትገባ ስለምትችል ማፈላለጉ ጥንቃቄ የተሞላበት መሆን ስላለብት ጊዜ ይፈልጋል። ምንም እንኳን አሁን ኢህአዴግ የቀድሞው ጥንካሬ ባይኖረውም ተቃውሞው እየበዛበት ሲመጣ የተቃዋሚዎችን እንቅስቃሴ ለማፈን የሚያደርገው ጥረት እየጨመረ መጥቷል። ይህም ሜላትን እንደልቡ ለማፈላለግ እንዳይችል የአሳደረበት ጫና ቀላል ይደለም።

የነገረችው ቦታ እንደደረሰ፥ መድረሱን ደውሎ ሲነግራት የመኪናውን አይነት ጠይቃው ወዲያው ወደ አቆመበት ቦታ ደረጃውን ወርዳ ስትመጣ አያት። የቤት ልብስ እንደለበስች ሲያያት ወደ ቤቷ ልትወስደው እንደፈለገች ገባው። "ቅርብ ነበርክ ማለት ነው፥ ቶሎ ደረስክ" አለች ሳቅ ብላ ወደ መኪናው እየቀረበች።

"ሰፈራችንም እኮ ብዙ አይራራቅም አለ ከመኪናው ወርዶ ወደሷ እየተጠጋ። ሰላምታ ተለዋወጡ። "በቃ ወደቤት እንግባ በጣም ይሞቃል፥ ዛሬ ደግሞ ብሶበታል" አለች እንደመሄድ እያለች።

"ትርሲት ግን እቤት እኮ አይደለም የተቀጣጠርነው። በቃ እኔ እዚህ ልጠብቅሽ እቤት ደርሰሽ ልጅሽንም ይዘሻት ነይ ከኛ ጋር ትጫወታለች። አንድ ቦታ ሄደን ኬክ ወይም ሌላ ነገር ልጋብዛት፥ ደስ ያላትን ነገር። በዚያውም

እየተጫዋወትን ዘወርወር እንበል፤ የረፍት ቀናችን አይደለ እንዴ?” አላት ፈገግ ብሎ።

“እዚህ ድረስማ መጥተህ ቤቴን ሳታይ አትሄድም። ቤቴን አይተህ አረፍ ብለን እንውጣለን፤ ምን ችግር አለ” አለች ነገሩን ቀለል በማድረግ።

“ደግሞ ይህን አስቀድመሽ ብትነግሪኝ ጥሩ ነበር። ለልጅሽ አንድ ነገር ይዤ እመጣ ነበር። እንዴት ባዶ እጅ . . .?” ምንም ማለት አይደለም እንድታስታውሰኝ . . . ።

“እንዴ ብሩኬ! እኛ እኮ ለመጫወት ነው የተቀጣጠርነው። ድግስ ምናምን ነገር አይደለም። ያም ቢሆን ምንም ነገር አያስፈልግም። በነገራችን ላይ ልጄ እህቴ ቤት ትላንት የሄደች ናት። እኩያዋ የህቴ ልጅ ስላለች አብዛኛውን ጊዜ ዊክኤንድ እዚያ ነው የምታሳልፈው” አለች።

ወደ ቤት መግባቱ ቅር ቢለውም ሌላ አማራጭ የለውም። “እንደዚህ በደንብ የምትቀራረበው ጓደኛ ሲኖር ጥሩ ነው ይረዳዳሉ። ሃገሩ ብቸኝነት የሰፈነበት፣ ማህበራዊ ኑሮውም የተዳከመበት ስለሆነ አብረው ሲያድጉ ጥሩ ነው” አለ ከኋላዋ ከተል ብሎ እየተራመደ። ቤቷ ሁለተኛ ፎቅ ላይ ስለሆነ ወዲያው ደረሱ። ግባ፥ ግን ቤቱ ታፍኗል አይደል? ምግብ ምግብ ይሸታል። መቸም የኢትዮጵያውያን ቤት የታወቀ ነው። ጥሩ የማሽተት አቅም ካለህ ከመደዳ ቤቶች እረ እንዲያውም ከሰፈር ውስጥ የትኛው የኢትዮጵያዊ ቤት እንደሆነ ማወቅ የሚቻል ይመስለኛል። ሰው መጠየቅም አያስፈልግ። አይደል እንዴ?” አለች ሳቅ ብላ በሩን ከፈት አድርጋ ይዛ እያስገባችው።

“በደንብ ነው እንጂ የሚታወቀው። ታዲያ ያ ሽታ ተገኝቶ ነው እንዴ? የምግቡ ሽታ ብቻ መች ሆነና፤ በውስጡ ስንት ነገር ይዞ ይመጣል መሰለሽ። አንዳንድ ጊዜ ተሸክሞ ወስዶ ኢትዮጵያ ውስጥ አንዱ ገበያ መሃል ይከታል፣ ገጠር፣ ከተማ ወይም ደግሞ አንድ ዘመድ ቤት ወስዶ ድግስ ያስፈተፍታል። ብቻ ምን ልብልሽ . . . ። አለ በእጁም በአይኑም ስሜቱን በቀልድ መልክ ለመግለጽ እየሞከረ። “ለነገሩ ቤትሽ አልታፈንም እንዲያውም ጥሩ ነገር ነው የሚሸተው።” እያለ ሶፋ ላይ ደገፍ ብሎ ትርሲትን እያየ ተቀመጠ። ፊት ለፊቱ ግድግዳ ላይ በተሰቀለው ቲቪ የሲ ኤን ኤን ፕሮግራም ይታያል። “እንዲያውም እኮ የኛ የምግብ ሽታ የሙያ መመዘኛም ይሆናል” ብሎ ሳቅ አለ።

ትርሲት አጠገቡ ቆማ "ስለ ድግስ ስታወራ እኔንም ወደዚያው በሃሳብ ሰደድከኝ አይደል እንዴ። ከቤተሰብ ጋር ተሰባስበን ስንገባበዝ፥ ብላ፣ ብይ፣ ብሉ፣ በላሁ በቃኝ መግደርደሩ ሁሉ ታየኝ" አለች እጆቿን እያወራጨች። ሁለቱም እየተያዩ ተሳሳቁ። "ታዲያ የቤቴ የምግብ ሽታስ እንዴት ነው? የኔን ሙያ እንዴት አየኸው? አለች ሳቅ ብላ። "ውይ እረስቸው . . ." ብላ ንግግሯን አቋርጣ ኦቨን ውስጥ የከተተችው ነገር ትዝ ስላላት "መጣሁ እንጫወታለን ቲቪ እያየህ ጠብቀኝ" አለችውና ወደ ውስጥ ፈጠን ብላ ገባች። ብሩክና ትርሲት አዲስ አበባ ከሜላት ጋር ሆነው ብዙ ቦታ አንድ ላይ እየሄዱ ያሳልፉ ነበር። በደንብ ይግባቡ ስለነበር አሁን ወዲያው እንደተገናኙ ያላቸውን አጨዋወት ለሚያይ ሰው አብረው የቆዩ ይመስላል።

የትርሲት ቤት በደንብ ጽድት ያለ ሲሆን ከሶፋው ጀምሮ ያሉት እቃዎች በጣም የሚያምሩ በውድ ዋጋ የተገዙ ናቸው። የተሰቀሉት ስዕሎች ሳይቀር በቀላል ዋጋ የሚገኙ አይደሉም። ብሩክ እንደዚህ አይነት እቃዎች ያየው በውድ የተገዙ ቤቶች ውስጥ ሲሆን፤ ሰወቹም ገቢያቸው ከፍተኛ ነው። ትርሲት የምትኖርበት አፓርትመንት ውድ የሚባል አይደለም። ለነግሩ የባሏ ገቢ ጥሩ ሊሆን ይችላል፤ ካልሆነም እዚህ ሃገር ሰው ብድር ካልፈራ መበደር እንደሚችል ያውቃል። ምንም እንኳን ጥሩ ገቢ ከሌለ መክፈሉም ከባድ ቢሆን። "የሚገርም ነው 'መጽሃፍን በሽፋኑ ብቻ አትገምግሙ' የሚለው አባባል እዚህ ላይም ይሰራል" አለ ለራሱ እቃዎቹን ቃኘት እያደረገ።

ከጠረቤዛው ላይ እና ከጠረቤዛው ስር ካለው ማስቀመጫም በተንተን ብለው የተቀመጡ መጽኤቶች፣ ፖስታወችና ደረሰኞች፣ የማስታወቅያ መለዕክት የያዙ የሚመስሉ ወረቀቶች፣ ካርድና ቢዝነስ ካርዶች ይታያሉ። ከመሃከሉ አንደኛው ደብዳቤ ነገር ላይ አይኑ አረፈ። በንድ ግዙ በሚል ሰበብ ኢህአዴግ በተለያየ ጊዜ እዚህ እውጭ ሃገር ባሉ ደጋፊዎቹ፣ አባሎች፣ በኤምባሲ በኩል ገንዘብ ያሰባስባል። ብሩክ እሱ በሚሳተፍበት የተቃዋሚ ድርጅት በኩል የጥሪ ወረቀቶች ለነማን እንደሚላኩ ክትትል ይደረግ ነበር። ተመሳሳይ የጥሪ ወረቀት ወይም ፖስት ካርድ ስላየ ብድግ አድርጎ አነበበው። እንደገመተውም በአሜሪካ ከኢትዮጵያ ኤምባሲ በስሟ የተላከ የጥሪ ካርድ ነው። ደንገጥ አለ። ይህ የጥሪ ወረቀት የደረሳቸው ሰዎች አብዛኛዎቹ ለኢሃዴግ የሚሰሩ ወይም ደጋፊወች እንደሆኑ ያውቃል። አየት አድርጎ መልሶ አስቀመጠው።

"ጥዬህ ጠፋሁ አይደል? ስቶቭ ውስጥ ያስገባሁት ነገር ነበርኝ ይቅርታ" አለች ፊት ለፊቱ እየተቀመጠች።

"እረ ምንም ችግር የለም። የሚሰራ ነገር ካለ ጨርሺ" አለ።

"እንግዳ አስቀምጦማ ስራ የለም። ቀዝቃዛ ቢራ ላምጣልህ። ለዚህ ሙቀት . . ." ብላ ሳትጨርስ

"ውሃ ስጭኝ፤ ውሃ ይሻለኛል" አለ። ባየው ነገር ቢገረምም ፊቱ ላይ ምንም አይነት ስሜት አይታይበትም። ሆን ብሎ ያደርገው ይመስላል።

"ውነትህን ነው ምግብ ነገር ሳይወሰድ መጠጥ ጥሩ አይደልም" እያለች የሚጠጣ ነገር ለማምጣት ሄደች። ሁለት ውሃና አንድ ለስላሳ ይዛ መጣች። ብሩክ ውሃውን አንስቶ ጠጣ። እሷም ትንሽ ከውሃው ጎንጨት አደረገች። ትርሲት ተጫዋች እንደሆነች ያውቃል። አዲስ አበባ በነበረበት ጊዜ ሜላት ጨዋታዋን ትወደው ስለነበር ብዙ ጊዜ አንድ ላይ አሳልፈዋል። በቀላሉ ከሰው ጋር መግባባት ትችላለች። ቀለል የምትል አይነት ልጅ ነች።

"ይገርማል ብዙም አልተቀየርሽም።" ትንሽ . . .።" ብሎ ንግግሩን ሳይጨርስ

"ትንሽ ምን? ወፍረሻል ለማለት ፈልገህ ነው አይደል? ምን አስፈራህ ያልሆንኩትን ብትለኝ እቀየምህ ነበር ግን . . ."

"እረ ትርሲት እኔ አላልኩም። ብቻ ከዚህ በላይ አትጨምሪ።"

"ልታስደስተኝ ፈልገህ ካልሆነ በስተቀር ሰውነቴ በጣም ጨምሯል። እዚህ አሜሪካ ከመጣሁ አስር ፓውንድ ጨምሬአልሁ። ጅም ሞከርኩ፣ ዳይትም እሞክራለሁ ግን ከመጨመርህ በፊት መጠንቀቅ ነው እንጂ *ዋንስ ዩ ገን ዌይት* (ሰውነት ከጨመረ በኋላ) በጣም ከባድ ነው ለመቀንስ" አለች የመከፋት ፊት እያሳየች።

"አውቃለሁ መቀንስ ከባድ ነው። ቢሆንም ጥረት ካለ የማይቻል ነገር የለም። እስፖርት ስትሰሪ *ኮንሲስታንሲ ኢዝ ቬሪ ኢምፖርታንት* (ሳያቋርጡ ማድረግ አስፈላጊ ነው)" አለ እራሱን ወደ ታች ወደ ላይ ነቅነቅ እያደረገ።

"አይ ብሩክ አገሩ እኮ አሜሪካ ነው። እንዴት ተደርጎ አንድ አይነት ባህሪ ለረጂም ጊዜ ሊኖር ይችላል? እንደ አየሩ ይወጣል ይወርዳል። ስትረጋጋ እኮ ነው። ዛሬ አንድ ነገር ያሳዩሃል እሱ ላይ ስትረባረብ፥ ነገ ደግሞ ሌላ ይመጣል። እሱን ለማድረግ ደግሞ ትመኛለህ" አለች እየሳቀች።

“እሱንማ መጠንቀቅ ያስፈልጋል። አንዳንድ ጊዜ ለሰላሳ ሴኮንድ ማስታወቅያ በሚልዮኖች የሚቆጠር ገንዘብ የሚከፈልበት ሃገር ነው የምንኖረው። ጭንቅላታችንን እኮ በሪሞት ኮንትሮል ሊቆጣጠሩት ነው የሚፈልጉት። ታዲያ ለሪሞቱ ሙሉ ለሙሉ ተገዢ ከሆንን እንደባከንን ካንዱም ሳንሆን . . . ።”

“ልክ እኮ ነህ። እኔማ በጣም ተቸግሬአልሁ። አንዲት ነገር ልገዛ ብዬ እወጣና፥ ሃያ ዶላር ለማውጣት ያሰብኩት ሰው መቶ ዶላር ከዚያም በላይ አውጥቼ እመጣለሁ።”

“ለዚህ መድሃኒቱ ለራስ ልጓም ማበጀት፤ ዝም ብሎ ከመውጣት ምን መግዛት ያስፈልግኛል ብለሽ አስበሽበት ጽፈሽ መውጣት። ያለ ፕሮግራም በተቻለ መጠን ምንም ነገር ላለመግዛት መወሰን። በተቻለ መጠን እራስን መቆጣጠር መሞከር ነው” እያለ ድንገት ቀና ሲል በትልቁ የተነሳችውን የልጇን ፎቶ ስላየ ወደዚያው አንጋጦ እያየ ለጥቂት ሰኮንዶች ጸጥ አለ። ትርሲትም ስለገባት ወደዚያው በአይኗ ተከተለችው። “ባለፈው ጌዜ ስንገናኝ ልጅሽን ሳያት በጣም ገረመኝ። ትልቅ ልጅ አለችሽ አይደል እንዴ? ኢትዮጵያ እንደነበርሽ ልጅ እንዳለችሽ አውቃለሁ ግን አሁን ለመጀመሪይ ጊዜ ማየቴ ነው።”

“አዎ እዚህ ሀገር ከመጣች በኋላ ደግሞ ተመዘዘች። አሁንማ እሷ ነች ጓደኛዬ” አለች። ደንገጥ ብላ “እንዴ ዝም ብዬህ ቁጭ አልኩ። ምን ላምጣልህ? ቡና ላፍላ? ቆይ እንዲያውም መጀመሪያ ምሳ እንብላ” ብላ ብድግ ብላ ወደ ኪችን አመራች።

“እኔ ከቤት ቀጥታ ስለመጣሁ በልቻለሁ” አለ ጮክ ብሎ እንድትሰማው። በቃ ትንሽ ቆይተን እንበላለን ብላ ሄዳ ዋይን ይዛ መጣች። ቢራ ወይም ውስኪ የሚሻለው ከሆነ ጠይቃው ነበር ግን ዋይኑን መረጠ። ብሩክ ላለመጠጣት ፈልጎ ነበር ግን ግብዣዋን እንቢ ላለማለት የተቀዳለት ዋይን ተቀበለ። የአበሻ ዳቦ ጨምራ ስላቀረበች ከዳቦውም ትንሽ ቀመስ አደረገ።ትርሲት ለራሷም ዋይን ቀዳች። “ቆንጆ ዋይን ነው። ውስኪ ከፈለክ ልቀይርልህ” አለችው።

“ ዋይን ይሻለኛል” አለ ቀመስ እያደረገ። “ዳቦውም ቆንጆ ነው። አንቺ ነሽ የጋገርሽው?” አለ በቀልድ መልክ።

"ትቀልዳለህ እንዴ! የኢትዮጵያውያን ሱቅ በሽ ነው አሁንማ። እንዲያውም ለኛ ቅርባችን ነው" አለች።

ብሩክ ይህን አጋጣሚ ሲያገኝ ወዲያው "ኢትዮጵያ ቤተሰቦችሽ እንዴት ናቸው?" አለ። ስለ ሜላት ለመጠየቅ ቸኩሏል።

"እኔማ በየቀኑ እደውላለሁ ማለት ይቻላል። እድሜ ለቫይበር። ምንም እንኳን ቁም ነገር ለማውራት አመቺ ባይሆንም ድምጻቸውን ለመስማት ይሆናል" አለች።

"ጥሩ ነው ስለደህንነታቸው ከተሰማ ይበቃል። ለመሆኑ ሜላት እንዴት ነች? እኔ ስለሷ ያለችበትን ሁኔታ ለማወቅ በጣም ብዙ ጥረት አድርጌአለሁ። አንቺን ሳገኝሽ በጣም ነው ደስ ያለኝ። ለሷ ካንቺ የቀረበ ማን ይኖራል?" አለ እጆቹን አጣምሮ ከተደገፈበት ቀና ብሎ በመከፋት መልክ ትርሲትን እያየ። ምንም እንኳን ይህ ጥያቄ እንደማይቀር ብታውቀውም ባልጠበቀችው ሁኔታ ስለመጣ ደንገጥ ያለች ይመስላል።

ከዋይኑ ጎንጨት አድርጋ አሰብ አረገች። "ካየኋት ብቻ ሳይሆን ስለሷ ከሰማሁ እኔም በጣም ቆየሁ። በተለይ ላንተ ማመን ሊያስቸግርህ ይችል..." ብላ ወሬውን ከመቀጠሏ በፊት

"ሜላትና አንቺ አትገናኙም ነበር?" አለ በመገረም።

"ታሪኩ ብዙ ነው ብሩክ። ስለሱ ሌላ ጊዜ እንጫወታለን። ግን ሜላት በጣም ተቀያየረችብኝ፥ በኔ ላይ ማለቴ ነው። ለረጅም ጊዜ ሳንገናኝ ስለቆየን ወደ ውጭ መውጣቴን የሰማች አይመስለኝም። እኛን የሚያውቅ ሰው ነግሯት ይሆናል። እኔ ግን አግኝቼ ልሰናበታት ብሞክርም ላገኛት አልቻልኩም። የዱሮ ስልክ ቁጥሯ አይሰራም። ሰፈር ቀይረዋል። መስሪያ ቤቷም ብደውል መስሪያ ቤት ቀይራለች አሉኝ።" በጣም ማዘኗን ለማሳየት እይሞከረች። "ጠጣ እንጂ!" አለች የብሩክን መጨናነቅ አይታ። ብሩክ ብርጭቆ ላይና ለርሷም ዋይን ጨመረች። ብሩክ ግራ የተጋባ ይመስላል። የተቀዳለትን ዋይን ሳብ አደረገ።

"እኔና ሜላት በዚህ መልክ መለያየታችንን ሳስታውስ ማመን ያስቸግረኛል። እኔ እኮ እሷ የሌለችበት የልጅነት ጊዜ፥ እዚህ ሃገር ቲን ኤጀር ነው የሚሉት? ታሪክ የለኝም። አንዳንድ ጊዜ ስለ ሃገሬ ሳስታውስ፥ ምነው አንድ ቀን ሜላትን አግኝቻት ስለዝያ ማለቅያ የሌለው ወሬያችን፣ ስለ ዙረታችን፣ ስለ ትምህርት ቤት ውሎአችን፣ ስለ ጓደኞቻችን እያወራን

እንዲያው ትዝታችንን ብንወጣ እላለሁ” ብላ ትክዝ አለች። ይህ ለብሩክ ፍጹም ያልጠበቀው ነገር ስለሆነ ግራ ገብቶታል። የተደበቀ እኔ እንዳልሰማው የተፈለገ ነገር ቢኖር ነው እንጂ እንዴት ሌላው ቢቀር የት እንዳለች አታውቅም? ለሚለው መልስ ሊያገኝ አልቻለም።

“በጣም የሚገርም ነው፤ ይህን አልጠበኩም። ካገኘሁሽ ቀን ጀምሮ እየተረበሽኩ ነበር። ካንቺ ጋር ተገናኝቼ ስለሜላት ለመስማት በጣም ጉጉት ነበረኝ” አለ አንገቱን አቀርቅሮ ትክዝ ብሎ ወለሉ ላይ አይኑን ትክል አድርጎ።

“ብሩክ ብላ ዳቦውን። በባዶ ሆድ ከመጠጣት ይሻላል” ብላ ለሷም ለሱም ዋይኑን ጨመረች። ምን መሰለህ ስለሜላት ማወቅ ካስፈለገ አጠያይቄ ማግኘት እችላለሁ። እንዲያውም በተባራሪ የሆነ ነገር የሰማሁ መስሎኝ ነበር። ጤንነቷን በተመለከተ ደህና እንደሆነች በእርግጠኝነት መናገር እችላለሁ” አለች በሙሉ ልብ። ብሩክ ደህንነቷን ሲሰማ ተመስገን ብቻ የሷን ክፉ አያሰማኝ እንጂ የፈለገው ነገር ይፈጠር አለ በሃሳቡ።

ስለ ኢትዮጵያ፣ የአሜሪካ ኑሮ እንዲሁም አዲስ አበባ ከሜላት ጋር ሆነው አንድ ላይ ስላሳለፉት ነገር አንስተው ብዙ አወሩ።

“አንተ ጥሩ ሰው እንደሆንክ አውቃለሁ። ሆን ብለህ አላደረከውም ካቅምህ በላይ የሆነ ነገር ነው። በሌላ በኩል ከተለያያችሁ እረጅም ጊዜ እንደሆነ መርሳት የለብህም። አንተም የራስህ ኑሮ አለህ የሷም እንደዚያው። ነገሮች እንደነበሩ አይቆዩም። አንተም ብትሆን እዚህ ዝም ብለህ እሷን እየጠበክ ቁጭ ብለሃል ለማለት ያስቸግረኛል። ደግሞ ማንም ሊፈርድብህ አይችልም። መቼም ብቻዬን ነኝ አትለኝም። አይደለም እንዴ? አለች እየሳቀች። ሁለቱንም ብርጭቆዎች እንደገና ሞላቻቸው። ብሩክ እጠርሙሱ ውስጥ የቀረውን ስያየው ትንሽ ነው። ተጨናንቆ ስለነበረ ሳይታወቀው ብዙ እንደጠጣ ገባው። ሌላው የታዘበው ነገር የትርሲት አጠጣ ነው።

“ልክ ነሽ ብቻዬን አይደለሁም። ግን ምን መሰለሽ ትርሲት፥ እኔና ሜላት የተለያየነው ወደን አይደለም። እሱም ብቻ ሳይሆን ከተለያየንም በኋላ እንደገና ተገናኝተን አብረን የመኖር እቅድ ነበረን። በመሃከላችን ያልተቋጨ ነገር አለ። አንዱ አንዱን በተስፋ እየጠበቀ ለምን ይኖራል?” አለ።

ከተቀመጠችብት እየተነሳች “ብሩክ ቆይ መጣሁ። ጠጣ እንጂ ደግሞ እኔን ብቻ አታጋትረኝ” ብላ ብሩክ በቃኝ ቢላትም የቀረውን እሱ ብርጭቆ ላይ ጨምራ ጠርሙሱን ይዛ ሄደች። ብሩክ የትርሲት አጠጣጥ ገረመው።

የምትነዳው አዲስ ውድ መኪና ነው። እንዲሁም ቤቷ እንደዚህ በውድ እቃወች የተሞላ መሆኑን የሚያሳየው በየትኛውም መመዘኛ ቢሆን ጥሩ የገቢ ምንጭ እንዳላት ነው። ካገኘው ጥቂት ፍንጭ ተነስቶ ከኢህአዴግ ጋር ስለምትሰራ ሊሆን ይችላል የሚለውን ጥርጣሬውን ከፍ እያደረገው መጥቷል። እንደዚህ ከሆነ ደግሞ እያጠመደችኝ ሊሆን ይችላል የሚል ስጋት ጭሮበታል።

ምግብና ሙሉ ውስኪ ይዛ መጣች። ትንሽ ጥብስ ነገር ነው ብላ አቀረበችለት። አትክፈቺ በቃኝ ቢላትም ሌላ ዋይን ለሱ ከፈተችና ለሷ ደግሞ ውስኪ ያዘች። ከላይ የለበሰችውን አውልቃ ጃፖኒ ብቻ አድርጋለች። ከታች ደግሞ አጭር ቁምጣ ለብሳለች። ብሩክ መታጠቢያ ቤት መሄድ ስለፈለገ እኔ አሳይሃለሁ ብላ ቀደም ብላ ተነሳች። “በዚያውም ቤቴን እየው” ብላ ክንዱን ያዝ አድርጋ ወሰደችው። በዚያ አለባበስ በጣም ተጠግታው ስለነበር ብሩክ የተመቸው አይመስልም። ያደረገችው ሽቶ በጣም ያውዳል። እራቅ ለማለት ሞከረ። የልጇንና የሷን መኝታ ቤት፣ ፓዲዮውን አሳየችውና ተመለሰች። ብሩክ ባየው ነገር ተገረመ። መገረም ብቻ ሳይሆን ከዘራፊዎቹ ጋር እንደምትሰራ እርግጠኛ ሆነ። እንደተመለሰም “ትርሲት ቤትሽ ሰፊ በጣም ቆንጆ ነው። ደግሞ በንጽህና ይዘሽዋል። እቃዎችሽም ምርጥ ናቸው” አለ ሳቅ ብሎ።

“ለነገሩ ውድ አፓርትመንት አይደለም፤ ግን ምን መሰለህ ለስራዬ በጣም ቅርብ ነው። እዚህ አሌክሳንደሪያ፣ ኦልድ ሲቲ የሚባለው ፓርት ታይም እሰራለሁ፥ ከመቀመጥ ብዬ” አለች።

“ከመቀመጥ ብዬ?” አለ ለርሱ። ግራ ገባው። ባል ወይም እጮኛ ይኖራታል ብሎ አሰበ።

“ይቅርታ ትርሲት እዚህ አሁን ከባለቤትሽ ጋር ነው የምትኖሪው?” አለ ፈራ ብሎ።

“አይ ብሩኬ እ…እ። ጥሩ ጥያቄ ነው።” ከት ብላ ሳቀች። እዚያ አገራችን ስናማርጥ ስንዘል ኖረን እዚህ የሚመስልህን ከይት ታገኛለህ?”

“ምን ችግር አለው፤ የወር ፈቃድ ወስዶ ወደዚያው ተመልሶ የቀድሞዎቹን ማፈላለግ ነዋ! አለ እየሳቀ። እሷም ከት ብላ ሳቀች።

“ጠጣ እንጂ” ብላ ጨመረችለት። ብርጭቆዋን አንስታ ችርስ ስትል እሱም አለ። ሞቅ እያላት ሄዷል። “ምን መሰለህ ብሩኬ እኔ እዚህ

አፓርትመንት አብዛኛውን የምኖረው ብቻዬን ነው። ታውቃለህ ልጄ አለች። ከእህቴም ጋር ብዙ ጊዜ እንገናኛለን። እኔን እዚህ ሃገር እንድመጣ የረዳኝ ሰው የሚኖረው ኢትዮጵያ ቢሆንም ስራው አስመጪና ላኪ ስለሆነ በየጊዜው ይመጣል። ከፍተኛ ገቢ ስላለው እኔን ማስተዳደር ችግር የለበትም። እንዲያውም ምንም ነገር እንድሰራ አይፈልግም፥ ምንም እንኳን እኔ ፈቃደኛ ባልሆንም። ምክንያቱም መጀመርያ እዚህ ሃገር መንግስት በደንብ የሚያውቅህ ታክስ ስትከፍል ሲሆን፥ ሌላው ደግሞ የዘመኑ ወንድ እንዴት ይታመናል። ነገ አንድ ነገር ቢፈጠር ያልተዘጋጁበት ነገር ወዲያው ሊገኝ አይችልም። አይደለም እንዴ?" አለች እየሳቀች። አለባበሷ የሰውነት አካሎቿን ያጋለጠ ስልሆነ ብሩክ ለአይኑ ሌላ ማሳርፊያ እየፈለገ ጫወታውን ሊቀጥል ሞከረ። እሷ ግን የምታደርጋቸው እንቅስቃሴዎች ሁሉ የሱን ትኩረት ለመሳብ ይመስላል።

"ልክ ነሽ መስራት ለገንዘብ ብቻ ሳይሆን ለአይምሮም እርካታ ይሰጣል። አመለካከትን ያዳብራል፣ *ኮንፊደንስ* (በራስ መተማመን) ይጨምራል። በተጨማሪም ስራ ከሌለ ቀኑም አይመሽም ጭንቀትም ሊያመጣ . . . ጭንቀትም ሊያ . . .መጣ . . . " አለ። አይኑ ድንገት ደረቷ ላይ ስላረፈ ሁለመናዋን በሚያሳየው ጃፖኒዋ ውስጥ ባየው ነገር ተደናግጦ እንደተቆጡት ልጅ ወደ ሌላ አቅጣጫ ዞር ብሎ እየተመለከተ።

"ታንክ ዩ ብሩኬ!" የብሩክ ስሜት በደንብ ገብቷታል። ጥረቷም ይህዉ ነው። የሚገርምህ *ዲቴዬሉን* (ዝርዝሩን) ሌላ ጊዜ እነግርሃለሁ። ፈቃደኛ ከሆንክም ብዙ ነገር የማድረግ አቅሙ አለኝ በሱ በኩል" ብላ ብዙ ነገር አጫወተችው። እሷ በንግዱም ላይ ያላትን ተሳትፎና ትነግረኛለች ብሎ ያልገመተውን ሚስጥር ሁሉ ነገረችው። "ካንተ በእውቀት ባልሻልም እኔ ባለችኝ አቅም በሱ በኩል አንዳንድ ነገር ለማድረግ መንገዱ አለኝ። ኢትዮጵያ ሄደህ ቤተሰቦችህን አይተህ መምጣት ከፈለክ ያለምንም ችግር ደርሰህ የምትመጣበትን መንገድ ላመቻችልህ እችላለህ። ደግሞም ቢዝነስ መስራት ከፈለክ . . ." አለች ከጠርጴዛው ስር ወረቀት ነገር ፈለግ እያደረገች። ብሩክ ብዙ የገመተው ነገር ቢኖርም አሁን የሚሰማው ግን ከሚገምተው በላይ ሆነበት። ስለጠጣች ብቻ ሳይሆን በውስጧ ያለውን የተምታታ ስሜት ልታካፍለው የምትችለው ሰው ብሩክ ነው ብላ የተማመነችበት ይመስላል። ብሩክ ሌላው ከእሷ የተረዳው ነገር ምንም እንኳን አንተን ለማጥመድ

ብሰራ ልጎዳህ አልፈልግም የሚል ነው። በተጨማሪም በሱ ላይ ጥሩ አመለካከትና አክብሮት እንዳላት የሚያሳይ ምልክት አይቷል። አንዳንድ መረጃዎችን ለማሰባሰብ ጥሩ ምንጭ እንደምትሆን ቢረዳም፥ ከወንድማዊነት ያለፈ ግንኙነት እንደምትፈልግ በግልጽ አንብቧል። እሱም ምንም እንኳን አጠጣጡን እየተቆጣጠርው ቢሆንም፥ መውሰድ ከሚገባው በላይ እንደጠጣ ተገንዝቦታል። ወደ አልተፈለገ ነገር ሊያስገባው ስለሚችል ቶሎ መሄዱን ይመርጣል።

“ዝም ብዬ እለፈልፋለሁ አይደል? ፕሊስ አንድ ውስኪ ጠጣ ምንም አይልህም ብላ የሱንም መልስ ሳትጠብቅ ቀዳችለት። ደግሞ ጠጪ እንዳልመስልህ። እኔ አንተን ስለማውቅህ እንጂ ካገኘሁት ሰው ጋር ሁሉ አልገለብጥም” አለች መጠጧን አንስታ ጎንጨት እያደረገች። ወዲያው የበላንበትንም ሳላነሳ ዝም ብዬ ቁጭ አልኩ” ብላ ለመነሳት ስትሞክር

“እኔ ለምን አላነሳውም!” ብሎ ብድግ ብሎ እቃውን ማንሳት ጀመረ። በዚያው እጁን ተጣጥቦ መሄድ ስለፈለገ።

“እንዴ ይህማ ነውር ነው” አለች አጠገቡ ሄዳ ፊለፊቱ ቆማ አይን አይኑን እያየች። ትክሻውን ይዛ ገፋ እያደረገች የሷ እንግዳ እንደሆነ ነግራ አስቀመጠችው። አጠገቡ እግሯና እግሩ እየተነካኩ ቆማ ለምን አትጠጣም ብላ የሚጠጣበትን የውስኪ ብርጭቆ አንስታ ሰጠችው።

“ባልቀላቅል ጥሩ ነው” ብሎ መልሶ አስቀመጠው።

እንደ ተቀመጠ አጠገቡ ቆማ አይን አይኑን እያየች “ብሩኬ ምንም አይልህም ትንሽ ነው የቀዳሁልህ ብላ በረዶ ጨመር አድርጋ እንዲጠጣ አንስታ ስትሰጠው፥ ትንሽ ተግደርድሮ ተቀበላት። መኪና ስለሚንዳ ትንሽ አርፍ ብሎ መሄድ ፈልጓል። ግን ያልሆነ ነገር ውስጥ እየገባሁ ነው ብሎ ስላሰበ፥ የበሉበትን እቃ ሰብስባ ወደ ኪችን ስትገባ ብሩክ ለመሄድ ተዘጋጀ። ልክ እንደመጣች “በይ ትርሲት ልሂድ” አለ ሸሚዙን እያስተካከለ።

“እንዴ ጨዋታችንን ሳንጨርስ የት ነው የምትሄደው? ደግሞ የሰጠውህን መጠጥ አልነካሃውም” ብላ ወደ ተቀመጠበት ሶፋ ተጠጋች። “እንዲያውም ቅድም የነገርኩህን ነገር ላሳይህ” እያለች በጣም ተጠግታ አጠገቡ ቁጭ አለች። ጎንበስ ብላ ከጠረቤዛው ስር ፈለግ አድርጋ፥ እዚህ ነበረ፣ ይሄ ሳይሆን አይቀርም ብላ አንድ ሶስት ገጽ ያለው በስቴፕለር የተያያዘ ስለ ኢንቨስትመንት የሚያወራ ወረቀት አወጣች። ወረቀቱን በጂ ይዛ ብሩክን

ደገፍ ብላ ማስረዳት ጀመረች። ትርሲት እያንዳንዱ የምታደርጋቸው የሰውነት እንቅስቃሴዎች የብሩክን ቀልብ ለመሳብ ስለነበር ብሩክን ያልጠበቀው ስሜት ውስጥ እንዲገባ እየተፈታተነችው ነው። የሰውንቷ ሙቀት ልክ ተቃቅፈው የተኙ ያህል ተሰማው። የተፈጠረው ነገር ብሩክን ከጠበቀው በላይ ከፍተኛ ፈተና ውስጥ ከቶታል። ለምን አልሄድም ብሎ ወሰነ። ወረቀቱን ከእጇ ላይ ወስዶ ማንበብ ጀመረ። በአንድ እጇ ትክሻውን ተደግፋ እሷም ከሱ ጋር ለማንበብ ስትሞክር፥ ጉንጯና ጉንጩ አልፎ አልፎ ይነካካሉ። ጥቂት ካነበበ በኋላ "ችግር ከሌለው ለምን ጥናቱን ሰጥተሽኝ አንብቤ አልመልስልሽም" አለ ማንበቡን ቆም አድርጎ ወደ ፊለፊት እያየ።

"ምንም ችግር የለውም። እንዲያውም ሌላ ኮፒ ስላለኝ *ፎ ካን ኪፕ ኢት*"አለች ትክሻውን መታ አድርጋ።

የቀረውን ውሃ ከጠጣ በኋላ "ጥሩ በይ ትርሲት እጄን ልታጠብና ልሂድ" ብሎ ፍቃደኛ ያለመሆኑን በሚያሳይ ሁኔታ ካጠገቧ ተነስቶ ወደ መታጠቢያ ቤት አመራ።

እሷም ከተቀመጠችበት ተነስታ "ብሩኬ ዝም ብለህ ነው እኮ የምትጣደፈው" እያለች ተከተለችው። ብሩክ ኢትዮጵያ ከሜላት ጋር በነበረበት ጊዜ፥ የጓደኛዋ ፍቅረኛ ስለሆነ እንጂ ለሱ ልዩ ስሜት ነበራት። እሱም አንዳንድ ባህሪዋ ስላልተዋጠለት ፊት አሳይቷት አያውቅም። አሁን ግን የድብቅና የቆየ ፍላጎቷ መገለጫ ጥሩ አጋጣሚ አድርጋ ወስዳዋለች። ከራሱ ጋር እየታገለ ወደ መረታት ደርጃም ደርሶ እንደነበር ምልክቶች አይታለች። ሌላው ደግሞ እንደዚህ አይነት በከፍተኛ ደርጃ ኢህአዴግ የሚያሳድደውን ሰው በማጥመዷ ለዚህ ተግባር ባስቀመጧት ሰወች ከፍተኛ ተቀባይነት የምታገኝበት አጋጣሚ ነው። ምንም እንኳን አሁን በዚች ስዐት ለፖለቲካው ቦታ ባትሰጠውም።

"ሌላ ጊዜ በሰፊው እንጫወታለን" ብሎ ዞር ብሎ እንኳን ሳያያት መታጠቢያ ቤት ገባ። ተረባብሾ ስለነበር እራሱን ለማረጋጋት እየሞከረ ፊቱን ታጥቦ ትንሽ ቆየት ብሎ ወጣ። የተፈተጠረው ነገር ስላላማረው እንጂ የሜላትን ጉዳይ አደራ ብሏት ለመሄድ አስቦ ነበር። አሁን ስለሷ ማንሳት ነገሩን ለማበላሸት ካልሆነ በስተቀር ፋይዳ የለውም ብሎ ስላሰብ ምንም ነገር ሳይል ሹልክ ብሎ መሄዱን መርጧል።

ትርሲት እዚያው አካባቢ ስለነበረች "በይ ትርሲት ያልተጠበቀ ግብዣ ነው ያደርግሽልኝ፤ አመሰግናለሁ" አለ የመኝታ ቤቷን በር ከፍታ እንደቆመች ለመሰናበት ጠጋ ብሎ ለመጨበጥ እጁን እየዘረጋ።

"እሩቅ ሃገር እንደሚሄድ ዝም ብለህ ነው የተቻኮልከው" አለችና ሳቅ ብላ ቀና ብላ አይን አይኑን እያየች ጨበተችው። "እውጭ ድረስማ እሸኝሃለሁ። ቆይ ልብስ ደረብ ላድርግ እስክዚያው ግባ" ብላ ጎተት አደረገችው።

"ምን አደከመሽ በዚህ በጽሃይ" እያለ ለመግባት አልፈለገም ነበር ግን እንደምንም አስገባችው።

"ምን ማለትህ ነው ብቸኛ የሆነ ሰው ያስፈራል እንዴ?" ብላ ወገቡን እቅፍ አድርጋ ይዛ ደረቱ ላይ ልጥፍ አለች። ቀና ብል አይን አይኑን እያየች፥ በእግሮቿ ጣቶች ቆማ ተንጠራርታ ወደከንፈሩ ተጠጋች። ብሩክ ጎንበስ ብሎ ከተራበው ከንፈር ጋር ተገናኘ።

አሥራ ሰባት

ስልኳ ለረጅም ጊዜ ጠርቶ ዘጋ። በድጋሚ መጥራት ሲጀምር፥ ምን ሆና ነው ስልኳን የማታነሳው ብለው፥ የመኝታ ቤቷን ከፈት ካደርጉ በኋላ “ምን ሆነሽ ነው ስልኩን የማታነሽው? ቅድም ጠርቶ ጠርቶ ዘጋ። ሰው እኮ ደጋግሞ የሚደውለው ጉዳይ ቢኖረው አይደለም? በመገረም እየተመለከቷት። ሜላት አልጋዋ አጠገብ ወንበር ላይ ተቀምጣ ላፕቶፕ ከፍታ እየጻፈች ነው።

“አይ እማዬ የተደወለ ስልክ ሁሉ መነሳት አለበት እንዴ? ካልፈለኩትስ? አለች መጻፏን አቁማ ሳቅ ብላ እያየቻቸው።

“አይ እኔማ አልሰማቸውም ወይስ ምን ሆና ነው ብዬ እንጂ ሰላም ከሆነ ጥሩ።” ብለው በሩን መልሰው ዘግተው ሄዱ። ኤደን ጠፋች ከተባለበት ጊዜ ጀምሮ ስጋታቸው ጨምሯል። ስራ ወይም ሌላ ቦታ ሄዳ እስክምትመለስ ውጭ ውጭውን ሲያዩ ይውላሉ። ምንም እንኳን ሙሉ ለሙሉ ታሪኩን ባያውቁትም፥ ሜላትን የሚያስቸግሩ ስልጣን አለን የሚሉ አንዳንድ ሰዎች እንዳሉ በተለያየ መንገድ መረዳት ችለዋል።

ሜላት ቁጥሩን ሳታየው ስልኩ ከማን ሊሆን እንደሚችል ገምታለች። የሃይሌን ስልክ አብዛኛውን ጊዜ ለማንሳት አትፈልግም። እሱም ስልኬን አታነሳም ብሎ ተናዶ ወይም ተማሮ መደወሉን አያቆምም። ሰሞኑን የጓደኛዋን ህይወት ለማትረፍ ከቻልኩ ብላ ሃይሌን ጥሩ ፊት ማሳየት ጀምራለች። ትንሽ ፊት ማየት ሲጀምር ደግሞ በሚገርም ሁኔታ ጧት ማታ መከታተሉን ጀምሯል።

ከዓምት በፊት ሃይሌ ለስራ ወደ ውጭ ሃገር ሄዶ ከስድስት ወር በላይ ቆይቶ ተመልሷል። ሊሄድ አካባቢ በሜላት ላይ ከምንግዜውም የበለጠ ጫና ሊያሳድርባት ሞክሯል። ሜላት ባደረገችው ጥረት፣ ጥንቃቄ የተሞላበት አቀራረብ ምክንያት ነገሩን አቃለለችው። ያ ባይሆን ምናልባትም ሜላትም የኤደን እጣ ይገጥማት ነበር ማለት ይቻላል። ሜላት በዚያ ስድስት ወር ውስጥ ከፍተኛ ነጻነት ተሰምቷት ነበር። በዚያ ወቅት ነው አንድ እሷ የምትኖርበት ሰፈር ተከራይቶ ይኖር የነበረ ልጅ ጋር የተዋወቀችው። ይህን ወሬ ለኤደን ጀምራላት በምሃከሉ ሃይሌ ድንገት ሳያስቡት ስለመጣ ሳትጨርስላት ወደየቤታቸው ሄዱ።

በተለይ ጧት ወደ ስራ ሲሄዱ በተመሣሳይ ስዐት ታክሲ ስለሚይዙ እየተግባቡ መጡ። አልፎአልፎ ወጣ ብለው የረፍት ጊዜያቸውን አንድ ላይ ማሳለፍ ጀመሩ። ባህሪው ጥሩ ሆኖ ስላገኘችው ባጭር ጊዜ ውስጥ በጣም ቀረበችው። ከአዲስ አበባ ዩንቨርሲቲ ጨርሶ አንድ የውጭ ድርጅት 'ኢንተርናሽናል ኮንሰልቲንግ' የሚባል መስሪያ ቤት ፋይናንስ ዲፓርትመንት ውስጥ ይሰራል። ምንም እንኳን ከብሩክ ጋር ያላት የፍቅር ግንኙነት ገና ያልተቋጨ ስለሆነ ሌላ ሰው ለመቅረብ ብትቸገርም፥ ከመላኩ ጋር መቀራረብ ከጀመረች ወዲህ ምናልባት ከዚህ ካለችበት አቅጣጫው የጠፋ የህይወት ጎዳን ውስጥ ያወጣኝ ይሆናል ብላ ተስፋ አድርጋለች። በመጠኑም ቢሆን ሃሳቧ እየተቀየረ መጥቷል። "በቃ እሱም በሚኖርበት ሃገር መልካም ነገር ይግጠመው እግዚአብሄር ያላለው ነገር አይሆንም፤ እኔም ካቅሜ በላይ እየሆነ መጥቷል" ብላ እራሷን ለማሳመን ሞክራለች። ወደፊት የሚፈጠረውን ባታውቅም፥ የብሩክ ጉዳይ ግን እንደ ተዳፈነ እሳት ነው። መላኩም በጣም ግልጽ ሆኖ ቀረባት። የሚኖረው ከሚረዳት እህቱ ጋር ስለሆነና ሜላትም እቤቱ መሄድ ስለማይከብዳት ብዙ ጊዜ አንድላይ ያሳልፋሉ።

በዚህ ሁኔታ ጥቂት ከቆዩ በኋላ በመላኩ ላይ የባህሪ ለውጥ ማየት ጀመረች። መጨናነቅ ታይበት ጀመር፤ ይባስ ብሎ መደወሉን አቆመ። ስትደውልለት መልሼ እደውላለሁ ብሎ አይደውልም። እንዲያውም ጧት እንዳያገኛት ብሎ ወይ ቀደም ብሎ ካልሆነም ዘግየት በማለት ታክሲ ይይዛል። ይባስ ብሎ ሳይነግራትና ሳይሰናበታት ሰፈር መቀየሩን ሰማች። ሜላት ምን አደረኩት ብላ ደንግጣ ነበር። በኋላ ግን እጮኛ ትኖረው ይሆናል

ብላ አሰበች። ቢሆንስ ለምን እደተበደለ ሳይሰናበተኝ ሄደ የሚለው ነገር በጣም አበሳጫት። ሜላት ከብሩክ ሌላ ሰው እወዳልሁ፣ የማፍቀር አቅሙም አይኖረኝም የሚል አመለካከት ነበራት። አሁን ግን እስኪ ልሞክረው ብላ ከገባችበት በኋላ ይህ ሁኔታ መፈጠሩ ለማመን አስቸግሯታል። የሃይሌ ከሄደበት መምጣትን ስታይ ደግሞ ወደ ነበረችበት ችግር መግባቷ ስልሆነ በእንቅርት ላይ ጆሮ ደግፍ እንደሚባለው ሆኖባታል።

ይህን ጉዳይ ደውዬ ከራሱ ከመላኩ መስማት አለብኝ እንጂ ይህን እንቆቅልሽ ሳልፈታማ እራሴን ሳሳምም አልኖርም ብላ ወስና ስለነበር ደወለችለት። ደውላ ካናገረችው በኋላ በሰማችው ነገር መናደድ ብቻ ሳይሆን የወደፊት ተስፋዋን የሚያጨልም ሆኖ አገኘችው። ምን ጉድ ውስጥ ነው ያለሁት ብላ ስለተደረገው ነገር ለማመንም ሆነ ለመቀበል አስቸግሯት ነበር።

መላኩ እንባ እየተናነቀው "ሜላት በጣም አዝናለሁ። ለዚህ ምን አይነት ይቅርታ በቂ እንደሆነ አላውቅም። አንቺን የመሰለ ቆንጆ በጸባይ ጥሩ፣ በአመልካከትሽ በሳል በዚህ ሁኔታ መለየቴ የኔ ያለመታደል እንጂ ካንቺ ምንም የጎደለ ነገር የለም። ለኔ የእድሜ ልክ ምኞቴን በህልም ብቻ እንደማየት ሆኖብኛል። ከእንቅልፍ ሲነቃ እንደሚጠፋ ማለት ነው። ካንቺ ጋር ከተዋወኩ በኋላ ነፍሴን ወድጃት ነበር። እንደዚህ አሁን እራሴን ልጠላ። 'አደፍራሽ እያለ ማን ጥሩ ውሃ ይጠጣል?' እንደሚባለው የምንኖረው በጥቂት መጥፎ መርዝ ይዘው በተቀላቀሉበት ህብረተሰብ ስለሆነ፥ መርዙ ያጠፋናል ወይም እርስ በራሳቸው መርዙን ተጋግተው ይጠፋሉ። ከጠነከርንም ግተን እናጠፋቸዋለን" ብሎ ጸጥ አለ። ሜላት ሳይታወቃት እንባዋ መውረድ ጀመረ።

"መላኩ ምን ሆነ . . .ሃል?" አለች ድምጿ እየተቆራረጠ።

"ቆይ ሜላት ትንሽ ሃሳቤን ላሰባስብ . . ." ብሎ እንደገና ጸጥ አለ። "መጀመሪያ ምን ሆኖ ይሆን ብለሽ ስለደወልሽልኝ አመሰግናለሁ። ይህ እራሱ ያንቺን ጥሩነት ያሳያል። ምክንያቱም አኩርፈሽ ዝም አላልሽም። የራሱ ጉዳይ ብለሽ ልትተይኝም ትችይ ነበር። የተሻል እንጂ ያነሰ ሰው አታገኝም።"

"ምን ማለትህ ነው?" እኔ እኮ አንተነትህን አይቼ ወድጄ ነው የቀረብኩህ። ከቀረቡኝ ሰዎች ለኔ የተሻልክ ሆነህ ስላገኘሁህ። ለምን እራስህን ታጣጥላለህ? አሁን ለምን ችግሩን አትነግረኝም? እኔና አንተ በጀመርነው

መንገድ መሄድ ካልቻልን በእህትና ወንድምነት መቀጠል እንችላለን" አለች እንባዋን እየጠራረገች። ችግሩ ምን ሊሆን እንደሚችል እየገባት የመጣ ይመስላል።

"ይቅርታ ስላስጨነኩሽ። ባለፈው ጊዜ ሶስት ሳምንት ይሆነው ይሆናል፥ እኔና አንቺ ዲአፍሪክ አምሽተን ሰፈር ስንደርስ ሶስት ተኩል ሆኗል። አንቺን እቤትሽ ሸኝቼ ስመለስ አንድ ላንድ ኩሩዘር አጠገቤ ከቆመ በኋላ ሶስት ሰወች ከመኪናው ወጥተው ሸጉጥ እግንባሬ ላይ ደቅነው 'ግባ ትፈለጋለህ!' አሉኝ። እናንተ እነማን ናችሁ? ብዬ ስጠይቅ አንዱ በሸጉጡ መዳፍ ሆዴን መታኝ። ከዚያ እየደበደቡ ገፍትረው ከመኪናው ውስጥ ሲያስገቡኝ ትዝ ይለኛል። ምን ያህል እንደቆየሁ አላውቅም ስነቃ አንድ ትንሽ ክፍል ውስጥ ስሚንቶ ወለል ላይ ተኝቼአለሁ። እንደምንም ተነስቼ በሩን ለመክፈት ስሞክር ተቆልፏል። ወዲያው አንድ አጠር ደልደል ያለ ሰው ከፍቶ ገባና ማን ተንስ አለህ ብሎ አንድ ጊዜ በዱላ ጀርባዬን ሲመታው እንደገና ወድቄ ተዘረርኩ። ከዚያ በኋላ ምን ልንገርሽ ለሶስት በዱላ ቀጠቀጡኝ። ለምን የሚለው እንጂ እነማን እንደሆኑ ግልጽ ነበር። ግልጽነቱ ለኔ ብቻ ሳይሁን በአሁኑ ወቅት አትዮጵያ ውስጥ የሚኖር አብዛኛው ሰው ከድርጊታቸው ተንስቶ እነማን ናቸው የሚለውን ለማወቅ ጊዜ የሚፈጅበት አይመስለኝም" አለ። የደረሰበት ስቃዩ የጣለበት ጠባሳ ቢኖርም ለጥቂት ወቅትም ቢሆን ከሜላት ጋር ያሳለፋቸው መልካም ጊዜዎች ትዝ አሉት። በስልኩ ውስጥ እስከሚሰማ ድረስ በረጅሙ ተነፈሰ።

ስቅስቅ ብላ እያለቀሰች "ይህ . . .ይህ ስለ . . .ደረስብህ . . . በ ... ጣም አዝናለሁ . . ." ብላ ንግግሯን ልትቀጥል ፈልጋ ነበር ግን እያለቀሰች ስለነበረ ማውራት አልቻለችም።

ለቅሶዋ በግልጽ ይሰማ ስለነበር "ማልቀስማ የለብሽም ሜላት። ነገሩን መጀመሪያ ብጨርስልሽ ደስ ይለኛል" አላት ይህ ሁሉ የደረሰበት በሷ በሚወዳት ሴት ምክንያት መሆኑን መንገሩ ሃፍረት ሳይሆን ፍቅሩን የሚገልጽላት መስሎ ስለታየው። "ከዚያ በኋላ ከወደኩበት አንስተው አንዷት ወንበር ላይ አስቀምጠው ማስጠንቀቂያቸውን መደርደር ጀመሩ። 'እንቅስቃሴህን ደርሰንበታል። በውጭ ሃገር ተደራጅተው ይህን በህዝብ የተመረጠ መንግስት በሃይል ለመጣል ከሚፍጨረጨሩ ጸረ ህዝቦች ጋር ግንኙነት እንዳለህ እናውቃለን። ይህን ድርጊትህን ካላቆምክ በራስህ

ፈርደሃል ማለት ነው። ለመሆኑ ሜላትን የት፣ ከመቼ ጀምሮ ነው የምታውቃት?' አለኝ አጠር ጠየም ያለ ምናልባትም አርባዎቹ ውስጥ ይሆን ይሆናል። እሩቅ አይደለም ምናልባት አንድ አስራ አምስት ቀን ገደማ ሊሆን ይችላል፥ ወደ ሰፈር ስትገቢ መኪናውን ተደግፎ አንቺን አስቁሞ ሲያዋራሽ ያየሁት መስሎኛል። ምን አልባት ደስ ላይልሽ ይችላል ብዬ መንገድ ቀይሬ ሄድኩ። የሰፈሬ ልጅ ናት አልኩት። 'አይደለም ግንኙነታችሁ ከዚያ የዘለለ ነው!' አለኝ። አዎ ጓድኛዬ ናት አልኩት፥ ካሁን አሁን መቱኝ እያልኩ በስጋት። 'ካሁን ከዚች ስዐት በኋላ ከእሷ ጋር ምንም አይነት ግንኙነት ቢኖርህ፥ ሰላም ስትላት እንኳን ብናይህ' ብሎ የሽጉጡን አፈሙዝ ግንባሬ ላይ ደቅኖ' ለምን አሁኑኑ አንገላግለውም?' አለ ጓደኞቹን ቃኘት እያደረገ። ጓደኞቹ 'ካላቆመ የት ይቀርለታል። በል ተነስ አሁን' ብለው ደጋግፈው መኪናቸው ውስጥ ከወረወሩኝ በኋላ ታክሲ መያዝ የምችልበት ቦታ ጥለውኝ ሄዱ። ልብ ብዬ ያለሁበትን ሳይ ያለሁት ካዛንችስ ነው። ከዚያ የኮንትራት ታክሲ ይዤ እቤቴ ከገባሁ በኋላ ለሁለት ቀን እስከሚሻልኝ ድረስ ከስራ ቀርሁ" ብሎ ንግግሩን ከጨረሰ በኋላ ሁለቱም በሃይል ሲተነፍሱ ይሰማል። አንዳቸውም ሳይናገሩ ለጥቂት ጊዜ ያህል ጸጥ አሉ። ሜላት ድርጊቱ በጣም ስላበሳጫትና እልክ ውስጥ ስለገባች ማልቀሷን አቆመች።

"መላኩ በኔ ምክንያት ይህ ስለደረሰብህ በጣም አዝናለሁ። ምናልባት ቀደም ብዬ ብነግርህ የተሻለ ነበር። ለመንገር ግን ተዘጋጅቼ ነበር" ብላ ከብሩክ ጋር የደረሰባቸውን ውጣ ውረድ፣ አሁንም በሷ ላይ እያደርሱ ያሉትን በዝርዝር ነገረችው። በምትችለው መንገድ ሁሉ መላኩን ለማጽናናት ሞከረች። ከደረሰባት ማዋከብ ተነስታ ብዙ ነገር በምክር መልክ ነገረችው። "መላኩ መደብደብህን እንደውርደት ወይም እንደሽንፈት እንዳትወስደው። ፈሪዎች እንሱ ናቸው። ይህን እኩይ ተግባራቸውን በህዝብ አገልጋይነት ሽፍነው ከድሃው ህዝብ ተነጥቆ በተገዛ መሳሪያና መኪና፥ ሰርተው እንዳገኙት ወይም ካባቶቻቸው እንደወረሱት አድርገው ግለሰቦችን ማሰቃያ ሲያደርጉት፥ ፈሪነት ብቻ ሳይሆን የድድብናቸውን መጠን ያመለክታል። የአባቶቻቸውን ታሪክ ለሆዳቸው ብለው የካዱ፤ የነሱን የግል ጥቅም ለመጠበቅ አብሮ የኖረውን ህዝብ በጎሳ ከፋፍለው የሚያባሉ ናቸው። ከነሱ ምን ይጠበቃል? ጉልበታቸው በጎጠኝነታቸው ላይ የተመረኮዘ ሲሆን፥ ቆመንልሃል የሚሉትን ህዝብ እንኳን ሊቀርጹት የሚፈልጉት ለነሱ

በሚጠቅም መንገድ ስለሆነ ከሌላው ወገኑ ጋር ወትሮ እንድሚያደርገው የመርጠው ቦታ ሄዶ ሰርቶ እንዳይኖር አፍነው ይይዙታል። ይህ ዘረኝነት ደካማ አስተሳሰባቸው የማመዛዘን አቅም እንዳይኖራቸው አድርጓቸዋል። የኔ ጎሳ አይደልም ብለው የአስቀመቱት ግለሰብ ወይም ህዝብ ላይ የአውሬነት ባህሪ ያሳያሉ። አሁን እኔ የምመክርህ በነሱ ምክንያት ሞራልህ እንዳይነካ። ግን እራስህን ጠብቅ። እቤትህ በግዜ ግባ።" ብላ እሱን በማያጋልጥ መልኩ ቢያንስ በስልክ እንደምትጠይቀውና አብረው ያሳልፉትን ጥቂት ጊዜያትም መቼም እንደማትረሳው በማስተዛዘን መልክ ነገረችው።

መላኩም እነሱ ካደረሱበት ስቃይ በላይ እሷን ማጣቱ በጣም ጎድቶታል። አሁንም ቢሆን ለሷ በማሰብ እንጂ የመጣውን ነገር ለመጋፈጥና ከሷ ጋር ለመቀጠል ዝግጁ ይመስላል። "ሜላት ስለምክርሽ አመስግናለሁ። ወደፊት ይህን የገጠመሽን ችግር በዘዴ ለመወጣት ካልቻልሽ እንዚህ ሰዎች የራሳቸውን እኩይ ፍላጎት ለማሳካት ለምንም ነገር አይመለሱም። ጉዳት ሊያደርሱብሽ ስለሚችሉ ከፍተኛ ጥንቃቄ ውሰጂ። እኔ አሁንም በየትኛውም መንገድ ለመርዳት ዝግጁ ነኝ" ብሎ ከመከራት በኋላ ሁለቱም እንደሚጠያየቁ ቃል ተገባብተው ተለያዩ።

ከመላኩ ጋር ከተለያዩ ዓምት አልፏቸዋል። መላኩ እድለኛ ሆኖ ህይወቱ ተርፏል። ኤደን ከጠፋች ሁለት ሳምንት ሊሆናት ሲሆን ምንም አይነት ፍንጭ ያለመኖሩ ደግሞ በህይወት የመገኘቷን ጉዳይ እያደበዘዘው መጥቷል። ሜላት ለሃይሌ ስልክ ደውላ አታውቅም። አሁን ግን የኤደን የመኖርና ያለ መኖር እጣ ፈንታ በሃይሌ እጅ ሊሆን የሚችልበት ብዙ ምልክቶች ስላሉ፥ ጓደኛዋን ለማዳን ዋጋ መክፈል እንዳለባት ታምናለች። ከሰሞኑ የሃይሌ ባህሪ እንደተረዳችው ከሆነ ኤደንን እንደመያዣነት እየተጠቀመባት ሊሆን ይችላል የሚል ግምት አላት።

ከአንድ ቀን በፊት ደውላ ኤደንን በማፈላለግ እንዲረዳቸው ጠየቀችው። "እንዴት መንግስት ባለበት ሃገር ሰውን የሚያክል ነገር የገባበት ሳይታውቅ ጠፍቶ ይቀራል? ቤተሰቦቿ አልቅሰው ሊሞቱ ነው። በህይወትም ካለች ጥሩ ከሌለችም ቤተሰቦቿ ቁርጣቸውን ይወቁ። ካንተ በላይ ለንደዚህ አይነት ችግር ሊረዳን የሚችል ሰው አናውቅም" በማለት አስተዛዝና ነገረችው።

“አንቺ እኮ እንደዚህ አይነት ከበድ ያለ ጉዳይ ይዘሽ በስልክ ማስፈጸም ትፈልጊያለሽ። ስንት ቀን እንገናኝ አልኩሽ? ለማንኛውም ተገናኝተን እንነጋገራለን። ስልክ ደግሞ መልሽ። የማይፈታ ነገር የለም” ብሏት ነበር።

ሃይሌ የሜላት ስልክ መሆኑን ሲያይ ደንግጦ እየተርበተበት አነሳው። በውድ ወይም በግድ የፈለኳትን ሴት አገኛለሁ የሚል አመለካከት ስላለው ሴትን አፈቀርኩ ማለት እንደ ሽንፈት ይወስደዋል። አሁን ግን እንደዚህ ለሜላት መንበርከኩን ምን ሆኜ ነው ይላል። ግን ሰውን ማፍቀር መጀመሩ የሰው ባህሪ እየተላበሰ የመምጣት ምልክት ነበር ስላልገባው እንጂ። ለሌላው እኩይ ባህሪው ተገዢ ስለሆነ ፍቅርን በጉልበት ይለውጠዋል ወይም መውጫ መንገድ ይፈልጋል። ቆይ አሳያታለህ ብሎ ይፎክርና በማግስቱ መለማመጥ ይጀምራል።

“ሃሎ!” አለ።

“ሄሎ ሃይሌ፥ ሜላት ነኝ እንደምን ዋልክ? አለች።

“ታዲያስ ሜላት፥ ቅድም ደውዬልሽ ነበር።

“አዎ፥ ይቅርታ አላየሁትም ነበር።”

“ምንም አይደል። እኔ እንኳን ቅድም የደወልኩት ሰሞኑን ስራ አልገባም ስላልሽ ተገናኝተን ምሳ እንድንበላ በዚያውም ጓደኛሽን በተመለከተ እንድናወራ ነው። ከአንዳንድ ያገኘኋቸው መረጃዎች መሰረት የፖለቲካ ነገር ሳይኖርበት አይቀርም። ለማንኛውም ተገናኝተን ብናወራው ይሻላል እንዲህ አይነት ነገር በስልክ ጥሩ አይመስለኝም።

“ሃይሌ እኛ እኮ እንቅልፍ የለንም በጣም ተጨንቀናል። ይህ ጉዳይ እኮ ጊዜ የሚሰጥ ነገር አይደለም። በቃ አርብ እንገናኝ፥ ማለቴ ነገ። ሰባት ስዐት ወይንም ስምንት ሊሆን ይችላል።”

“ጥሩ ሰባት ስዐት ኢትዮጵያ ሆቴል እንገናኝ።”

“አመሰግናለሁ። በቃ ነገ ሰባት ስዐት ኢትዮጵያ ሆቴል እንገናኝ” አለች በተዘበራረቀ ስሜት ውስጥ ሆና እየተጨናነቀች።”

“ምስጋናውን ደረደርሽው እኮ! ልክ እንደ ባለጉዳይ ቀጠሮ፥ ምንም እንደማንተዋወቅ አይነት። የጓደኛሽ ጉዳይ እንደሚያስጨንቅሽ አውቃለሁ። እኔና አንቺ እኮ የምንገናኘው ይህ ጉዳይ ስላለ ብቻ አይመስለኝም? ከተዋወቅን ብዙ ጊዜ ሆነን ምንም እንኳን ብዙ ብታጉያይኝም” አለ እየሳቀ።

"እንድዚያ ማለቴ ሳይሆን በጣም ስለተጨንኩ ነው" አለች። ሜላት ምን ለማለት እንደፈለገ ገብቷታል። እንድረዳሽ ከፈለግሽ የኔን ፍላጎት አሚይ እንደማለት ነው። በጣም የገረማት ነገር ምንም አይነት የሃዘን ስሜት በሱ ላይ ያለማየቷ ነው። እሷን እንደሚወዳት አድርጎ ይናዘዛል ግን መጨነቋንና እሱን መለማመጧን በሱ ስር እንደወደቀች ስላየው እንደ መዝናኛና የሞራሉ መገንቢያ አድርጎ ወስዶታል። "ይሄ ምን አይነቱ ነው! ሁልጊዜ የማሸነፍን ስሜት ፍለጋ ያነፈንፋል፤ በራሱ መተማመን የሌለው ደካማ" አለች ለራሷ እልክ እየተናነቃት።

"ምንም የሚያስጨንቅ ነገር የለ። አይዞሽ እንፈታዋለን!" ደግሞ ሀሳብሽን እንዳትቀይሪ። ያንቺ ነገር አይታወቅም። ሜላት ይህቺን ሙዚቃ ስሚ ብሎ የጥላሁንን የድሮ ዘፈን 'የዘንባባ ማርነሽ' የሚለውን ወደ መኪናው እስፒከር አስጠግቶ ጥቂት አሰማትና፥ ነገ እንገናኝ ተባብለው ተሰነባበቱ።

ሜላት በዘፈን ምርጫው ተገርማ "አንተና ያንተ ብጤዎች ዘፈኑን አትመጥኑትም። ፍቅርማ ብታውቅ መች በሰው ህይወት እንደዚህ ትጫወት ነበር። ደግሞስ ፍቅርን በፍቅር እንጂ በጉልበት መች ይሆናል። "ብላ አልጋዋ ላይ በጀርባዋ ተኝታ ጣራ ጣራውን ፍዝዝ ብላ እያየች ስለ ኤደን ማሰብ ጀመረች።

አሥራ ስምንት

ብሩክ ባለፈው ጊዜ በተፈጠረው ነገር በጣም ስለተጸጸተ በተደጋጋሚ ድርጊቱ እንዳይፈጸም አስፈላጊውን ጥንቃቄ መውሰድ ያለመውሰዱን እያሰላሰለ ከራሱ ጋር ይሟገታል። ከትርሲት ጋር በነበረበት ወቅት የነበረውን ሁኔታም ለመቃኘት ይሞክራል። ትርሲትን ግዴታ መቅጠር ነበረበት። ምክንያቱም ስለሜላት ለማወቅ ሌላ አማራጭ አልነበረውም። ለተፈጠረው ነገር ግን የሱ አስተዋጽኦ አለበት ብሎ አያምንም። "እኔ አስቤበት ሆን ብዬ ፈልጌ አላደረኩትም። አጥምዳ ለዚህ ስህተት የዳረገችኝ ትርሲት ናት" ይላል እራሱን ሲያጽናና።

ወንድና ሴት በፍቅር አብረው መኖር ጀመሩ ማለት አንዱ ለሌላው ታማኝ መሆን አለብት። በዚህ ያምናል። ይህ ካልሆነ መጀመሪያውኑ በፍቅረኝነት መቀጠል የለባቸውም። አንዳንድ ጊዜ አንደኛው ወገን ከሌላው የሚጠብቀውን ፍቅር ሲያጣ፣ ያለመግባባት፣ በራስ ያለመተማመን ሲኖር ከፍቅረኛ ውጭ ግንኙነት ሊፈጠር ይችላል። ብሩክና መሰረት ይህ ችግር የለባቸውም። ስለሆነም ይህ ሆን ብሎ የተደረገ ሳይሆን ስህተት ነው ብሎ እራሱን አሳምኖ ለራሱ ይቅርታ አድርጓል። ቢሆንም እንደዚያ በቀላሉ መሸነፉ የሱን ደካማ ጎን ጠቋሚ እንደሆነ ይቀበላል።

ብሩክ የዚያን ቀን እቤቱ ሲገባ የመረባበሽ ነገር ይታይበት ነበር። እንደዚህ አይነት ነገር አድርጎትም ሆነ አስቦት ስለማያውቅ ትክክለኛ ስሜቱን እንጂ ማስመሰል አልሆነለትም። ካሳየው ባህሪ ተነስታ ይሁን ወይም

የሰማችው ነገር ይኑር አላወቀም፥ አድርጋው የማታውቀውን ነገር የት እንደዋለ እንዲነግራት በጥያቄ አፋጠጠችው። አመላለሱም የተምታታ ስለነበረ ብሩክ ያደርገዋል ብላ አስባው የማታውቀው ነገር አሰበች፥ ተጠራጠረችው። በዚሁ ሰበብና ቀደም ሲል በነበሩ ሌሎች ጥቃቅን ነገሮች ተጨማምረውበት በመሃከላቸው በትንሹም ቢሆን ለጥቂት ቀናቶች ክፍተት ተፈጠሮ ነበር።

ልደት ብሩክን እንደወላጅ አባቷ አድርጋ ነው የምታየው፤ ስለሆነም ምንም እንኳን ወላጅ አባቷ ሌላ እንደሆነ ብታውቅም አባቴ ብሩክ እንጂ ሌላ አባት የለኝም እስከማለት ደርሳለች። ብሩክም ቢሆን የሷ ነገር አይሆንለትም። እንዲያውም ከወለዳት ከታናሽ እህቷ ሚጢ የበለጠ ይንከባከባታል ማለት ይቻላል። የልደት አባት አበበ አልፎ አልፎ ልጁን ሊጠይቅ ሲደውል የምታዋራው እናቷ ስለምትገፋፋት እንጂ ልደት ለማዋራት ብዙም ፍላጎት የላትም። ካዋራችውም ለጥቂት ደቂቃወች ብቻ ነው። ለምን በደንብ አታዋሪውም አባትሽን እያለች እናቷ ስለምትቆጣት ብዙ ጊዜ ሲጨቃጨቁ ብሩክ ይሰማል። "ቀስ ብልሽ ምከሪያት ደግሞ በፈልገች ጊዜ ታዋራው ለምን ታስገድጃታልሽ" ብሎ ለማግባባት ሲሞክር፥ እንዴት ወላጅ አባቷን አታናግር ትላለህ ብላ በዚህ ጉዳይ ላይ ብዙ ተነጋግረዋል። ከመሰረት አነጋገር የተረዳው እሷን በተመለከተ አያገባህም አይነት አዝማሚይ ስልሆነ በዚህ ጉዳይ ቅር ተሰኝቷል።

በመሃከላቸው የተፈጠረው አለመግባባት ከቁጥጥር ውጭ ከወጣ በልጆቻቸውም ሆነ በነሱ ላይ ሊያመጣ የሚችለውን ችገር ያውቃል። ስለሆነም ብሩክ በተቻለው መንገድ ሁሉ ለመሰረት ያለውን አክብሮትና ፍቅር እንደነበረ እንድሆነ ለማሳየት ጥረት ደረገ። ከወትሮው ስዐት ቀደም ብሎ እቤት በመግባት፣ ከአንዳንድ ስብሰባዎችም በመቅረትና ከእነሱ ጋር በማሳለፍ፣ ልጆቹን ይዘው ተሰባስበው ወጣ በማለት የሚጠበቅበትን ነገር በማድረጉ በአጭር ጊዜ ውስጥ ነገሮች እንዲረግቡ ማድረግ ቻለ። መሰረትም ብትሆን በአይኗ ባላየችውም ሆነ ባልሰማችው ነገር ተመርኩዛ ጥርጣሬ ውስጥ መግባቷ አስፈላጊ እንዳልሆነ ስላመነችበት ነገሩን ችላ ብላዋለች።

ትርሲት ብዙ ጊዜ ለብሩክ ትደውልለታለች። ብሩክ እሷ በምትፈልገው መንገድ መሄድ እንደማይፈልግ ግልጽ ነው። በጓደኝነት ለመቀጠል ፈቃደኛ መሆኑንና አስፈላጊም ከሆነም ሊረዳዱ እንደሚችሉ ነግሯታል። ብሩክ

ትርሲት ቤት ስለተፈጠረው ሁኔታ ማስትወስ አይፈልግም። ምንም እንኳን የትርሲት ጥፋት ነው ብሎ ቢያምንም እሷንም ሆነ እራሱን ተወቃሽ ማድረግም አይፈልግም። አልፎ አልፎ ካፌ ወይም ሬስቶራንት ተገናኝተው ተጫውተው ይለያያሉ። ትርሲት ብሩክን እየወደደችው ብትመጣም፥ እሱ ግን እንደሌሎች እሷ ታውቃቸው እንደነበሩት ሰወች ወዲያ ወዲህ ማለት የማይፈልግ መሆኑ ገብቷታል። ስሜቷን ገትታ በወንድምነትም ቢሆን መቀጠል እንጂ መራቁን አልፈለገችም።

ከትርሲት ጋር *'ፊልስ ቸርች' አየርላንድስ ፎር ፕሮቪንሥስ ሪስቶራንትና ፐብ* ተቀጣጥረው ስለነበር ከስራው ቀደም ብሎ ወጥቶ ወደዚያው አመራ። መጀመሪያ እንደተገናኙ አካባቢ ለጠላቶቼ አሳልፋ ትሰጠኛለች ብሎ ይፈራ ነበር። አሁን ግን ስለሷ ብዙ ነገር አውቋል፤ ብዙ ሚስጥርም ነግራዋለች። እሱም እንዴት እራሷን መጠበቅ እንዳለባት መጠቀሚያ መሆን እንደሌለባት መክሯታል። ኢትዮጵያ ውስጥም ስለሚፈጸመው ግፍና ዘረፋ እሷን በሚያሳምን መልኩ በአገኘው አጋጣሚ ሁሉ ይነግራታል።

ትርሲት ገንዘብ በተመለከተ ምንም አይነት ችግር የለባትም። ወደ አሜሪካ ያመጣት አቶ ወልዴ ገብሩ ከበቂ በላይ የሆነ ገንዘብ ይሰጣታል። የሚያካሄደውን የውጭ ንግድ በተመለከተ እሷ በማታውቀው መንገድ በሷ ስም በመንቀሳቀስ እየተጠቀመባት መሆኑን እንዳልገባት ብሩክ ተገንዝቧል። ከኢሃድግ ባለስልጣናት ጋር ያለው ቅርርብ ከፍተኛ ሲሆን፥ ቡና ከአትዮጵያ የመላክ ፈቃድ ተሰጥቶታል። ወደ ሀገር ውስጥም ያዋጣኛል ያለውን የፈለገውን እቃ ማስገባትም ይችላል። ያገኘውንም ገንዘብ ማለትም ዶላር በራሱ ስም እውጭ በከፈተው አካውንት ቢያስገባ ማንም የሚጠይቀው የለም። በጣም የሚገርመው ሁለት ልጆቹን አሜሪካ ውስጥ እየከፈለ ያስተምራል። አንዳንድ የገንዘብ ዝውውርን በተመለከት በትርሲት ስም የተከፈተ አካውንት ይጠቀማል። ሌሎች ሊያስጠይቁ የሚችሉ ነገሮችንም ስራውን ለማካሄድ የሷን ስም በተደጋጋሚ ተጠቅሟል። በተለይ ግብር ያልተከፈለበት ምንጩ የማይታወቅ ከፍተኛ ገንዘብ በስሟ መኖሩ ከታወቀ ብዙ ጣጣ እንዳለው ብዙም ግንዛቤ የላትም።

ብሩክ ከትርሲት ጋር ከተቀጣጠሩበት ቦታ ደርሶ መኪናውን ሲያቆም ስላየችው ቀደም ብላ ደርሳ ስለነበር ከመኪናዋ ወርዳ ወደሱ ስትመጣ አያት። ወደሷ ሄዶ ሰላምታ ከተለዋወጡ በኋላ ወደ ውስጥ ገቡ። ገና የስራ

ስዐት ስለሆነ ሬስቶራንቱ ውስጥ ጥቂት ሰወች ተሰበጣጥረው ተቀምጠው ይታያሉ። እንደገቡ አስተናጋጁንም ሳይጠብቁ ያገኙት ክፍት ቦታ ላይ ተቀመጡ። ትርሲት ከላይ ከፈት ያለ ቲ ሸርትና ቁመቱ ትንሽ አጠር ሰፋ ያለ ሱሪ ለብሳለች፥ አምሮባታል። "ትርሲት እንዴት ነው ዛሬ አምሮብሻል፥ ውበትም ጨምሯል" አላት ፈገግ ብሎ።

"ሰ ዋት! (ታዲያ ምንድን ነው) ላንተ ጨመረ ቀነሰ ምን ለውጥ ያመጣል?" አለች በማንጓጠጥ መልክ እያየችው።

"ትርሲት *ፕሊስ*። እኔ እህቴን አምሮባት ሳይ በጣም ደስ ይለኛል" አለ ትክሻዋን መታ እያደረገ። ወዲያው አስተናጋጁ መጥቶ ምን ሊመጣላቸው እንደሚፈልጉ ስለጠየቃቸው የሚፈልጉትን ነገር ካዘዙ በኋላ ስለስራና ስለ ልጆቹ ጠየቀችው። እሱም ስለ ልጇ፥ እህቷና ኢትዮጵያ ስላሉ ቤተሰቦቿ ጠየቃት። ኢትዮጵያ ውስጥ የጀመረችው ቤት ስላለ እሱን በተመለከት እንዴት ብዙ ገንዘብ እንዳሰጧት፣ ቤተሰቦቿም ስራውን ለመከታተል እንደተቸገሩ፣ እንዴት ኢትዮጵያ ውስጥ ሌብነት እየሰፋ እንደሄደ በመማረር ነገረችው።

"አይ ትርሲት የሌባ ልጅ ሌባ አይደል እንዴ። ከላይ ያለው ሲሰርቅ እያየ እንዴት ከታች ያለው ዝም ብሎ ይቀመጣል። ከላይ ያለው እኮ ለመቆጣጠርም ሞራል የለውም። እንዲያውም የተካነው በአሰራረቅ ስለሆነ ጥሩ ሌባ ያደንቃል። ያካፈለማ ሹመት በሹመት እንደሚሆን ነው። ይህ ነው ኢትዮጵያ ውስጥ የችሎታ መለኪያው። ይልቁንስ ቤተሰቦችሽን አታንገላቻቸው።" በስጨት ያለ ይመስላል።

"ቤተሰቤን በተመለከት ምንም እንኳን ባደክማቸውም ሁሉም ሰላም ናቸው። ግን እዚህ ደግሞ የእነዚህ ወያኔወችን ጭቅጭቅ አልቻልኩትም። የነሱ ፍላጎት አያልቅም። አድርግ የማይሉህ ነገር የለም። ባለፈው ጊዜ በስልክ ጠቀስ እንዳደረኩልህ አንተ ያለህበትን ድርጅት ማወቅ ብቻ ሳይሆን አመራር ላይ እንዳለህበትም ያውቃሉ። ባለፈው አንዱ ደውሎ 'እንዴት እኛ እንኳን እያወቅን አንቺ ግንባሩ ከፍተኛ ስብሰባ እንዳለው አላወቅሽም? ስራውን ትተሽዋል ማለት ይቻላል፤ አሁንም የስብሰባውን ውጤት ለማወቅ ሞክሪ፤ ውጤቱን ባስቸኳይ እንፈልጋለን' ተብያለሁ" አለች እየተጨናነቀች። ሌላው ነገር ደግሞ እዚያ የአባይ ግድብ የሚሰራበት ቦታ ገንዘብ የሚያሰምጥ ብላክ ሆል ካለ አላውቅም። ዝቅተኛ ገቢ ካላቸው ሳይቀር በየጊዜው ገንዘብ

ይሰበሰባል የግድቡ ግንባታ እንደሆነ ስልሳ ነው ሰባ ፐርሰንት አለቀ ብለው ከመናገር ያለፈ ፈቅ ያለ አይመስልም። በነሱ የፕሮጄክት ማኔጅመንት ድክመት ላይ ስርቆት ተጨምሮበት መቼም የሚያልቅ አይመስለኝም። እንደሚባለው ከሆነ ለነሱ ድርጅቶች የስራ መስክ ከመክፈት ያለፈ የረባ ነገር አልተሰራም። እኔን እዚህ ገንዘብ ለማሰባሰብ በሚያደርጉት እሩጫ እንድሳተፍና በንድ የሚገዛ እንድመለምል ከፍተኛ ግፊት ያደርጉብኛል።

“እነዚህ ከአዲስ አበባ ይደውላሉ የምትያቸው እነማን ናቸው፤ በአካል ታውቂያቸዋለሽ? ወይስ በእጮኛሽ በኩል ነው?”

“እጮኛሽ አትበለኝ! እሱ አባቴ ይሆናል” አለች ዞር ብላ በቁጣ እያየችው። “ደግሞ ያንተ ጥያቄ ከነሱ ባሰ እኮ። ማውቅ የማትፈልገው ነገር የለም” ስትል ሳቅ አለ።

“ትርሲት ተረጋጊ። ላንድ ነገር መፍትሄውን ለማግኘት ችግሩን መረዳት ያስፈልጋል። አይደል እንዴ? አለ።

ትክዝ ብላ ትኩር ብላ አየችው። በሃሳቧ ብዙ ነገር የመጣባት ይመስላል። “ይህን ሰውዬ ማለትም አቶ ወልዴን ያስተዋወቁኝ እነዚህ የሚደውሉሉኝ ናቸው። አንዱ ሳምሶን ሌላው ሃይሌ ይባላል። የደህንነት ሰራተኞች ስልሆኑ ሌላም ስም ሊኖራቸው ይችላል፤ እኔ አላውቅም። ከነሱ ጋር የማደርገውን የስራ ግንኙነት ወልዴ ማውቅ አይጠበቅበትም። ለምሳሌ እኔ ካንተ ጋር ስለነበረኝ የፍቅር ግንኙነት ያውቃሉ ብዬ እገምታለሁ። ይህን የመሰሉ ነገሮችን ወልዴ እንዲያውቅ አይደረግም” አለች አፈር ትክዝ ብላ። የፍቅር ግንኙነት የሚለውን ነገር ብሩክ ደስ እንደማይለው ታውቃለች ግን ሆን ብላ ነው ያለችው።

ሰምቶ እንዳልሰማ ሆኖ “ምንም ችግር የለም አትጨናነቂ። ዋናው ነገር ስለ ማንነትሽ ሳትደብቂ ስለነገርሽኝ አመሰግናለሁ። መረጃ እኮ አቅም ነው። ደግሞ ‘በሽታውን ያልተናገረ መድሃኒት አይገኝለትም’ ይባል የለ? ምን ታደርጊያለሽ መሰለሽ፥ ይህን የጠየቁሽን በተመለከተ እኔን እንዳገኘሺኝና እንዳውጣጣሽኝ ንገሪያቸው። መስማት የሚፈልጉትን ትነግሪያቸዋለሽ። ከጠበቁት በታች ቢሆንም እየሰራች ነው የሚለውን ታስመዘግቢያለሽ” አለ። የትርሲትን መጨናነቅ እንዳሳዘነው ያስታውቃል።

ብሩክ ከትርሲት ብዙ የተረዳው ነገር አለ። ግድ የለሽ ምንም ነገር የማያስጨንቃት ብትመስልም በውስጧ ብዙ የሚያሳስቧት ነገሮች አሉ።

ይህ ባህሪዋ ሽፋን ነው። የምትሰራቸው ስራዎች ሁሉ ተገዳ እንጂ በሷ ፈቃደኝነት አይደለም። ብዙ ጭካኔያዊ ድርጊቶች ሲፈጸሙ አይታለች ሰምታለችም። ሌላው ቀርቶ ከአቶ ወልዴ ጋር የምትኖረው እሷ ወዳ ሳይሆን በነሱ ትእዛዝ ነው። በህወሃት ቀለበት ውስጥ የገባች በራሷ መንገድ መሄድ የማትችል ናት።

ለማደፋፈር ጀርባዋን ዳበስ አደረገና፥ ምን ትያቸዋለሽ መሰለሽ "ግንባሩ ለሁለት የመሰንጠቅ አዝማሚያ ላይ ስለሆነ ይህም በጣም እንዳሳሰበኝ፡- አንደኛው ክንፍ ማለትም ባሜሪካና ዩሮፕ ያለው በጎረቤት ሃገር ያለውን ጦር አጠናክሮ ወያኔን በሃይል መጣል አለብን ይላል፣ ሁለተኛው ክንፍ ማለትም ሃገር ውስጥ ያለው ግንባር ደግሞ ትግሉን በሰላማዊ መንገንድ እንቀጥል ይላል በሚለው ላይ በስልክ ሲያወራ ስምቻልሁ፤ ከሱም ለማረጋገጥ ችያለሁ ትያቸዋለሽ። ሌላ ነገር ካለ እየተከታተልኩ እነግራችኋለሁ በያቸው። ሌላው ደግሞ በአስራ አምስት ቀን ውስጥ ኢትዮጵያ ውስጥ ስለሚደርሰው የሰብዓዊ ጥሰት በተመለከተ ከፍተኛ ሰላማዊ ሰልፍ ለማደረግ ዝግጅት እየተደረገ መሆኑን በማውጣጣት እንዲነግረኝ ለማድረግ ችያለሁ በያቸው" አለ።

ፊቷ ፈካ እንዳለ ትኩር ብላ አየችው። ትርሲት ትልቅ ሃሳብ የወረደላት ይመስላል። ከአስተያየቷ እርዳታ ፈልጋ የደረሰላት አይነት መስሎ ስለታየው በጣም አዘነ። አንተን ባላገኝ ምን እሆን ነበር የምትል ይመስላል። ኢትዮጵያ ውስጥ በተለያየ መንገድ የሚፈጸመው ግፍ ትዝ አለው። "በዚህ መጠን ሰዉ እንዲሸመደመድና በሃገሩ ለነሱ የላሸቀ አስተሳሰብ ተገዢ እንዲሆን እንዴት ሊያደርጉት ቻሉ?" አለ ለርሱ።

"ጥሩ መፍትሄ ነው። ግን አንተስ ይህንን ሚስጥር ስታውጣ ችግር አይገጥምህም?" አለች፥ በማስተዛዘን አይነት አይናይኑን እያየችው።

"ስላሰብሽልኝ አመሰግናለሁ። ስለሱ አታስቢ በኔ ጣይው። ሰላማዊ ሰልፍ እኮ በሚስጥር አይደረግም። ገና ማስታወቂያ እንበትናልን። ላንቺ ግን ቀድመሽ ማወቅሽ ነጥብ ያሰጥሻል። ለማንኛውም ከዚህ ነገር እራስሽን ማውጣት አለብሽ። እነዚህ በጎሳ፣ በዘር ፖለቲካ የተለከፉ ስልሆነ፥ ከነሱ ውጭ የሆነ ሰው እንደሰው አይቆጥሩትም። ተጠቅመው እንደ ቆሻሻ መወርወር ነው የሚፈልጉት። ዘረኝነት በሽታ ስልሆነ በሽታው ከነሱ ውጭ የሆነውን ሰው በሰውነቱ እንዳያዩት አድርጓቸዋል። ስለሆነም የዘር ግንድ

መቆፈር ነው ስራቸው። የምትወጪበትን መንገድ አንድ ላይ እንፈልጋለን እስከዝያው በዘዴ ያዣቸው። *ቢ ስማርት*" (ብልጥ ሁኚ) አላት።

"ብሩኬ በጣም አመሰግናለሁ። ያንተን ምክር ባላገኝ ምን ይደርስብኝ እንደነበር አሁን እየገባኝ መጥቷል። *ኣት ሊስት ብሩክ ሌት ሚ ሃግ ዩ* (ሌላው ቢቀር እቅፍ ላድርግህ) አይዞህ ሚስትህ አታይህም" ብላ አቀፈችው። ፊቱን ዞር ስላደረገ እንጂ ፍላጎቷ እንኳን ሌላ ነበር፤ ጉንጩን ሳመችው።

በመጨረሻም ለመሄድ ከመኪና ማቆሚያው የትርሲትን መኪና ተደግፈው ሲሰነባበቱ "ትርሲት *ፖሊስ* የሜላትን ጉዳይ ተከታተይልኝ አደራ" አለ በመለማመጥ መልክ።

"ምንም ችግር የለም። የሷ ጉዳይ እኮ የኔም ነው፤ እንደዛሬው አትየው። ደግሞ አንተም እንደዚህ ጥፍት አትበል" አለች እቅፍ (ሃግ) አድርጋ እየተሰናበተችው ።

"እረ አልጠፋም በይ ትርሲት አዲስ ነገር ካለ ደውይልኝ" አለ ወደ መኪናው እየሄደ ዞር ብሎ እያያት።

አሥራ ዘጠኝ

ኤደንን ለማፈላለግ የሚችለውን ሁሉ ሊያደርግ ለሜላት ቃል ገብቶላታል። ይህን ያለማድርግ ደግሞ ከሜላት ጋር ያለውን ግንኙነት እንደሚያበላሽበት ስለሚያውቅ ጓደኞቹን በተደጋጋሚ ደውሎ አናግሯቸዋል። ሃይሌ ኤደን የነበረችበትን ቦታም ሆነ ምን እየደደረሰባት እንደሆነ ያውቃል፥ ምንም እንኳን የተጠለፈች እለት በቦታው ባይኖርም። ኤደንን ያለምንም ምክንያት ባዶ ቤት ወርውረው አስር ቀን ሙሉ በስቃይ እንድትቆይ አድርገዋታል። አሁን በሃይሌ ግፊት መልቀቅ እንዳለባቸው ቢስማሙም እነሱ ዘንድ በቆየችበት ወቅት ብዙ ጉዳት ስለደረሰባት ይህን ጉዳይ እንዴት እንደሚፈቱት ግራ ገብቶአቸዋል።

የምሳ ሰዐት ስለሆነ ይመስላል ኢትዮጵያ ሆቴል በተለይ ምግብ ቤቱ ውስጥ በዛ ያሉ ሰዎች ይታያሉ። ሃይሌ ሪሰፕሽን ውስጥ ለመቀመጥ ስለፈለገ ቦታ ለመፈልግ ቃኘት አደረገ። ወዲያው ስዐቱን አየት አድርጎ “ገና ስድስት ስዐት!” አለ በትንሹ ድምጹን አውጥቶ። የቀጠሮው ሰዐት እራቀበት። ለምን በረንዳ ላይ አልቀመጥም ብሎ ተመልሶ ከወጣ በኋላ፥ አካባቢውን ለማየት የሚያመች ቦታ ፈልጎ ተቀመጠ። እለቱ ዳመናማ ሲሆን ዝናብም የሚመጣ ይመስላል። ሃይሌ የዝናቡን መምጣት የወደደው አይመስልም። ብቻ እንኳን ዝናብ ዶፍ ቢጥል ዛሬ ሜላትን ከማግኘት የሚያግደው ነገር ያለ አይመስልም። ምናልባትም ቤቷም ቢሆን ሄዶ ሊያመጣት ይሞክር ይሆናል። መጠጣት አልፈለገም ነበር ግን ያልተረጋጋ ስሜት ላይ ስለሆነ የመጠጥ

ፍላጎቱን ሊቋቋመው አልቻለም። መጠጣት ከጀመረ ደግሞ ለማቆም ይቸገራል። አስተናጋጇን ቢራ እንዲያመጣለት ነገረው። ወዲያው ስልክ ስለተደወለለት ስልኩን ማዋራት ጀመረ። የኤደንን ጉዳይ የያዘው ጓደኛው ነው። ሃይሌ ግን ማውራት የፈለገ አይመስልም። ቀደም ሲል በሰማው ነገር ደስተኛ ስላልነበረ አሁን ጉዳዩን አንስቶ መወያየት ቀኑን ማበላሸት መስሎ ታየው። አሁን ሰው እየጠበቀ እንደሆነ ከአንድ ወይም ሁለት ስዐት በኋላ እንደሚደውልለትና ስለተፈጠረው ነገር እንደሚነጋገሩ ነግሮት ስልኩን ዘጋው።

አንድ ቀን ካፌ ሌላ ጊዜ ጣይቱ ሆቴል ሜላትና ኤደን አንድ ላይ ሆነው ጥለውት ባግባቡም ሳያናግሩት መሄዳቸው አናዶታል፤ እልክ ውስጥም አስገብቶት ነበር። ሜላትን በጣም ይወዳታል። በምንም መንገድ ይሁን አገኛታለሁ ብሎ ስለሚተማመን ማስገደዱን አልፈለገም። ትዕግስቱ እስከመቼ እንደሆነ ለራሱም ግልጽ አይደለም። ለሜላት መቼ የሚለው ካልሆነ ለምንም ነገር እንደማይመለስ ታውቃለች። እስካሁን ሃይሌ ሲያደርጋቸው የነበረው በሜላት ዙርያ ያሉትን ማጥፋት ሲሆን፥ ኤደንም የዚያው ሰለባ ነች። ይህ አካሄድ ደግሞ መጨረሻው ወዴት እያመራ እንደሆነ ለሜላት ግልጽ ነው። ሃይሌንና ጓደኞቹን ጠንቅቃ ተረድታቸዋለች። እሷ እንደምትለው "ሃይሌና ጓደኞቹ ፍቅር ምን እንደሆነ ስለማያውቁ ፍቅር አይገዛቸውም። ሰው ሰውን ካፈቀረ የተፈቃሪውን ባህሪ ተላብሶ መቅረብ መቻል አለበት። ወደ ራሱ ባህሪ እንዲመጣ የሚያስገድድ ከሆነ መጀመሪያም አልወደደም። የአውሬ ባህሪ ተጠናውቶታል ማለት ነው፥ አሳዶ አድኖ ሆዱን የሚሞላ።"

ሜላትና ኤደን ሬስቶራንቱ ውስጥ ጥለውት የሄዱ ዕለት፥ በንዴት ከጓደኞቹ ጋር ሲጠጣ አምሽቶ ነበር። ጓደኞቹ እኛን ጨምረህ አንገላታሃን እያሉ መውቀስ ከጀመሩ ሰንበት አሉ። እንዴት "አንድን ሴት ለማግኘት አምስት ዓመት ደጅ ትጸናልህ። ልጃችሁ ተወልዶ ኬጂ በሚገባበት ስዐት ይሉታል።" ምንም እንኳን ትውውቃቸው ከሁለት ወይም ሰስት ዓመት በላይ ባይሆነውም።

"እንድትጎዳት የሚገፋፋህ አይነት ባህሪ የላትም። ደግሞ በጣም የወደድከውን ምግብ ጥሩ ቦታ ቁጭ ብለህ በጥሩ እቃ ቀርቦልህ ስትበላው እንጂ፥ እየሮጥክ ሲዎድቅ ካፈር ላይ እያንሳህ መብላቱ በላሁ ከማለት ያለፈ

እርካታ የለውም፤ እርግጥ ሌላ ሰው የሚወስድብህ አይነት ከሆነ የምትችለውን ታደርጋልህ" ይላቸዋል፥ ስልሷ እያንሱ ሊያበሽቁት ሲሞክሩ። "ቆይ አሳያታለሁ ብዬ እነሳና የሆነ ነገር ይይዘኛል" ብሎ በተለያየ ጊዜ ያደረገውን ሙከራ ነገራቸው። ጓደኞቹ "በቃ አንተ ካልቻልክ እኛ እናምጣት" ብለውት ነበር ግን እሱ በዚህ አልተስማም። "እሷን አትንኩ ያቺን ጓደኛዋን በተመለከተ አንድ ነገር አድርጉ። ምን እዳደረኳት አላውቅም በእኔነቴ ይሁን በኔ አላውቅም ጥላቻ እንዳላት በግልጽ ይታያል። አንዳችሁ መተዋወቅ ሞክሩ ወይም እንደሚሆን አድርጉ" ብሎ አማክሯቸዋል። ይህ አይነት፥ አንዱ ላንዱ ብሎ በግለሰቦች ላይ ጥቃት መፈጸም የነሱ የጓደኝነት መገለጫ መሰረት ነው። እነሱን የመሳሰሉ የኢሃአዴግ ደህንነት ሰራተኞች የተሰጣቸውን ሃላፊነት እንደዚህ ለመሳሰለ ግለሰቦችን ለማጥቃት እንደ ሽፋን ይጠቀሙበታል። ለነሱ ህግ የነሱ የበታች አገልጋያቸው እንጂ እነሱ የሚዳኙበት አድርገው አይወስዱትም። ይህንንም የሚያገናዝብ አዕምሮ የላቸውም።

በዚያች ቅዳሜ ዕለት እረፋድ ላይ ኤደንን አፍነው ወስደው አንድ ትልቅ ቤት ውስጥ አስቀመጧት። ይህን ቤት የሰፈሩ ሰዎች ከግምት ያለፈ በትክክል ለምን አገልግሎት እየዋለ እንደሆነ አያውቁትም። የኢህአዴግ ተቃዋሚዎችን ወይም ተቃዋሚ ተብለው ያለምንም ማስረጃ የተጠረጥሩ፣ በግል ቂም እንዲሁም በገንዘብ በመገዛት ግለሰቦችን ለማሰቃየት የሚጠቀሙበት ነው። በተጨማሪ ለመጠጣት፣ መጨፈሪያና ወጣት ሴቶችን አስገድዶ መድፈሪያም ነው። በዚህ ቤት ውስጥ ሰዎች አካላቸው ጎሏል፣ ህይወታቸው አልፏል፣ የተለያየ ጥቃት ተፈጽሞበታል። ጥቃት የተፈጸመበት እድለኛ ከሆነና ህይወቱ ከተረፈች፥ የት እንደነበረ ሳያውቅ እራቅ አድርገው ወርውረውት ይሄዳሉ።

ኤደን እዚህ ቤት ውስጥ ብዙ ግፍ ደርሶባታል። እድለኛ ሆና ከወጣች ከሷ ጋር እስከ እለተ ሞቷ የሚቆይ ለሰው ደፍራ የማትናገርው ብዙ ነገር አስተናግዳለች። የተለያዩ ሰዎች ድብደባ ሲፈጸምባቸው የሰቆቃ ድምጽ ሰምታለች። "በራሴ ላይ የሚደርሰው መከራ አንሶ ይህ በየዕለቱ እዚህ ቤት ውስጥ በሰዎች ላይ የሚፈጸመውን መከራ ግንዛቤ ካገኘሁ በኋላ በተአምር በህይወት ብወጣ እንኳን ጤነኛ አይምሮ ይኖረኛል ብዬ አላስብም ትላለች" ለራሷ።

ለምን እንደታሰርች የት እንዳለች የምታውቀው ነገር የለም። ከመሃከላቸው አንዱን ለምን እንደታሰረች ስትጠይቀው፥ ጥሩ መልስ አልሰጣትም። "ጥፋትሽን እራስሽ መች አጣሽውና እኔን ትጠይቂኛለሽ! ምን ያቻኩልሻል ተጣርቶ ይነገርሽ የለም?" ብሏት ጥሏት ሄደ። በመጣች ማግስት ሜላትን የት እንደምታውቃት በተደጋጋሚ እንደጠየቋት ትዝ ይላታል። ምናልባት ከሷ ጋር የተገናኘ ይሆን? የሚል ጥርጣሬ አድሮባታል። ሜላትን የከበቡዋት አደገኛ ሰዎች እንዳሉ ታውቃለች ግን እንደዚህ በሷ ላይ ጭካኔያቸው እውን ይሆናል ብላ አላሰበችም። ሌላው የቤተሰቦቿን ጭንቀት ስታስታውስ ህመም ይሰማታል። ወጥቼ እስከምገባ የምትሰጋው እናቴ ምን ይሰማት ይሆን? አባቴ በዚያ ህመሙ ላይ እንዴት ይችለዋል? እያለች ባስታወሰቻቸው ቁጥር ታለቅሳለች።

እዚህ ታፍና ከመጣች አስራ አምስት ቀን ሊሆናት ሁለት ቀን ቀርቷታል። በጣም ተጎሳቁላለች። የመጣላትንም ምግብ ብዙም ስለማትበላ አቅም እያነሳት መጥቷል። እዚህ ቤት ውስጥ ሌላ አምስት ቀን ከጨመረች በህይወት የመውጣት እድሏ የመነመነ ይሆናል የሚል ስጋት አላት። ስለሆነም አቅሟ የፈቀደላትን ሁሉ አድርጋ ለማምለጥ እራሷን አዘጋጅታለች። በአገኘችው አጋጣሚ ሁሉ ሰው ሲወጣና በሩ ሲከፈት፣ በመስኮት ቀዳዳ ተደብቃ እያየች አካባቢውን ለማወቅ ሞክራለች። የቦታው ስም ማን እንደሆነ ባታውቅም፥ አካባቢው ንግድ ቤቶች ያሉበት ደመቅ ያለ ሰፈር እንደሆነ ተገንዝባለች። ካመለጠችም ጥሩ፥ ካልሆነም እየሮጠች መሞትን መርጣለች። እዚህ ቤት የሚፈጸመውን ይህን ሁሉ ሚስጥር አውቃ በህይወት መውጣት ማለት ከንቱ ምኞት ሆኖባታል።

ለምን እንደሆነ ባላወቀችው ምክንያት ከሃሙስ ከሰዐት ጀምሮ ለቀቅ ያለ ሁኔታ እያየች ሲሆን፥ ዘበኞችም ጥሩ ፊት ማሳየት ጀምረዋል። አጋጣሚውንም በመጠቅም መውጫ በሩን፣ ዘበኞች የሚቆሙበትን ቃኘች ለማድረግ ሞከረች። የዚያን ቀን ለሊቱን ሙሉ እንቅልፍ አልወሰዳትም። ባልተለመደ ሁኔታ በጣም ጸጥታ ሰፍኗል። ሲነጋጋ ከተኛችበት በባዶ እግሯ ወደ ዋናው በር ሄደች። በሩን ለመክፈት ስትሞክር፥ ስላልተቆለፈ ክፍት አለ። ምንም ሳታመናታ ከቤቱ በፍጥነት ወጥታ መሮጥ ጀመረች። ጠባቂዎች ብዙም እሩቅ ስላልነበሩ እየተኮሱ ተከተሏት። የመጀመሪያውን ዋና መንገድ አልፋ የሁለተኛውን ልታቋርጥ ስትል፥ አንድ በፍጥነት ይሄድ የነበረ ሚኒ ባስ

ገጭቷት ወደቀች። በደረቷ ድፍት አለች። ምንም አይነት እንቅስቃሴ አታሳይም። ደም ከየትኛው አካሏ እንደሆነ አይታወቅም ግን ይፈሳል። ሰስቱ ጠባቂውች ወዲያው ደርሱ። ሹፌሩም ተደናግጦ ወርዶ ሲያያት በጣም አዘነ። ፊቷ አይታይም። በባዶ እግሯ ነች። ግራ ገባው። "ምናልባት የአይምሮ በሽተኛ ትሆን ይሆን?" አለ በሃሳቡ። አወዳደቋ አሳዝኖታል። ጸጉሯ ተመሰቀላቅሏል እንጂ እረዘም ያለ በጥሩ ሁኔታ ተይዞ የነበረ እንደሆነ ያስታውቃል። የለበሰችው ሱሪም ሆነ ከላይ የደረበችው ሹራብ ዘመናዊ ነው። ሹፌሩ ግራ ገባው። ሊያነሳት ሲሞክር፥ ከጠባቂዎቹ አንዱ "ና ወደዚህ!" ብሎ ጠርቶ መታወቂያውን ተቀበለው። በኋላ የት መጥቶ እንደሚያናግራቸው ቦታውን ነግረውት አሰናበቱት። ማለዳ ስለሆነ ብዙም ግርግር የለም። ወዲያው ቪ ኤይት የያዙ ደህንነቶችና አንቡላንስ ተከታትለው መጥተው ይዘዋት ሄዱ።

ሃይሌ ስለደረሰው አደጋ የሰማው ወደ ቀጠሮው ቦታ ኢትዮጵያ ሆቴል እየሄደ መንገድ ላይ ነው። ከሳምንት በፊት የት እንዳለች ሲነግሩት ደስተኛ አልነበርም። ሌላ ቦታ እንዲወስዷት ነግሯቸው ነበር። ምክንያቱም ሌላ በድብቅ ማቆየት የሚቻልበት የተሻለ ቦት እንዳለ እያወቁ ለምን እዚያ እንዳስገቧት አልገባውም። እሷን ያስቀመጡበት ቤት ለእንደሷ አይነት እስረኛ አልነበረም። ብዙ ጊዜ ያለምንም ምክንያት በጥላቻ ተነሳስተው፣ ጠጥተው ወይንም ለግል ፍላጎታቸው ሲሉ በሰዎች ላይ ያልተጠበቀ ስቃይ እንዲደርስባቸው ያደርጋሉ።

አሁን የተፈጠረውን ሁኔታ ለሜላት እንዴት እንደሚያስረዳት ጨንቆታል። አሁን ያቀራረባቸው የኤደን ጉዳይ ቢሆንም፥ እንዲህ አይነት ነገር ሲከሰት ከሷ ጋር የሚኖረውም ግንኙነት ጤናማ እንደማይሆን ያውቃል። ሃይሌ በተዘበራረቀ ስሜት ውስጥ ሆኖ መጠጡን ይደጋግም ጀመር።

ለሰባት ስዐት አምስት ጉዳይ ሲል ከሃራምቤ ሆቴል አቅጣጫ ሜላት መንገዱን አቋርጣ ስትመጣ አያት። ቁመቷ ዘለግ ብሎ እደተለመደው ይህ ይወጣለታል በማይባለው አለባበሷ ተውባ ስትራመድ ያያት በርቀት ስለቁንጅናዋ መናገር ይችላል። ሃይሌ ቶሎ ብሎ ማስቲካ ጎረሰ። እየተቃረበች ስትመጣ መቁነጥንጥ ጀመረ። ወንበር ያስጠጋል፣ ይገፋል። ገና አጠገቡ ሳትደርስ ቆሞ ጠበቃት። ከተሳሳሙ በኋላ ፊት ለፊቱ ተቀመጠች። ጥቂት

ካወሩ በኋላ ምሳ መብላት እንደሚፈልግ ነገራት። እዚያው ብዙም ሳይርቁ ኮቴጅ ሬስቶራንት ይዟት ሄደ። ሜላት እዚህ ሬስቶራንት ከብሩክ ጋር መጥታ እንደነበር ትዝ አላት። ብዙ ነገር አስታወሳት። የተቀመጡበትን ያወሩትን ሳይቀር ትዝ አላት። ጣራውን፣ ጌጣጌጡን ስታይ፥ ሁሉም ነገር ወደ ኋላ በትዝታ ወሰዳት፥ ሳይታወቃት በረጅሙ ተነፈሰች። ቤቱን ወደድሽው? አላት ሳቅ ብሎ።

"እዚህ ቤት ብዙ ትዝታ አለኝ" አለች ተከዝ ብላ የሃይሌን ስሜት እያነበበች።

"ነው እንዴ?" አለ። የመቅናት አይነት ስሜት ይመስላል።

"ምነው ሃይሌ ሁሉም ሰው የራሱ የሆነ ትዝታ ይኖረዋል። ትዝታ ደግሞ ከቤተሰብ ጋር ሊሆን ይችላል ወይም ከጓደኛ፥ ሌላም። ከፍቅረኛ ጋር ብቻ መሆን የለበትም" አለች አባባሏን የወደደው ስላልመሰላት።

"ዋይ ሜላት! እንደሱ ወጣኝ እንዴ? ዛሬ እንዴት ነው?" አለ እየሳቀ። እሺ ትንሽ ነገር ውሰጂ" አላት ሜኑውን አንስቶ እየሰጣት።

"ምነው? አቁሚ በዚች አፍሽ ምግብ ጉረሽበት ማለትህ ይመስለኛል? ወሬውን እኮ ቀየርከው" አለች የሱን መልስ እየተጠባበቀች፥ አፏን ግጥም አድርጋ ሳቋን ለመቆጣጠር እየሞከረች። ሃይሌ አንዳንድ ጊዜ በተጋነነ ሁኔታ ነገሮችን ሲናገራቸው ያስቃታል።

"አንቺ በጣም ነገረኛ ሆነሻል። ምን ነካሽ? እኔ ይህን አላሰብኩም" ሲላት ከት ብላ ስቃ ጀርባውን መታ አደረገችው። ሜላት የመብላት ፍላጎት ስለሌላት ቀለል ያለ አትክልት ነገር አዘዘች። ምግብ ከበሉ በኋላ ሜላት ለስላሳ አዘዘች። ሃይሌ ወይን መጥቶለት መጠጣት ሲጀምር የኤደንን ጉዳይ እንዴት እንዳደረገ ጠየቀችው። የመረበሽ ስሜት በፊቱ ላይ ስታይ ደነገጠች። አይኗን ጨፈን አድራጋ ጸለየች። ሃይሌ የተፈጠረውን አደጋ ሲነግራት ማመን አልቻለችም።

"መጀመሪያ የተያዘችብት ምክንያት ከአንዳንድ ጸረ መንግስት የሆኑ አሸባሪዎች ጋር ግንኙነት እንዳላት ስለተደረሰበት፥ ይህንንም ለማሳካት ሽብር ለመፍጠር ሲዘጋጁ ስለታወቀ ለምርመራ ወስደዋት ነበር። ያንቺ ጓደኛ መሆኗን ከነገርሽኝ በኋላ ተሯሩጬ የተለያዩ ባለስልጣናት አናግሬለሁ። እኔ ሃላፊነቱን ወስጄ ምክር እንሰጣታለን ብዬ አሳምኛቸው ለመፍታት ተስማምተው በምትለቀቅብት እለት ይህ ተፈጠረ። በጣም አዝኛለሁ።"

የሃዘን ፊት እያሳየና ሰርቅ አርጎ ሜላትን እየተመለከተ። ሜላት የሚያወራው ነገር አብዛኛው ውሸት እንደሆነ ስለምታውቅ ውንጀላውን ብዙም አልተከታተለችውም። አይኖቿ በእንባ ተሞልተው አንገቷን ደፍታ ጸጥ አለች።

“ምን አይነት ጭካኔ ነው። ሰላማዊ ሰው ምንም ነገር ሳታደርጋቸው ያለምንም ምክንያት እንዴት እንደዚህ አይነት ግፍ በወገን ላይ ይፈጸማል እያለች” በሃሳቧ ከኤደን ጋር ለመጨረሻ ጊዜ የተገናኙበት ቀን፥ ሳምንት እንገናኝ ተባብለው ሲለያዩ ትዝ አላት። የእናቷ ለቅሶ በአይነ ህሊናዋ መጣ። “እኔ ራሴን መሆን እንድችል ምን ያህል ሰው ዋጋ መክፈል አለበት?” እያለች ለአንድ ሁለት ደቂቃዎች ትክዝ ብላ ቆየች። ቀና ብላ በረጅሙ ከተነፈሰች በኋላ “ግን የደረሰባት አደጋ ለ . . . ህይወቷ . . . የሚያሰጋት ይመስ . .. ልሃል?” እንባዋን ሰፍት አውጥታ ጠረግ እያደረገች።

“ምን መሰለሽ ሜላት እኔ አላየኋትም እንደነገሩኝ ከሆነ በጣም . . . ተጎድታለች ብለውኛል። ሆስፒታል ወስደዋት እርዳታ እየተደረገላት እንድሆነ አውቃልሁ። ለነገሩ እኔም የሰማሁት ቅድም ወደ ቀጠሮአችን እየመጣሁ እመንገድ ላይ ሆኜ ነው። ነገሩ በጣም አሳዝኖኛል።” አለ ጠረቤዛውን በጣቶቹ መታ መታ እያደረገ። ሜላት ከሱ ሁኔታ የተረዳችው ኤደን በሞትና በሽረት ላይ መሆኗን ነው። እንደገና እንባዋ በጉንጮቿ መውረድ ጀመሩ። “አይዞሽ በቃ ለማንኛውም እንዴት እንደሆነች እንጠይቃለን?” አለ።

“የምትረዳኝ ከሆነ እኔ እራሴ ሄጄ የማይበትን መንገድ አመቻችልኝ። ቤተሰቦቿም መስማት አለባቸው። የወደቀችበትን ሳያውቁ አል . . .ቅሰው ሊሞቱ ነው። በእግዚ. . .አብሄር እርዳታ ከተረፈች ጥሩ፥ ካልተረፈችም ቁርጣቸውን ማ . . . ማወቅ አለባቸው” አለች ድምጿን አውጥታ ስቅስቅ ብላ እያለቀሰች። ሃይሌ ደንገጥ ብሎ አካባቢውን ዞር ብሎ ተመለከተ።

“ምንም ችግር የለም የጠየቅሽኝን ነገር ሁሉ እናደርጋለን። ይህን ነገር በተመለከተ ጥንቃቄ ማድረግ ያስፈልጋል፤ በከፍተኛ ሚስጥር መያዝ አለበት። ለምን ተያዘች፣ እንዴት ይህ ነገር ተፈጠረ የሚለው የኛ ጉዳይ አይደለም። የቤተሰቦቿን ስልክ ትሰጭንና ደውለን ሄደው እንዲጠይቋት እናደርጋለን። ካንቺ ሳይሆን ከኛ መስማታቸው ላንቺም ጥሩ ነው። እንዴት በመኪና ተገጨች? የሚለውን አወቁትም አላወቁትም ለውጥ የሚያመጣ አይመስለኝም” አለ ወንበሩ ላይ ለጠጥ ብሎ ተደግፎ። ችግሩን እንደፈታው

አድርጎ የተሰማው ይመስላል። ሜላት እንዴት ነገሩን አድበስብሶ ሊያልፈው እንደፈለገ አይታ ተገርማለች።

“በዚህ መልክ የስንቱ ንጹሃን ደም በከንቱ ፈሷል። የገቡበት ሳይታወቅ ወጥተው የቀሩትን ቤት ይቁጠራቸው” በማለት በሃሳቧ እያሰላሰለች ትክዝ አለች።

“ጥሩ እኔ ለማን አወራለሁ ብለህ ነው? ወሬ ህይወቷን አያድንም። አሁን የናፈቀኝ የጓደኛዬን አይኗን ማየት ብቻ ነው። ሰው በሰላም ከቤቱ ወጥቶ እንዴት ውድቅ ብሎ ይቀራል?” አለች ትክዝ ብላ በአንድ እጇ አፏን ይዛ መሬት መሬቱን እያየች።

“ቡና ነገር ይምጣልሽ አይደል? ጥሩ ነው፤ ነቃ ያደርግሻል” አለ ሃይሌ ለማዘዝ ቀና ብሎ አስተናጋጇን እየፈለገ።

“እኔ አሁን ምንም ነገር አልፈልግም። በቃ አሁኑኑ ብኼሄድ ይሻላል። ምናአልባት የምረዳት ነገር ካለ።” ብላ ከተቀመጠችበት ስትንሳ፥ እሱም ተከትሏት ተነሳ።

ሃያ

ሜላት ብቻዋን ኤደን ወደተኛችበት ክፍል አመራች። ስለተረባበሸች ልቧ በጣም ይመታል። ኤደን አልጋ ላይ ተዘርራ አታይም አትሰማም። ብዙ ነገር ተሰካክቶባታል። ጉልኮሱ ጠብ ጠብ . . . ሲልና ሌሎች የልብ፣የሙቀት መለኪያ መረጃዎች እስክሪኖቹ ላይ ግራፉ ሲወጣ ሲወርድ ይታያል እንጂ ሌላ የሰው እንቅስቃሴ የለም። ሜላት እንደደረሰች መሬት ላይ ቁጬ ብላ አለቀሰች። አንድ ወጣት ነርስ፥ በእሷ እድሜ አካባቢ የሆነች ሁኔታዋ ስላሳዘናት ቀርብ ብላ ልታጽናናት ሞከረች። ታካሚዋ በወንጀለኛ መልክ ስለመጣች በር ላይ ሁሉንም ነገር የሚከታተሉ ጠባቂወች ይኖራሉ። በዚህ ምክንያት ነርሷ ከጠያቂዎች ጋር ብዙ ማውራት ችግር እንደሚያመጣባት ስለምታውቅ ጥቂት አዋርታት ዞር አለች። ሜላት ከተቀመጠችበት ተነስታ ኤደንን እየተዘዋወረች አየቻት። በጣም ተጎድታለች። ያ የምታውቅው ውብ ፊት አይደለም፣ ያ ለዛ ያለው ልሳን ተዘግቷል፣ ያ ፈገግታ በስቃይ ተተክቷል።

ህሙማን ኮማ ውስጥ ቢሆኑም አዋሯችው ይሰማሉ ሲባል ስለሰማች "ኤደን ሜላት ነኝ። ስለደረሰብሽ ነገር በጣም አዝኛለሁ። አይዞሽ ለእግዚአብሄር የሚሳነው ነገር የለም ትተርፊያልሽ እንጸልይልሻለን። ቤተሰቦችሽም ስለሰሙ መጥተው ያዩሻል። እግዚአብሄር ይማርሽ" ብላ እግሯን ዳሰስ አረገችው። "የሚያሰፈራ ህልም እያየሁ ይሆን እንዴ? እንዴት ምንም ሰውን መጉዳት ይቅርና ሰው ሲጎዳ ማየት የማትፈልግ ምስኪን ላይ ይህ ይፈጸማል ብላ እያሰላሰለች" ወደ ነርሷ ጠጋ ብላ "እንዴት ነው

የመትረፍ ተስፋዋ?" ብላ ነርሷን ስትጠይቃት እንባ እፊቷ ላይ አይታይም። በጣም እንደተናደደች፥ እልክ ውስጥ እንደገባች ያስታውቃል። ይህ የሜላት ባህሪ ነው። መጀመሪያ ይህን የመሰሰሉ ግፎች ተፈጽመው ስታይ ቢያስለቅሷትም ወዲያው እንዴት፣ ለምን የሚለው ነገር በጣም ያበሳጫታል። ቀጥላ ምን ማድረግ እንዳለባት፣ ወደ መፍትሄ ፍለጋ ታተኩራለች። ይህን ጥንካሬ ከናቷ ያገኘችው ነው።

"*ክሪቲካል ኮንዲሽን* ላይ ነው ያለችው።"

"ለመሆኑ አይኗን ትገልጣለች?"

"እንደመጣች አልፎ አልፎ ትሞክር ነበር። ግን ከስዐት በኋላ ጀምሮ አሁን እንዳየሻት ነች።"

"እባክሽን የኔ እህት፥ የኔና አንቺ እኩያ ናት፤ ገና ወጣት ብዙ ህልም ያላት ነበረች። በምትችይው መንገድ እርጃት" ብላ አስተዛዝና ነገረቻት። ነርሷ በመርማሪዎች ተደብድበው፣ በጥይት ተመተው . . . የሚመጡ በሽተኞች አይታለች አክማለችም። ሚስጥር ለመጠበቅ ተብሎም ያለውን ክትትል ስለምታውቅ ብዙም እንደልቧ አታወራም።

"እኛ የመጣልንን ታካሚ ለማዳንም ሆነ ህይወቱን ለማትረፍ የምንችለውን ከማድረግ ወደኋል አንልም። የኛ እርካት ወይም ደስታ የረዳነው በሽተኛ ድኖ ሲወጣ ስናይ ነው" አለች ወደ በር በስጋት እየተመለከተች።

"ስለጨነቀኝ ነው አመሰግናለሁ" አለች ዞር ብላ ኤደን ወደ ተኛችበት እየተመለከተች።

"ይሄ ስራችን ግዴታችንም ነው፥ ምንም አይደል" ብላ ነርሷ ሄድ አለች።

ሜላት ደረስ ብላ ብቻ እንድትመለስ ሃይሌ ነግሯታል። እሷ ግን ከተፈቀደው በላይ እንድቆየች ገብቷታል። እንድገና መለስ ብላ ጓድኛዋን ትኩር ብላ አይታ "በይ ኤደን እግዛብሄር ይማርሽ" ብላ ደጋግማ ዞር ብላ እያየች ከክፍሉ ወጣች። ሀይሌ በሩ ፊትለፍት እየጠበቃት ነበር። ቀና ብላ እንኳን ሳታየው አልፋው ሄደች። እሱም ምንም ሳይል ተከተላት።

ከጎኗ ሆኖ እየተራመደ "እንዴት አገኘሻት?"

"ትንፋሿ እስከሚቆም እየተጥበቀ ነው" አለች ንዴቷን ለመቋቋም በረጅሙ እየተነፈሰች። ድንገት ቆም አለችና "እንዴት ነው ለቤተሰቦቿ ደወላችሁ?" አለች ሃይሌን ትኩር ብላ እያየች በትእዛዝ መልክ።

"አዎ ወዲያው ደውለዋል። ከአንድ ግማሽ ሰዐት በኋላ ይደርሱ ይሆናል" አለ ፊት ለፊቷ ቆሞ። ሜላት ያመነችው ይመስላል። ምንም መልስ ሳትመልስ መንገዷን ቀጠለች። አንድ ጊዜ ፈጠን ሌላ ጊዜ ደግሞ ቀስ ትላልች። ሃይሌ እርምጃዋን እየጠበቀ ይሄዳል። ይህን የምታደርገው የሃይሌን ከጎኗ መሆን ስላልተመቻት ሳይታወቃት ነው።

መኪና አስነስተው መሄድ ሲጀምሩ አሁን ውሀ፣ ቡናም ፈልጌ ነበር ስላላች በቅርብ ወደ አገኙት 'ሸንበላ' ሆቴል ገቡ። ውሃና ቡና ለሜላት፥ ሃይሌ ደግሞ ቢራ አዘዘ። የማውራት ፍላጎት ስላልነበራት ሃይሌ ለጠየቃት ነገር ሁሉ አጭር መልስ ትሰጠዋለች። እንዲያውም ትንሽ ከቆዩ በኋላ፥ ሃይሌን ይቅርታ ጠይቃ ሶፋውን ደገፍ ብላ ጋደም አለች። "ለምን ወደ ሌላ ሆተል ሄደን ክፍል ይዘን አረፍ አትይም?" አለ አይኗን እንደጨፈንች ከእግር እስከ እራሷ፥ ልክ አይቷት እንደማያውቅ ሰው ሆኖ እያያት።

"አይ እኔ ትንሽ እራሴን ለማረጋጋት ስለፈለኩ እንጂ እንቅልፌ መጥቶ አይደለም" አለችው ደገፍ ብላ አይኗን እንደጨፈነች። ሃይሌ ከቢራ ወደ ውስኪ ቀይሮ መጠጣቱን ቀጠለ። ሜላት ጋደም ብላ ብዙ ነገር ማውጥት ማውረድ ጀመረች። አሁን በህይወቷ ላይ የገጠማትን ችግር በተመለከት ከፍተኛ አጣብቂኝ ውስጥ እንደገባችና በተአምር በአምላክ እርድታ ካልሆነ ልትወጣው የምትችልበት አቅም እንደሌላት እየተሰማት መጥቷል። "በቃ እኔ በጠገበ ድመት እንደተያዘ አይጥ ማለት ነው" አለች በሃሳቧ፥ ተስፋ በመቁርጥ አይነት። የጠገበ ድመት አድኖ የያዛትን አይጥ እያሯሯጠ ሲጫወትባት ቆይቶ በመጨረሻ ይበላታል። "እነዚህ ሰዎችን በዘር የተመረዘ አመለካከታቸው በሌላው ወገናቸው ላይ ርህራሄ እንዳይኖራቸው አድርጎ ቀርጾአቸዋል። ይህ ሁሉ ነገር ተፈጽሞ፣ በዚህ ጭንቀት ውስጥ ሆኜ ምንም ነገር እንዳልተፈጸመ አይነት ይዝናናል። እኔም በዚች አጭር ስዐት የተፈጠረውን ነገር እንድረሳው ይፈልጋል። አሁን ማንም ሊደርስልኝ የሚችል አይመስለኝም። እኔ እራሴ የመጨርሻ እድሌን ከመጠቀም መቆጠብ የለብኝም" ብላ ማድረግ ስለሚገባት ነገር ማሰላሰል ስትጀምር የኤደን ነገር ድቅን እያለ ሃሳቧ አልሰበሰብ ይላታል። ባስታወሰቻት ቁጥር መኖር ያስጠላታል።

አስተናጋጇ መጥታ የተጠጣባቸውን ብርጭቆወች ስትሰበስብ ተነስታ ቁጭ አለች። ሃይሌ ሌላ ባዶ ወንበር ላይ ተቀምጦ በስልክ እያወራ ነበር።

መነሳቷን ሲያይ መጥቶ አጠገቧ ቁጭ አለ። "አመሰግናለሁ" አለቻት፥ እቃውን ሰብስበ ስትሄድ። አስተናጋጇም ዞር ብላ ፈገግ በማለት ካንገቷ ጎንበስ ብላ ምላሹን ሰጠጨት።

"ሜላት በቃ ሌል ቦታ እንሂድ እየመሸ እኮ ነው" አለ ሃይሌ። አነጋገሩ ልክ ሁለቱም የሚያውቁት የሚሄድበት ቦታ ያለ ይመስላል።

"የት ነው የምንሄደው? ካሁን በኋላ እኔ ከዚህ ሆቴል የትም አልሄድም!" አለች ኮስተር ብላ።

"ምን ነካሽ? ዞር ዞር እንበል! አሪፍ ቦታ እወስድሻልሁ" አለ ሳቅ ብሎ በማባበል መልክ የእጁን መዳፍ ትክሻዋ ላይ ጣል አድርጎ። ይህን አይነት ስሜት በዚች ደቂቃ ማሳየት የሷ ሃዘን አልተሰማውም ወይም ግድም አልሰጠው ማለት ይቻላል። ስለተፈጠረው ነገር ማንሳትም አይፈልግም በውስጡም ምንም አይነት ሃዘንም ሆነ ጸጸት አይታይበትም።

"ግን ሰውን ሰው የሚያሰኘው የሚያስብ አዕምሮ ስላለውና የሌሎች ህመም ስለሚሰማው አይደለ እንዴ? ይህ ስሜት ከጎደለው ወደ እንሰሳነት ዝቅ የሚል ይመስለኛል" ብላ ጥቂት አሰብ አደረገችና ትኩር ብላ እያየችው "ግን አንተ ዛሬ ያለሁበትን ሁኔታ መረዳት አትችልም? በዚህ አይነት ስሜት ሆኜ የቅርብ ጓደኛዬ በሞት አፋፍ ላይ ሆና እያጣጣረች ባለችበት ሁኔታ ምን አይነት ነገር ያዝናናኛል ብለህ ትገምታልህ?" አለች ምን ያህል ስሜቷ እንደተጎዳ ለማሳየት እይሞከረችና በማግባባት መልክ። ነገሩን ወደ መካረር ከወሰደችው ወደ ሌላ ጥርጣሬ ውስጥ ይገባና የባሰ ችግር ውስጥ እንደምትገባ ታውቃለች። ሜላት በጣም አዋቂ ብልህ ስለሆነች ነገሮችን እንዴት መያዝ እንዳለባት ታውቃለች። ይህ ባይሆን ኖሮ እስካሁን ብዙ ነገር ይደርስባት ነበር። ከውበቷ ጋር ተዳምሮ ጥሩ የመግባባት ችሎታ አላት። ውበቷን ከብልህነት ጋር ስለያዘችው ጉልበት ሆኗታል። ሃይሌን የምትችለውን ሁሉ አድርጋ እዚህ ደርሳለች ብትደርስም ከዚህ የማለፍ እንድሏ የተሟጠጠ ይመስላል። "ምን መሰልህ ሃይሌ፥ እዚህ ሆቴል ሁሉም ነገር አለ። መጠጥ እየጠጣህ ነው። ከራበህም ምግብ አለ።"

"ሩም እኮ መያዝ አለብን?" አለ ኮስተር ብሎ። በውለታችን መሰረት ለማለት የፈለገ ይመስላል። ሃይሌ በላይ በላይ ይጠጣ ስለነበር ሞቅ እያለው መጥቷል። መጠጥ ከጀመረ ለማቆም መቸገር ብቻ ሳይሆን አይመርጥም።

"ሌላ ቀን ብንገናኝስ?" አለች በማስተዛዘን

"እኔ ጠፋሁ ዛሬም እንደገና! አሁንስ እኔን እንደ ሞኝ እያደርግሺኝ ነው። ስንት ቀን ነው ምክንያት እየፈጠርሽ የሄድሽው? ያንቺ ምክንያት ተነግሮ አያልቅም። ልክ አይደለሽም ሜላት" አለ ደገፍ ብሎ ጣራ ጣራውን እያየ።

"ዛሬ በተፈጠረው ነገር በጣም ስላዘንኩ . . ."

"ሜላት እሱን አቁሚ፤ እንዲህ አይነት ነገር በየጊዜው ይፈጠራል። ሰው ይታመማል፣ አደጋ ይደርስበታል . . . እኛ ስንት ነገር አይተናል። ህይወት ይቀጥላል። ምን ማድረግ ይቻላል?" አለ ጠጋ ብሎ ሜላትን እቅፍ አድርጎ ወደ ደረቱ ካስጠጋት በኋላ ለመሳም እይሞከረ። ዞር ብላ ጉንጯን እንዲስማት አደረገች። እቅፍ አድርጓት ጸጥ ብሎ ቁጭ አለ። እሷም እንደበፊቱ አልታገለችውም። "በቃ የትም መሄድ ካልፈልግሽ እዚህ ሆቴል ሩም ካለ ልጠይቅ" ሲል ሜላት ቀና ብላ ተቀመጠች። ሃይሌ ሩም መያዝ ከፈለገ መታወቂያውን አሳይቶ የትኛውም ሆቴል ቢሆን በማንኛውም ሰዐት መያዝ ይችላል። ክፍት ቦታ እንኳን ባይኖር ዘዴ ተፈልጎ እንዲያገኝ ይደረጋል። ሊያነጋግራቸው ወደ ሪሰፕሽን ሄደ። ብዙም ሳይቆይ ተምልሶ ከመጣ በኋላ፥ የቀረውን መጠጥ እየጠጣ "ለምን አንድ ነገር አትወስጅም ሩም አግኝቻልሁ" አላት እሷ የሱን ክፍል ማግኘት በጉጉት እንደምትጠብቀው በሚመስል መልክ።

"እሺ ሳንዱች ነገር ካላቸው፥ ሌላ ደግሞ ዋይን ነገር ባገኝ ደስ ይለኛል" አለችው። በጣም እንደ ደከማት ያስታውቃል። ሜላት በልታ እስከምትጨርስ ተጨማሪ መጠጥ አዝዞ መጠጣቱን ቀጠለ። በልታ እንደጨረሰች እጇን ለመታጠብ እየሄደች ለናቷ ደውላ ልትቆይ እንደምትችል እንዳያስቡ ነገረቻቸው። እናቷ ከኤደን መጥፋት በኋላ ከፍተኛ ስጋት ላይ እንደሆኑ ታውቃለች። እናቷ እንዳይጨነቁ፥ ሳይመቻት ቀርቶ ካልሆነ በስተቀር ቢያንስ በሁለትና በሶስት ሰዐት ልዩነት ውስጥ ትደውልላቸዋለች። ወ/ሮ ጸዳለ ምንም እንኳን ልጃቸው በመቆየቷ ደስተኛ ባይሆኑም እራሷን እንድትጠብቅ አሳሰቧት።

ልክ አምስት ሰዐት ተኩል ሲሆን ሃይሌና ሜላት ወደ ክፍላቸው ለመሄድ ተነሱ። ሜላት የጀመረችውን የዋይን ጠርሙስ ይዛ ተነሳች። ልክ ከተቀመጠበት ሲነሳ ብዙም ባይሆን ሃይሌ እንደመንገዳገድ አለ። ያልሰከረ ለመምሰል ጥንቃቄ ለማድረግ እየሞከረ እንደሆነ ያስታውቃል። ብዙም እራሱን የሳተ አይመስልም። ሆቴሉ ውስጥ የሱ ጓደኞች እራሳቸውን

ደብቀው እየጠበቁት እንደሆነ አንዳንድ ምልክቶች አይታለች። ይህን እኩይ ተግባራቸውን ሲፈጽሙ አንዱ ለሌላው ሽፋን መስጠት የነሱ የተለመደ ባህሪያቸው እንድሆነ ተረድታለች። ስለሆነም ባለፍው ጊዜ ጥላው እንደጠፋቸው ለማድረግ ብትሞክር በራሷ ላይ እንደመፍረድ ይሆናል። ወዲያው ሊፍት ይዘው ወደ ክፍላቸው ሄዱ።

ክፍላቸው እንደገቡ ሃይሌ አልጋው ላይ በጀርባው ዘፍ ብሎ ተንጋሎ ተኝቶ በረጅሙ እንደደከመው ሰው ተነፈሰና "ሜላት ነይ እዚህ ትንሽ አረፍ በይ" አለ በእጁ አልጋውን እየመታ።

"መጣሁ መታጠቢያ ቤት ደርሼ" አለች የያዘችውን የዋይን ጠርሙስና ብርጭቆ እያስቀመጠች።

"ከተኛበት ተነስቶ እየተቀመጠ ትንሽ መጠጣት እችላልሁ ሜላት?" አለ ወደ ዋይኑ ጠርሙስ እይተመለከተ።

"ትችላለህ፥ ቆይ ልቅዳልህ" ብላ በብርጭቆው ሞልታ ሰጠችው።

"አመሰግናለሁ፥ በይ ደርሰሽ ተመለሽ። እንዳልፈው ጊዜ እጠፋለሁ ብትይ . . . እ . . . እኔ የለሁበትም ሜላት ስለም . . .ወድሽ ነው ይህን የምነግርሽ። እኔን የሚጠብቁ ውጭም እውስጥም እንዳሉ አውቃልሁ። ጉዳት ይደርስብሻል" አለ ከዋይኑ እየተጎነጨ።

"ምን ማለትህ ነው? ባለፈው ጊዜ እኮ ምክንያት ነበርኝ። እሺ ስለማትለኝ ነው ያንን ያደረኩት . . . ደግሞ ባጃቢ ሆነ እንዴ የምትንቀሳቀሰው?" አለች የተገረመች በመምሰል አፏን በጇ መዳፍ ሸፍና።

"ሜላት እነሱ ለሌ ስራ ጉዳይ መጥተው እንዳጋጣሚ ካንቺ ጋር ሆኜ አይተውኛል። የስራችን ጸባይ ስለሆነ ነው። ምንም የሚያስጨ . . .ንቅሽ ነገር የለም እኔ ዝ ...ም ብዬ ነው" አለ በሰከረ አይነት አንደበት።

"ሻዎር ስለምወስድ ትንሽ ልቆይ እችላለሁ። ደሞ ጠፋች ብለህ አገር ይያዝልኝ እንዳትል?" አለች እየሳቀች።

ከት ብሎ ከሳቀ በኋላ "እኔ አላ ...ልኩም! እኔ አላ...ልኩም" አለ አንድ እጁን አንስቶ። እሷም እየሳቀች ወደ ውስጥ ገባች።

ሜላት ለብቻዋ ስትሆን የደረሰባት ነገር ሁሉ በሃሳቧ ተከታተሎ መጣ። ሁሉም ነገር ትውስ አላት። ከብሩክ ጀምሮ፣ መላኩ አሁን ደግሞ ኤደንን፣ ትርሲትንም ቢሆን ያጣቻቸው በነሱ ምክንያት መሆኑን ስታስታውስ በሳት የመለብለብ ያህል ህመም ተሰማት።

መታጠቢያ ክፍሉ ውስጥ ፎጣዎችን እመሬት ላይ ዘርግታ እግሮቿን አጣጥፋ ቁጬ ካለች በኋላ ፊቷን በእጆቿ ሸፍና ጸለየች። ከግማሽ ሰዐት በላይ ማድረግ ስለሚገባት ነገር እያሰላሰለች ቆየች። እንደዚያው እንደተቀመጠች የኤደን ሁኔታ ትዝ አላት። “እና አሁን ከኤደን ገዳይ ጋር ስዳራ ላድር ማለት ነው?” ወዲያው ብድግ አለችና ፊቷንና እጇን ለመታጠብ ቧንቧውን ስትከፍትና ሳሙና ስታነሳ እጇ ይንቀጠቀጣል። ሻወር መውሰድ አልፈለገችም። ስንት ሰዐት እንደሆነ ሞባይሏ ላይ ስታይ ከለሊቱ ሰባት ሰዐት ሊሆን ነው። እስካሁን ምንም ካላለ ተኝቷል ማለት ነው ብላ ገመተች። “እንዴት ነው ከዚህ የስንቱን ህይወት ካበላሸ፥ ኑሬዬን ካመሰቃቀለው ጋር የምተኛው። እንኳን አይምሮዬ አካላቶቼም አይታዘዙኝም። ካሁን በኋላስ ምን የመኖር ዋስትና አለኝ። ቢኖርስ ከማን ጋር? ከርስን ሞልቶ ለሌላው አጎብድዶ እራስን ሳይሆኑ ኖሮ ማለፍ? ይህንማ አላደርገውም” አለች በሃሳቧ። ንዴቷ እየጨመረ ሲመጥ ፍርሃቷ እየለቀቃት መጣ። ለማንኛውም ብላ ከባንክ አውጥታ በቂ ገንዘብ እንደያዘች ታውቃልች። መኖሩን በርሳዋን ከፈት አድርጋ አየች። ሰባት ሰዐት ከአስራ አምስት አካባቢ ከመታጠብያ ቤት ወጥታ ድምጽ ሳታሰማ ቀስ ብላ እየተራመደች ሃይሌ ወደተኛበት ቀረበች።

ሃይሌ የተኛበትን አያውቀውም። አፉን ከፍቶ ያንኮራፋል። ያለምንም ሃሳብ ምንም ነገር እንዳልተፈጠረ ተዝናንቶ መተኛቱን ስታይ ንዴቷ ጨመረ። የሚገርመው ጠርሙሱ ውስጥ ያለው ዋይን ጨርሶ ጠጥቶታል። እጁንና እግሩን ዘረጋግቶ ስለተኛ ሽጉጡ ሊወድቅ ደርሷል። ሜላት ቀስ ብላ ሽጉጡን ከወገቡ ላይ መዘዝ አደረገችው። የአባቷ ሽጉጥ እቤታቸው ስላለ፥ እናቷ ብዙ ነገር አሳይተዋታል። መጀመሪያ በትራስ ልታፍነው ፈለገች። ግን ያንን ለማድረግ አቅም እንደሚያንሳት ተርዳች። ወደ ውስጥ ገብታ ሽጉጡን አቀባበለች። ቲቪውን ከፍ አድርጋ ከከፈተች በኋላ ፊቱን እያየች መተኮስ ስላልፈለገች የአልጋ ልብሱን ከላይ እንደተኛበት ከግርጌ ወስዳ እፊቱ ላይ ቀስ ብላ ጣል አደረገችው። ለመተኮስ ሽጉጡን ወደ ግንባሩ አስጠጋችው። እጇ ቃታውን መሳብ አልቻለም። አልጋው አጠገብ ተንበርክካ አልጋውን ተደግፋ አማተብች። እንባዋ ዝም ብሎ ይወርዳል። እነሱ እንደሰው ካላሰቡ እኔ እንደንሱ መሆን የለብኝም። የፈለገው ይምጣ የሰው ነፍስ አላጠፋም። ወጥቼ መሄድ አለብኝ ብላ ወሰነች። ሽጉጡን ለማስቀምጥ ስትሞክር፥ እፊቱ ላይ ያደረገችው ልብስ ስላፈነው ባነነ። እጁን እያወራጨ ሊነስ ሲሞክር፥

ሜላት በድንጋጤ ደጋግማ ተኩሳ መታችው። ተመልሶ እንደነበረ ተዘረረ። ሜላት ከመደንገጧ የተነሳ እጆቿ እየተንቀጠቀጡ የት እንዳለች ምን እየሆነ እንደሆነ ሁሉ ለማወቅ ተሳናት። ሽጉጡን እንደያዘች መሬት ላይ እጆቿንና እግሮቿን አጣምራ ተቅምጣ እራሷን ለማረጋጋት ሞከረች። ወዲያው ወደ ሃይሌ ቀና ብላ ስታይ ምንም አይነት እንቅስቃሴ የለውም። ስትተኩስ በጣም ተጠግታ ስለነበር ከቲቪው ጩኸት ጋር ድምጹ ወደ ውጭ አልወጣም። በአልጋ ልብሱ ላይ የሚታየውን ደም ላለማየት ከሌላ አጠገባቸው ካለ አልጋ ብርድልብስ አምጥታ አለበሰችው።

ዋሌቱን ከኋላ ኪሱ አውጥቶ ከአልጋው የተያያዘው ድሮወር ውስጥ አድርጎት ስለነበር አውጥታ አየችው። በተለያየ ስም ሶስት መታወቂያዎች የሱ ፎቶ ያለባቸው አየች። ትክክለኛው ስሙ የትኛው እንደሆነ ግራ ገባት። ከአራት ሽህ በላይ የአሜሪካ ዶላርና ጥቂት ዩሮ ይዟል። ከመኪናው አውርዶ በእጁ የያዘው ጃኬት ውስጥ የተጠርዙ የኢትዮጵያ ብሮች አሉ። እሱን መንካት አልፈለገችም። የአሜሪካ ዶላሩንና ዩሮውን እቦርሳዋ ውስጥ ከተተችው። እሷ ካለችበት ፍሎር በላይ ይሁን ከታች አላወቀችም እንጂ የሙዝቃ ዝግጅት ስላለ ድምጽ ይሰማል። ቆም ብላ ሃሳቧን ካሰባሰብች በኋላ በፍጥነት ወጥታ መሄድ ከዚያም መጥፋት እንዳለባት ወሰነች። ሽጉጡን አውጥታ የቀሯትን ጥይቶች ቆጠረች። ምንም ይምጣ ምን ለሁሉም ነገር ዝግጁ ነኝ። እንደ እርድ በሬ ዝም ብዬ አንገቴን አልሰጥም ብላ እራሷን ከአበርታታች በኋል ቀስ ብላ በሩን ከፍታ ወጣች። ዞር ዞር ብላ አይታ በሩን ዘግታ ሊፍትም ሳትጠብቅ በእግሯ ወርዳ ሄደች።

ሃያ አንድ

ሆቴሉ ውስጥ ካለው የሙዝቃ ዝግጅት የሚወጡና የሚገቡ ታዳሚዎች ስላሉ ሜላት ያለምንም ችግር ከሆቴሉ በዋናው በር ወጥታ ሄደች። ከሆቴሉ በር ከቆሙት ሳይሆን ከሆቴሉ ራቅ ብላ ከመንገድ ላይ ሌላ ታክሲ ይዛ ወደ ቤቷ አመራች። የተቀመጠችው ከሹፌሩ ኋላ ሲሆን ወዴት እንደምትሄድ ከመንገር ያለፈ ምንም አይነት ተጨማሪ ቃል አልተናገረችም። ምንም ነገር ከማንም ጋር ማውራት አትፈልግም። ባለታክሲውም ቢሆን ማውራት እንደማትፈልግ ስለተረዳ ዝም ብሎ መንገዱን ቀጠለ።

በደሏ ተደማምሮ እንዴት አስባውም ሆነ አልማው የማታውቀውን ድርጊት እንድትፈጽም እንዳደረጋት ስታስብ ለማመን ያስቸግራታል። እርግጥ የዚህ ድርጊት መንስኤውም ሆነ ጥንካሬው የበደሉን መጠን ይጠቁማል። ድርጊቷን ማድነቅ አትፈልግም ሆኖም ሌት ከቀን አላስተኛት ያላት አንድ ከፍተኛ ሸክም እንደወረደላት ሆኖ ይሰማታል። ስለሆነም ስለ ነበረባት ውጥረት መቃለል እንጂ ስለተፈጸመው ነገር ማሰብ አትፈልግም። አሁን ወደፊት መውሰድ ያለባትን እርምጃ መለየትና ጠንቅቃ ማውቅ አለባት። ከአሁን በኋላ የሷ የመኖርም ሆነ ያለመኖር እድሏ እሷ በምትወስዳቸው ውሳኔዎች ላይ የተመረኮዘ ይሆናል።

ለገሃርን አልፈው ወደ ስታድዮም እየተቃረቡ እያለ ሜላት ታክሲ ብዙ ጊዜ የምትይዝበትን ቦታ ስታይ ትንሽ የመባባት አይነት ነገር ተሰማት። አካባቢውን በጣም ታውቀዋለች። ውድቅት ለሊት ስልሆነ ያ ሰው

ይተራመስበት የነበረው ሰፈር ጸጥ እረጭ ብሏል። አልፎ አልፎ ብቅ ከሚሉ መኪኖችና ጥቂት በህንጻዎች አጠገብ ከሚታዩ የጎዳና ላይ ተዳዳሪዎች በስተቀር ሌላ እንቅስቃሴ የለም። አካባቢውን ቃኘት አድርጋ "በዚህ መንገድ ማለፍ ይህ የመጨረሻዬ ይመስለኛል። በህይወት ካለሁ መቼ እንደገና እንደማልፍበት አላውቅም" ብላ ትክዝ አለች። "እንዲህ አይነት ነገር ማሰብ ማቆም አለብኝ" አለች። በሁለቱም እጆቿ የተቀመጠችበትን ወንበር አቅሟ የፈቀደውን ያህል እየጨመቀች የፊቶቿ ጡንቻዎች ስከሚወጣጠሩ ድረስ ጥርሶቿን ግጥም አድርጋ አይኖቿን በሃይል ጭፍን አደረገቻቸው። በዚህ መልክ ለደቂቃ ያህል ከቆየች በኋላ መለስ ብላ ስለእቅዷ ማሰላሰል ጀመረች። በዚህ ሁኔታ በጭንቅላቷ ብልጭ ያሉትን ሁሉ ለማስተናገድ አንዱን ይዛ ሌላውን እየለቀቀች ሳይታወቃት ከሰፈሯ አካባቢ ደረሰች። ሁል ጊዜ በምትገባበት መንገድ ሳይሆን በሌላ መግቢያ ባለታክሲውን ይዘው ሄዳ እቤቷ ለመድረስ ትንሽ ሲቀራት እንዲያወርዳት ነገረችው። ክፍያውን ከጥሩ ቲፕ ጋር ከጎኑ ካለው ወንበር ላይ አስቀምጣለት አመሰግናለሁ ብላው ወረደች። የታክሲውን መራቅ አይታ በፍጥነት ወደ ቤቷ ገባች።

እቤት ስትገባ እናቷ ሶፋው ላይ ጋደም ብለው አገኘቻቸው። እሳቸውም በሩ ሲከፈት ብዙም ሳይቸገሩ "እፍፍ . . ." እያሉ ቀና አሉ። እንቅልፍ እንዳልወሰዳቸው ያስታውቃል። "ምነው እማዬ ለምን መኝታ ቤት ገብተሽ አልተኛሽም? አሁን እኮ ሊነጋ ምንም አልቀረውም። ደግሞ ከመጣሁም መጣሁ ካልቻልኩም ነገ እመጣለሁ ብዬሽ አልነበረም?" አለች እናቷን ትክዝ ብላ እያየቻቸው።

"አይ እዚህስ ምን ቀረብኝ ብለሽ? አንቺ ግን እንደዚህ በውድቅት ለሊት በዚህ በከፋ ጊዜ መምጣት ይበጃል? እንዲያውም ሰሞኑን ትንሽ ባሸለብኩ ቁጥር የሚታየኝ ነገር ጥሩ አይደለም" አሉ አይናቸውን እየጠራረጉ። ሜላት ደንገጥ አለች።

በረጅሙ ከተነፈሰች በኋላ "አይዞሽ እማዬ የሚሆነው ይሆናል። ትግስት ተኝታለች?" አለች ድምጿን ዝቅ አድርጋ።

"አይ! አንቺ ደግሞ? እሷ አንቺ ከሌለሽ የምትተኛው በጊዜ ነው። ከተኛች ደግሞ ጎትተሽ ብትጥያት አትሰማም" አሏት አይናቸውን መብራቱ ስላጥበረበረው መሬት መሬት እያዩ።

"እማዬ አሁን የምነግርሽ ነገር ከባድ ነገር ነው" ድንግጥ ብለው አይናቸውን ከመብራቱ ነጸብራቅ በእጃቸው መዳፍ ከልለው ቀና ብለው ሲመለከቷት ጸጉሯ ተመሰቃቅሏል፣ ፊቷም ተኀሳቁሏል፣ አይኖቿ ደግሞ ቀልተዋል፤ እንዳለቀሰችም በደንብ ያስታውቃል። በጣም ደነገጡ። ሜላትም ሁኔታው ጊዜ እንደማይሰጥ ስለምታውቅ ቶሎ ስለሁሉም ነገር ነግራቸው የምታደርገውን ነገር ማድረግ ፈለገች። "እንዚያ ኤ . . .ደንን የጠለፏት . . . በቃ ዝርዝር ውስጥ አልገባም። ከንሱ ውስጥ አንደኛው እኔንም ያስቸግረኝ ነበር . . ." ሀሳቧን ለማሰባሰብ ጸጥ አለች ለጥቂት ሰኮንዶች። "ያ አንዳንድ ቦታ ስሄድ ልብሶቼን የምይዝበት ባግ የታለ?" አለች ንግግሯን አቋርጣ።

"መኝታ ቤትሽ፥ ማን ይነካዋል? በመገረም የሜላትን ሁኔታ እያዩ። የመረበሽ ሁኔታ ይታይባቸዋል።

"አሁን አንቺ . . . እማዬ ጠንከር ነው ማለት ያለብሽ። ለኔ አታስቢ" አለች ኮስተር ብላ።

"ምንድነው ጉዱ ልጄ?" አሉ ሶፋውን ተደግፈው በጭንቀት ትኩር አድርገው እየተመለከቷት።

"በቃ እነዚህ ሰዎች እንደ እቃ በሰው ላይ ይጫወታሉ። ሲበዛብኝ፥ ከልኩ ሲያልፍ በራሱ ሽጉጥ ገደልኩት! የሞተ ይመስለኛል" በረጅሙ እየተንፈሰች፥ ወደ ተለያየ አቅጣጫ ጣራውን፣ ወለሉን፣ ግድግዳውን እያየች ወደፊት ወደኋል ትንቀሳቀሳለች።

"አንቺ ነሽ ገዳይ? አሉ ግንባራቸውን አኮሳትረው በአንድ እጃቸው አፋቸውን ይዘው በመገርም አይነት እየተመለከቱ። የማይመስል ነገር ለማለት የፈለጉ ይመስላል። የሚሉት ነገር ግራ ስለገባቸው ከዕግር እስከራሷ ተመለከቷት። ልባቸውም በሃይል መምታት ጀመረ።

"አዎ እማዬ ያለፍላጎቴ ሆቴል ወሰደኝ። ክፍል ይዞ ሊደ . . . ። በቃ . . .፣ ደግሞ ኤደንን ያስጠለፈ . . . ዝርዝሩ ብዙ ነው። አሁን ጊዜ የለንም ብቻ ላለመግደል ሃሳቤን ቀይሬ ነበር ግን በድንጋጤ ሆነ። አሁን መሄድ አለብኝ" አለች የናቷን ሁኔታ ላለማየት ወደ ሌላ አቅጣጫ እየተመለከተች።

ልጃቸው ምናልባት መጠጥ አቅምሰዋት ወይም የሰሞኑ መጨናነቅ ይሆን እንዴ እንደዚህ የሚያሶራት ብለው አሰቡ። "ሜላቴ ምንድን ነው የምትይው? በጤናሽ ነው?" አሉ በመገረም ስለራሳቸውም ጤንነት እየተጠራጠሩ።

“እማዬ ለማመን እንደሚያስቸግርሽ አውቃለሁ። አይዞሽ እኔ ጤነኛ ነኝ። የምነግርሽ ነገር ትክክል ነው። ባልጠበኩት መንገድ ነገሩ ተፈጽሟል። አማራጭ ስላልነበርኝ የሚጸጽተኝ ነገር የለም። አሁን መሄድ አለብኝ” ብላ ወደ መኝታ ቤቷ አመራች።

ከሶፋው ወርደው ወለሉ ላይ ተቀመጡ። “አይ ልጄ ታዲያ ወደዚህ ለምን መጣሽ? ተከትለው ይይዙሻል። ብትደውይልኝ እኮ እኔ ወደ ገጠር ዘመድ ዘንድ እንድትሄጂ አደርግ ነበር። አዬ ጉድ! ምን አልኩህ ፈጣሪዬ? ብለው እጃቸውን ዘርግተው ወደላይ አንጋጠው ጸለዩ።”

ሜላት እመኝታ ቤቷ ገብታ የምትፈልጋቸውን ለመንገድ የሚሆኗትንና እራሷን እንድትደብቅ የሚረዷትን ልብሶች ከከተተች በኋላ፥ ለብሳው የነበረውን ልብስ አውልቃ ቤት ለቤት የምትለብሰውን ቀሚስ ለበሰች። ጸጉሯን በሻሽ ነገር አስራ ወደ ቤተክርስቲያን ስትሄድ የምትለብሰውን ነጠላ ደረበች። ልብሶቿን የያዘችበትን ቦርሳ ይዛ ወደ እናቷ ሄደች። እንቷ የሚይዙት የሚጨብጡትን አጥተዋል።

“ይህ ነገር እውነት ነው እንዴ?” አሉ ለራሳቸው። ለመቆም ሞክረው ስላቃታቸው እሶፋው ላይ ቁጭ ብለው ትኩር አድርገው እየተመለከቷት።

“እማዬ እኔን አያገኙኝም። አሁን እኔ የማስበው ላንቺ ነው። ለጥቂት ጊዜም ቢሆን አክስቴ ጋ ሄዳችሁ ተቀመጡ። እኔ ስለ አለሁበት ሁኔታ በሰው በኩል መለዕክት እንዲደርስሽ አደርጋለሁ። ላንቺ ቀጥታ መደወሉ ጥሩ አይመስለኝም።”

“ሜላቴ አሁን እንዲህ አድርጊ አታድርጊ ለማለት የሚያስብ አይምሮ የለኝም። በድን ሆኛለሁ። ቅዠትም ይመስለኛል። በይ ልጄ ነፍስሺን አውጪ። እዚህ መጥተው ይገሉብኛል። በይ ፈጣሪ ካንቺ ጋር ይሁን። የእናት አባትሽ አምላክ ይጠብቅሽ። አሉ እንባቸውን እየጠራረጉ። እንደተቀመጡ ጠረቤዛ ስር ያለው ቦርሳቸውን ሳብ አድርገው ባንክ ሊያስገቡት ያዘጋጁትን ብር አወጡት። “ባለፈው ሳምንት ወንድምሽ የሰጠኝ ገንዘብ . . .” ብለው ወደ አምስት ሽህ ብር የሚጠጋ ገንዘብ ለመንገድ ይሆንሻል ብለው ሊሰጧት ሲሉ እኔ በቂ ገንዘብ ይዣለሁ አታስቢ፤ ዶላርም አለኝ እሱ አያስፈልገኝም። ወደ ገጠር ከሄድሽ መሳፈሪያ ይሆንሻል ብላ በግድ እንዲመልሱት አደረገች።

“ፖሊሶች ወይም ሌላ ከደህንነት ሊሆን ይችላል መጥተው ሊጠይቁሽ ይችላሉ። አርብ ለሊት መጥታ ከጓደኛዬ ጋር በጧት ቤተ ክርስትያን እሄዳለሁ

ብላ ልብሷን ቀይራ ሄደች በያቸው። አርብ እንደወጣች አልተመለሰችም ካልሻቸውና እንዳጋጥሚ መምጣቴን ከደረሱበት ወንጀለኛ ያደርጉሻል። ካልመጡ ደግሞ ልጄ የት እንደሄደች አላውቅም። አርብ ለሊት ከቤት እንደወጣች አልተመለሰችም ብለሽ አሳውቂ" አለች ጭንቀቷን ለመሸፈን እየሞከረች። ሜላት አሁን በናቷ ላይ የምታየው መርባበሽ ብቻ ሳይሆን ወደፊትስ ምን ይደርስባት ይሆን ብላ ተጨንቃለች። እሷ እሳቸውን ልታጽናና ትሞክራለች እናቷ ደግሞ ስለሷ ያስባሉ።

ከተቀመጡበት ተነስተው "በይ ልጄ ጠንከር በይና እራስሽን አውጪ። ደህንነትሽን ስሠማ፥ ያኔ ነው ከዚህ ምጥ የምወጣው። ላንቺ ነው እንጂ እኔማ ምን ቀረኝ?" ብለው እቅፍ አድርገው ከሳሙዋት በኋላ ከቤት ስትወጣ እንዳይታይ መብራቱን አጥፍተው እስከ አጥሩ በር ድረስ ሸኙዋት። "በይ ሜላቴ ደህና ሁኝ፣ ፈጣሪ ካንቺ ጋር ይሁን፣ እሱ ይከተልሽ ብለው" አጥሩ በር ላይ ቆመው በአካባቢው ካሉ ከመኖሪያ ቤቶች በረንዳ በሚመጡ ደብዛዛ መብራቶች ሊያዩዋት እስከሚችሉበት እርቀት አይተው ወደ ቤታቸው ገቡ።

ለሜላት ይህ የእናቷ ሁኔታ ቀደም ሲል ከተፈጠረው የባሰ እረብሿታል። አሁንም ታክሲ ውስጥ እንዳደረገችው ቆም ብላ እጇን በሃይል ጭብጥ አድርጋ ወደ ደረቷ በማምጣት እየነቀነቀች አይኖቿን ጨፍና "ይህን ማቆምና ስለ ወደፊቱ ማሰብ አለብኝ ብላ መንገዷን ቀጠለች።" በመንገድ ላይ እያለች ወዲያው ስልክ ደውላ ታክሲ ጠራች። በቅሎ ቤት ግሎባል ሆቴል በር ላይ እጠብቅሃለሁ ብላ ነግራው ወደዚያው አመራች።

ታክሲ ይዛ መጀመሪያ ሂልተን ሆቴል መግቢያ ወረደች። ከዚያ ደግሞ ሌላ ታክሲ ይዛ ወደ መርካቶ አውቶቡስ ተራ ሄደች። መጀመሪያ በሞያሌ በኩል ወደ ኬንያ መግባት አስባ ነበር፤ ግን የመጀመሪያ ግምታቸው ወደዚያ አቅጥጫ ትሄዳለች ነው የሚሆነው ብላ ስላሰበች ወደ ሰሜን አቅጣጫ መሄድና በጎንደር በኩል ሱዳን መግባቱን መረጠች። በዚያ በኩል ጠፍተው ዩሮፕም፣ አሜሪካም የገቡ ሰፈርና ትምህርት ቤት የምታውቃቸው ጥቂት ልጆች አሉ። መርካቶ አውቶቡስ ተራ ስትደርስ አስር አንድ ስዐት ሆኗል። ወደ አውቶቡስ ተራ መግቢያው ሄዳ ትኬት ሽያጭ በስንት ስዐት እንደሚጀመር ጠየቀች። ትክክለኛውን ስዐት የሚነግራት አላገኘችም። በአስራ ሁለት ስዐት ሳይሆን አይቀርም ግን ሰዉ አሁን ሰልፍ እንደሚጀምር ስለነገሯት እቦታው

ለመሄድ መንገድ ስትጀምር፥ የበሃርዳር ትኬት በእረዳቱ በኩል የሚሸጥ እንዳለ ነገሯት። አንድ ወጣት ልጅ ወደ አውቶቡሱ ይዟት ሄደ። ትኬቱን ትንሽ ጨመር ባለ ዋጋ ገዛች። የሚነሱበትን ስዐት ከጠየቀች በኋላ ከአውቶቡስ ተራ ወጥታ አንዳንድ የሚያስፈልጓትን ነገሮች ገዛች። ብዙም ሳትቆይ ተመልሳ አውቶቡሱ ውስጥ ገባች።

የተሳፈረችብት አውቶቡስ በጧት ጉዞውን ጀመረ። ሜላት እራሷን ለመቀየር የምትችለውን ያህል ጥረት አድርጋለች። ምንም እንኳን የሻሸ አጠማጠሟንና ነጠላ አደራረቧን የገጠር ሰው ለማስመሰል ብትሞክርም፥ ልብ ላላት ሰው የከተማ ልጅ መሆኗን ማወቅ ይችላል። ሌላው ነገር ደግሞ ያን የሚያማልል ውበቷን ወደፊት ጉስቁልና ካልቀየርው በስተቀር አሁን ግን ለመደበቅ ያስቸግራል። እንደ አጋጣሚ ሆኖ አጠገቧ የተቀመጡት ሴትዮ እድሜያቸው ገፋ ያለ ከአዲስ አበባ ልጃቸውን ጠይቀው የሚመልሱ ሲሆኑ፥ ኑሮአቸው ደግሞ በሃር ዳር ከተማ ነው። ሜላት ከሳቸው አጠገብ መቀመጧን የወደደችው ይመስላል።

አጠገቧ የተቀመጡት እናት ዝም ብለው ቆይተው አውቶቡሱ ተንቀሳቅሶ ገና ከግቢ መውጣት ሲጀምር “እንደምን አደርሽ ልጄ?” አሉ ካንገታቸው ጎንበስ ብለው በጎን በኩል ወደሷ እየተመለከቱ። ሜላት ገና እንደገባች አጠገባቸው ስትቀመጥ፥ ደህና አደሩ እማማ ብላቸው እሳቸውም አጠፋውን መልሰዋል። የአሁኑ ሰላምታ ደግሞ ጨዋታ ለመጀመር ፈልገው ይመስላል።

“እግዚአብሄር ይመስገን፤ እንደምን አደሩ እማማ?” አለች ፈገግ ብላ። ወዲያው አውቶቡሱ የሰዉን ግርግር ቀስ ብሎ አልፎ ዋናውን መንገድ ይዞ የእንጦጦን አቀበት ሊያያዘው ወደዚያው አመራ።

“ምንም ችግር ካልገጠመው በግዜ ባህር ዳር እንገባለን” አሉ መስታወቱ አጠገብ የተቀመጠችው ሜላት ስለሆነች አንገታችውን መዘዝ አድርገው በመስኮት ወደ ውጭ እያዩ። በጥግ በኩል መስታወቱ አጠገብ መቀመጥ ከፈለጉ ለመቀየር ፈቃደኛ እንደሆነች ነግራቸው ነበር። “የለም ልጄ ጉልበቴን ስለሚያመኝ እግሬን ለመዘርጋት እዚህ ይሻለኛል። ተባረኪ ልጄ” ብለዋታል። ሜላት ድንገት ፍተሻ ካለ ብላ ሽጉጧን በወረቀት ጠቅለል አድርጋ ከገዛቻቸው እቃዎች ጋር በፌስታል አድርጋ ቀስ ብላ ሰው ሳያያት አውቶቡሱ እቃ ማስቀመጫ ኪስ ውስጥ ወርወር አደረገችው ከመሳፈሯ

በፊት። አውቶቡሱ የእንጦጦን አቀበት አጋምሶታል። ሜላት ሱሉልታ ፍተሻ ይኑር ወይም አይኑር ምንም አይነት መረጃ የላትም።

"እማማ እንጦጦ ለፍተሻ እንቆማለን አይደል?"

"አይ በፊት ያደርጉ ነበር፤ አሁን ግን የቀረ ይመስለኛል። ደግሞ ምናቸው ይታወቃል፥ እንደፈለጉ ነው። እንሱ በደነበሩ ቁጥር እኛን ፍተሻ እያሉ ያንገላቱናል። እንዲያውም እኮ አለቆቹ ሌቦች አይደሉ፥ ፈታሹም ሌባ ነው። አንቺ ብቻ ጥሩ ገንዘብ ይኑርሽ እንጂ መድፍም ሌላም ነገር ማሳለፍ ትችያለሽ" አሉ አፋቸውን ጠረግረግ እያደረጉ።

ሜላት በጭንቀት ውስጥ ስለነበረች አዲስ አበባን ለቃ እየወጣች መሆኗን እንኳ ብዙም ልብ አላለችውም። ግን እንደአጋጣሚ ሆኖ እንጦጦ ላይ ፍተሻ አልነበረም። ሜላት ትልቅ ሽክም ወረደላት። "እፍፍ ..." አለች አይኗን ጭፍን አድርጋ። አይኗን በከደነች ቁጥር የተዘበራረቀ ስሜት ስለሚመጣባት ወዲያው አይኗን ግልጥ አርጋ ስትመለከት በዛፎች መሃከል የተሳፈረችበት አውቶቡስ እየሄደ መሆኑን ልብ አለች። ጥቂት ከሄዱ በኋላ ወደፊትና ወደኋላ እያማተረች ተሳፋሪዎቹን ለማየት ሞከረች። አውቶቡሱ ግጥም ብሎ ሞልቷል። አንዳንዱ ካሁኑኑ መኻታ ጀምሯል፣ አንዳንዱ አጠገቡ ካለው ሰው ጋር ያወራል፣ ሹፌሩ ሬድዮ ከፍቶ እያዳመጠ መንገዱን ተያይዞታል፣ ረዳቱ መኪናው በር አጠገብ ያለችው መቀመጫ ላይ ተቀምጦ ትኬት ነገር ያስተካክላል።

"ልጄ እንዴት ነው ተመቸሽ? አሉ እማማ የተከናነቡትን ነጠላ እያስተካከሉ።

"አዎ ተመችቶኛል እማማ። እርስዎስ?"

"የዛሬው አውቶቡሱ ጥሩ ነው ተመችቶኛል። ይገርምሻል የአንዳንዱ አውቶቡስ ወንበር እኮ ዲንጋይ ላይ ተቀምጠሽ እንደመሄድ ነው። እደገፋለሁ ስትይ መደገፊያው ላይ ያለው ሽቦ ይወጋሻል። ቆመሽ መሄድ ማለት ነው። እረ ተይኝ ልጄ። አሮጌ ስለሆነና በየመንገዱ ስለሚቆም ደግሞ ሁለት ቀን ሊወስድብሽ ይችላል። እነሱ ምን ቸገራቸው፤ የሚቆጣጠራቸው የለ። ገንዘባቸውን እንደሆነ ይሰበስባሉ" አሉ ባንድ እጃቸው ከጎን ያለውን የእጅ መደግፊያ ይዘው።

"በጣም ይገርማል። ቀኑን ሙሉ እንድዚያ ሆኖ መሄድማ ይከብዳል።"

"በዚህ መስመር ሄደሽ አታውቂም አይደል?"

"አይ ሄጄ አላውቅም"

"አይዞሽ እኔ አሳይሻለሁ። እኔማ የውሃ መንገድ አድርጌዋለሁ። አዲስ አበባ ሁለት ልጅ፣ ባህር ዳር ሁለት አሉኝ። አንዷ ደግሞ አሜርካን ከሄደች አስር ዓመት ሆናት። ታዲያ ሁሉንም ላለማስከፋት አንዴ አዲስ አበባ ሌላ ጊዜ ባህዳር ነኝ። መንገዷን ልቅም አድርጌ ነው የማውቃት። አንቺስ ዘመድ ጥየቃ ነው ወይስ ለስራ ነው የምትኼጂው?" አሉ ዞር ብለው እያዩዋት።

"እኔ እንኳን የምሄደው ዘመድ ጥየቃ ነው?"

"ኸዚያው በሃርዳር?"

"አይ ጎንደር ነው ያለችው" አለች አፈር እያለች"

"ጥሩ፥ ያቶቡስ ማቆሚያው ከኔ ቤት ብዙም ስለማይርቅ በማግስቱ ወደዚያ ሄደሽ ትሳፈሪያለሽ"

"ጥሩ" አለች ሜላት። ስለልጆቻቸው፣ ስለራሳቸው ኑሮ፣ እንዴት የመንግስት ሹሞች ህዝቡን እንዳማረሩት አንስተው እያጫወቷት ብዙ ተጓዙ። ወድያው ከብቶች መኪና መንገዱን ለማቋርጥ ከአውቶቡሱ ፊት ስለገቡ ድንገት ፍሬን ሲይዝ አንዳንድ ተሳፋሪወች የድንጋጤ ድምጽ አሰሙ። ሁሉም ቀና ቀና እያለ እያየ "ከብቶች ገብተውበት ነው!" አሉ እየተቀባበሉ። "ምን ሰዉ እኮ የመኪና መንገዱን የከብት መሄጃ አድርጎታል" አሉ ደገፍ ብለው ለመተኛት እየሞከሩ። ብዙም ሳይቆዩ ወዲያው እንቅልፍ ሸለብ አደረጋቸው።

ሜላት የተፈጠረው ሁኔታ ህልም ይመስላታል። አውቶቡሱ ጠመዝማዛውን መንገድ ይዞ ሲጓዝ ከመንገዱ ግራና ቀኝ የሚታዩትን ለጥ ያሉ የርሻ መሬቶችና የገጠር ቤቶች እያየች ስለ አላቸው ያልተወሳሰብ ህይወት፣ ስለ ቀን ተቀን ኑሮአቸው ማሰላሰል ጀመረች። "ምነው የኔም ቤት እዚያ ያለው ሳር ቤት ቢሆን" አለች በርከት ያሉ ከብቶችና በጎች የተሰባሰቡበትን መንደር እያየች። በርቀት ነዋሪዎች ወደ የዕለት ተግባራቸው ወደ ተለያየ አቅጣጫ ሲሄዱ ይታያል። ሁሉንም እንቅስቃሴ ተመስጣ ፍዝዝ ብላ እያየች ጥቂት ቆየች። "ምን የነዚህ ሰዎች እጅ እኮ እረጅም ነው። እዚህም መጥተው ያን መርዛቸውን ለመበተን ወደኋላ አይሉም" አለች ለራሷ ፊቷን አኮሳትራ። በአይምሮዋ የሳለችውን የገበሬውን ሰላማዊ ኑሮ ብዙም ሳታጣጥመው፥ ወዲያው ስለተፈጠረው ነገር ማሰላሰል ጀመረች። አንዳንድ ጊዜ ብዙ ነገሮች በሃሳቧ ተሰባስበው ይመጡባትና ከምትሸከመው በላይ

ይሆንባታል። የናቷ ነገር በጣም ያሳስባታል። በተለይ ደግሞ ያ አርብ ለሊት ሆቴሉ ውስጥ የተፈጠረው ሁኔታ በጭንቅላቷ ተደጋግሞ ድቅን እያለ ይረብሻታል። እሷም በቃ ስለወደፊቱ ብቻ ማሰብ አለብኝ እያለች ከህሊናዋ ጋር ትሟገታለች። በዚህ ሁኔታ እያወጣች እያወረደች ትንሽ ከተጓዙ በኋላ አውቶቡሱ ጎድጎድ ያለ ነገር ላይ በመግባቱ ሲንገጫገጭ እማማ ከተደገፉበት ወንበር ቀና አሉ።

"ውይ እንቅልፍ እኮ ወሰደኝ። ትላንት ስንጎዳጎድ ቆይተን አምሽተን ነው የተኛነው" አሉ አይናቸውን በጣቶቻቸው እየጠራረጉ።

"አዎ መንገድ ሲታሰብ እኮ አይተኛም" አለች ሜላት አይኗን ሰበር አድርጋ በአክብሮት እያየቻቸው።

"የኔም እኮ እንዲያው የዝንጀሮ እንቅልፍ ነው። ምን መንገዱ እንደሆነ እያነሳ ያፈርጣል። ምን ያስተኛል ብለሽ ነው። ምን አለበት አሁን እንደዚህ በጣም የተጎዳውን እንኳን ቢጠጋግኑት። እነሱ በተሰጣቸው ባጀት ኑሮአቸውን ይጠግኑ እንጂ ምን ቸገራቸው። ቅዝቃዜ ደግሞ ተይኝ። ለነገሩ ቅዝት ይነሰው ብለሽ ነው። በወንበሩ ስንቱ ይቀመጥበታል፦ ሌባው በይ፣ ጠንቋዩ ፣ ህዝብን ከህዝብ የሚያጣላ፣ የሚያሰቃይ፣ የሚገል ተቆጥሮ አይገፋም። ዋናው ነገር መንገድ ሲታሰብ መጸለይ ያስፈልጋል። ለመሆኑ የት ደርስን?" አሉ ቀና ብለው እያዩ። "አዎ! ይህውልሽ እዚያ መታጥፊያው ላይ ስትደርሺ ወደ ደብረ ሊባኖስ የምታስኬድ መንገድ አለች። ቤተክርስቲያኑ ከመገንጠያው ብዙም አይርቅ" አሉ በእጃቸው እያማተቡ ጸሎታቸውን እያደረሱ። ሜላትም አብራቸው አማተበች።

የዓመቱ በዐል ሲከበር በአጋጣሚ አዲስ አበባ ከሆንኩ ልጆቼ ይዘውኝ ይመጣሉ" አሉ። ዞር ብለው ሜላትን አየት አደረጓት። ልጄ እንደዚህማ አትገፊውም። እንቅልፍ ባይወስድሽም አንዳንድ ጊዜ ጋደም ማለት ነው እንጂ" አሏት በማስተዛዘን መልክ።

"ልክነዎት እማማ። እሱማ ድካም ሲመጣ መተኛቴ ይቀራል ብለው ነው" አለች ፈገግ ብላ።

ልብ ብለው በደንብ ለማየት ሞከሩ። የመጨናነቅ ነገር ስላዩባት፥ በሃሳባቸው "ይህቺ ልጅ ችግር ይኖርባት ይሆን?" ብለው አሰብ አደረጉ። "እነዚህ ሰዎች እኮ ሰዉን ግራ አጋቡት። እንዴት በሃገሩ ሰው ተዘዋውሮ እንዳይሰራ ይከለከላል? በቃ ወጣቱ ከቦታ ቦታ ሄዶ እንዳይሰራ በክልልህ

ብለው አንቅው ያዙት ይኸው ልጆቻችን በየ አረብ አገሩ ተሰደው ይንገላታሉ።" ሜላትን አየት አድርገዋት ስለነበር ከአረብ ሃገር የተመለሰች ሳትሆን አትቀርም ብለው ገምተዋል። ልጆቻቸው በሃሳባቸው መጡ። "ምን ሆና ይሆን? ልብ ተከፍቶ አይታይ ምን ይደረግ" ብለው ትክዝ አሉ። ወዲያው ጥቂት ከተጓዙ በኋላ "አየሽው የኔ ልጅ ይህ ከተማ ደግሞ ኮማንዶ ይባላል። ወደ ውስጥ ገባ ብሎ ፍቼ የሚባለው የጥንት ከተማ ይገኛል ይላሉ፥ እኔ እንኳን ወደ ውስጥ ገብቼ አላውቅም። ትንሽ ለአንድ ስዐት ያክል ከሄድን በኋላ ደግሞ ገብረጉራቻ የሚሉት ከተማ ለቁርስ አውቶቡሱ ይቆማል" እያሉ በእጃቸው እያመለከቱ ቦታውን ሲነግሯት ሜላት አንገቷን መዘዝ አድርጋ ለማየት ትሞክራለች። ለአክብሮት ብላ ታድርገው እንጂ በሌላ ነገር በሃሳብ ስለተጠመደች ቦታዎችን ለማወቅ ብዙም ፍላጎት ያላት አይመስልም። ለቁርስ እስከሚቆሙም ድረስ በመንገድ ላይ ያዩትን፣ የሚያውቁትንና የሰሙትን ሁሉ ሲያጫውቷት ሜላት ጸጥ ብላ እየሰማች፥ አንዳንድ ጊዜ ደግሞ ከራሷ ህሊና ጋር እየተሟገተች ደረሰች።

ሃያ ሁለት

ሃይሌ ባለትዳር ቢሆንም በስራው ጸባይ ምክንያት ውሎና አዳሩ እውጭ ነው። በማንኛውም ስዐት ወደ ቤቱ ቢሄድ በቤተሰቡ በኩል የሚደርስበት ወቀሳ ወይም ቅሬታ የለም። ደውሎ የት እንዳለ ደህንነቱንና እቤት መምጣት ያለመምጣቱን ማሳወቅ ብቻ ነው የሚጠበቅበት። አንዳንድ ጊዜ ማታ እንደአጋጣሚ መደወል ካልቻለ በጧት ደውሎ ስለደህንነቱ ያሳውቃቸዋል። አሁን ግን አርብ ማታም ሆነ ቅዳሜ ጧት ባለቤቱ ምንም አይነት የስልክ ጥሪ ስላልደርሳትና ስጋት ስለያዛት እራሷ ደጋግማ ደወለች። ስልኩ ይጠራል ግን አይነሳም። ለጓደኞቹ ደውላ ይህንኑ ነገረቻቸው። እነሱም ደጋግመው ቢደውሉ ስልኩ አይነሳም። ወዲያው ጓደኞቹ ተደዋውለው ማታ የት እንደነበረ ስለሚያውቁ ወደ 'ሸንበላ' ሆቴል አመሩ። ሁኔታውን ለሰራተኞች አስረድተው ወደክፍሉ አምርተው በሩን ለመክፈት ሲሞክሩት አልተቆለፈም፥ በፍጥነት ገቡ። ባዩት ነገር አላመኑም። በጥቂት ደቂቃ ውስጥ ሆቴሉ በፖሊስ ተጥለቀለቀ።

ፖሊስና ደህንነት በየአቅጣጫው ተሰማሩ። ወደሜላት ቤት የሄደው ቡድን እቤት ውስጥ ማንንም አላገኘም። ጎረቤት ሲጠይቁ "ጧት ሱቅ ደርሰው ሲመለሱ አይቻቸዋለሁ" አሉ አንድ ከሳቸው ጋር የሚግባቡ የወ/ሮ አጸደ እኩያ የሚሆኑ ሴትዮ። በሌላ አቅጣጫ በኢትዮጵያ ቴሌ በኩል ለየትኛው ታክሲ ካምፓኒ እንደደወለች ስለታወቀ ባለ ታክሲውን አፈላልገው

አገኙት። በቅሎ ቤት ከሚገኘው ግሎባል ሆቴል አጠገብ አንስቶ ሂልተን ድረስ እንደወሰዳት ነገራቸው። ከሂልተን ወዴት እንደሄደች በተለያየ አቅጣጫ ሲያጠያይቁ፥ አንድ ታክሲ ሹፌር ከለሊቱ አስር ስዐት አካባቢ አንዷት ሻንጣ ነገር የያዘች አውቶቡስ ተራ እንዳደረሰና ስለ አለባበሷ እንዲሁም ቁመናዋን በተመለከተ አስተማማኝ መረጃ ሰጣቸው። ወደዚያው ወደ አውቶቡስ ተራ አመሩ። ብዙም ሳይደክሙ ወደ ተሳፈረችበት አውቶቡሱ ትኬት እንድትገዛ የወሰዳትን ልጅ ስላገኙት ሁሉንም ነገር አስረዳቸው። ወደ ባህር ዳር በሚሄድው አውቶቡስ እንደተሳፈረች ደረሱበት። ወዲያው ፍቼ ለሚገኘው የደህንነት ቡድን ስለወንጀሉና ስለ ወንጀለኛዋ የአቋም ሁኔታ፣ መልክና አለባበስ በዝርዝር ከገለጹ በኋላ ቡድኑ ባስቸኳይ ክትትል እንዲያደርግ ተነገረው። ይህም ቡድን አውቶቡሱ ኮማንዶን እንዳለፈ ስለተረዳ ገብረጉራች ደውለው እዚያ ላለው ደህንነት አሳወቁ። ለመያዝ የሚፈለገውን መረጃም አስተላለፉ።

ሜላት የተሳፈረችበት አውቶቡሱ ገብረጉራቻ እንደቆመ “በይ ልጄ ቁርስ ቀማምሰን እንምጣ ካሁን በኋላ ለምሳ ላይቆም ይችላል” አሏት

“አይ እኔ . . . እማማ እርስዎ ደርሰው ይምጡ እኔ አሁን አልበላም። ከራበኝም የገዛሁት ዳቦ አለ እሱን እቀምሳለሁ። እንዲያውም ቅድም አውቶቡሱ ኪስ ውስጥ ስላስቀመጥኩት ረዳቱ የሚያወጣልኝ ከሆነ ልጠይቀው” ብላ ለመነሳት ልብሷን ማስተካከል ጀመረች ።

“በይ ልጄ ሻይም ቢሆን ትጠጫለሽ ከመጣሽ እዛ ፊት ለፊት ያለው ቤት ነይ” ብለው በእጃቸው እየጠቆሙ አሳይተዋት ለመውረድ ወደ በሩ አመሩ።

ሜላትም “እሺ እማማ” ብላ ረዳቱን እቃ ስላላት እንዲከፍትላት ጠይቃው ካወጣችው በኋላ ወደ አውቶቡሱ ውስጥ ተመልሳ ሻንጣዋ ውስጥ ከተተችው። አውቶቡስ ውስጥ ተቀምጣ በጣም ተጨናነቀች። የተከበበች ካሁን አሁን ሰዎች የሚይዟት አይነት ስሜት ተሰማት። በተለይ አብዛኛው ሰው ስለወረደና አውቶቡሱም ጭር ስላለ ልቧ ፍርሃት ፍርሃት አለው። ለምን ሄጄ ሻይ አልጠጣም ብላ ለመውረድ እግሯ ስር ካስቀምጠችው ሻንጣ ገንዘብ መፈለግ ጀመረች። ሽጉጧንም ከተጠቀለለበት አወጣችው። “ማምለጥ ካልቻልኩ በህይወቴ አይዙኝም፥ ምን ለመሆን? በደሌን አስርጅቼ እንዲፈረድልኝ ወይስ አሰቃይተው እንዲገሉኝ?” እያለች ሻንጣዋን ማስተካከል ጀመረች።

ከጥቂት ደቂቃዎች በኋላ የዚቨል ልብስ የለበሱ ደህንነቶች በላንድ ክሩዘር ሆነው አውቶቡስ ወደ ሚቆምበት አመሩ። የሚፈልጉትንም አውቶቡስ ቆሞ አዩት። መኪናቸውን እራቅ አድርገው አቁመው በፍጥነት ከወረዱ በኋላ መንገደኛ በመምሰል ወደዚያው ሄዱ። አብዛኛዎቹ ተሳፋሪዎች ለቁርስ ስለሚወርዱ እስከሚገቡ እንጠብቅ ብለው ተነጋግረው ሁለቱ ወደ አውቶቡሱ ሲያመሩ ሁለቱ ደግሞ መንገደኞች በብዛት ወደ ገቡበት ቡና ቤት አቀኑ። ቡና ቤቱ ገብተው የሚመገበውን መንገደኛ ቃኘት እያደረጉ ምግብ ቤቱን አቋርጠው ከቤቱ በስተጀርባ በሚገኘው እጅ መታጠቢያ በኩል አድርገው በኋላ በር ወጡ። ወደ አውቶቡሱ የሄዱት በሩን ከፈተው ገቡ። እረዳቱ ከውጭ ሆኖ ይጠባበቅ ስለነበር እየሮጠ መጥቶ "ምንድን ነው ጋሼ? አለ ተሳፋሪ እንዳልሆኑ አውቋል።

አንደኛው መለስ ብሎ መታወቂያውን እያሳየው "ወንጀለኛ እየፈለግን ነው!" አለው ኮስተር ብሎ። ረዳቱ መልስ አልመለሰም ዝም አለ። አውቶቡሱ ውስጥ የቀሩት ሰዎች ጥቂት ሲሆኑ አብዛኛዎቹ እድሜያቸው ገፋ ያለ ወንዶችና ሴቶች ናቸው።

አራቱም ደህንነቶች በአውቶቡሱ በር አካባቢ በተንተን ብለው መጠበቅ ጀመሩ። ሾፌሩ ወደ አውቶቡሱ ውስጥ ስለገባ ተሳፋሪዎች እየተጣደፉ መግባት ጀመሩ። ደህንነቶቹ ለረዳቱና ለሾፌሩ የምትፈለግ ወንጀለኛ አውቶቡሱ ውስጥ እንዳለች አሳወቋቸው። ሁሉም ተሳፋሪዎች ገቡ። ሁለቱ ደህንነቶች እንደገና ገብተው መፈለግ ጀመሩ።

"አጠገባችሁ የተቀመጠ የቀረ ሰው አለ!" ብሎ ረዳቱ ጮክ ብሎ ጠየቀ"

"እረ እዚህ አጠገቤ የነበረች ጉብል አልመጣችም፤ እባክህ ልጄ ሄደህ ፈልጋት አገሩን አታውቀውም አሉ።" ደህንነቶቹ አሮጊቷን ምን እነደለበሰች ስለመልኳ ጠየቋቸው። "እረ እንዴት ያለች ጨዋ ያሳደጋት ሰው አክባሪ ቆንጅዬ ልጅ ነች። የለበሰችው እረዘም ያለ ቀሚስ ነው። እቃዋም እዚህ ነበር" አሉ ጎንበስ ብለው ፈለግ እያደረጉ። "ይዛው ወርዳ እንደሁ አላውቅም አይይ . . .! ምን አግኝቷት ይሆን" ብለው በሃዘን ከንፈራቸውን መጠጡ። ደህንነቱ ጥላው የወረደችው እቃ ካለ ብሎ ሜላት የተቀመጠችበትን ወንበር ከላይም ከስሩም ፈተሸ፥ ምንም ነገር አላገኘም። ረዳቱም ቢሆን የመኪናውን ጎማ እየፈተሸ ስለነበረ ስትወርድ አላያትም።

ደህንነቶቹ ከአውቶቡሱ በፍጥነት ወርደው እዚያ አካባቢ ያሉ ሰዎችን ማጠያየቅ ጀመሩ። አንድ እዚያው አካባቢ የሚውል ታዳጊ ወጣት፥ ለመንገደኞችና ለአሽከርካሪዎች እየተላላከ የሚተዳደር፥ አንዲት ሴት ባንገት የሚነገት ሰማያዊ ሻንጣ ነገር የያዘች ከአውቶቡሱ መውረዷን እርግጠኛ እንዳልሆነ ግን ከዚያው አካባቢ የመጣች ወደ አዲስ አበባ የሚሄድ ሎንችና ይዛ እንደሄደች ነገራቸው። በጣም በመደናገጥም መሯሯጥ ጀመሩ። ሁለቱ ደህንነቶች ሁኔታውን እዚሁ ሆነው እንዲያጣሩ ሁለቱ ደግሞ የተሳፈረችበት መኪና ላይ ለመድረስ በፍጥነት እየነዱ ሄዱ። እንዴት ሊሆን ቻለ? የነሱን መምጣትስ እንዴት አወቀች? የሚረዳት ወይም ተባባሪ አላት ማለት ነው? የሚለው ጥያቄ የባሰ እንዲደናገጡ አደረጋቸው። ሜላት ተሳፍራበታለች የተባለውን ሎንችና ኮማንዶ ከመድረሱ በፊት ደረሱበት። ቀድመውት ሄደው እንዲቆም አደረጉት። ወዲያው ወደ ውስጥ ገብተው ፈለጉ፤ እሷ ግን የለችም።

ረዳቱን "አንድ ጊዜ እንፈልግሃለን" አሉት።

እንደወረደም "አንድ እድሜዋ ወደሰላሳ አካባቢ የሚጠጋ፣ ቀላ ያለች፣ ቀሚስ የለበሰች፣ ሻሽ ነገር በራሷ ላይ የጠመጠመች፣ በተጨማሪ ሰማያዊ የሚነገት የልብስ ቦርሳ የያዘች ከገብረጉራች የክፍለ ሃገር አውቶቡስ ከሚቆምበት አካባቢ ጭነሃል?" አለው ንዴት በተቀላቀለበት ሁኔታ።

"አዎ ጭኜ ነበር። የያዘችው ፌስታል፥ እ . . . ቦርሳ ። ብቻ ብዙም ሳትሄድ እዚያው ከተማ እቃ ረስቻለሁ ብላ ወረደች" አለ እረዳቱ ፈራ ብሎ።

"ቦርሳ ብቻ መያዟን እርግጠኛ ነህ?" አለ ደህንነቱ በመጠራጠር።

"እሱን ለማስታወስ ያስቸግረኛል። ፌስታል . . . አይ ቦርሳ መሰለኝ" አለ እየተጠራጠረ።

"ወዴት እንደሄደች አይተሃታል?" አለ ደህንነቱ በማስፈራራት መልክ።

"እኛ መንገዳችንን ቀጠልን። ወደኋላ የተመለሰች ይመስለኛል" አለ የደህንነቱን ቁጣ ስላየ ደንገጥ ብሎ።

"ጥሩ! አዲስ ነገር ከሰማህ ለፖሊስ ጣቢያ ደውልና አሳውቅ። አሁን መሄድ ትችላለህ! ብለው ወደ መኪናቸው አመሩ።

በተፈጠረው ሁኔታ ግራ ተጋቡ። ከመሃከላቸው እሷን የሚረዳ ሰው እንዳለ፥ ግድያውም የግል ጸብ ሳይሆን በቅንብር የተደርገ ጸረ ኢህአዴግ ቡድን የፈጸመው ድርጊት ይሆናል የሚል ጥርጣሬ ውስጥ ገቡ። ገብረጉራች

ለቀረው ቡድን የተፈጠረውን ሁኔታ ነግረው የወረደችበት አካባቢ ሄደው ክትትላቸውን እንዲቀጥሉ ተነገራቸው።

ሜላት ከሚኒባስ እንደወረደች ፊት ለፊቷ ያለ ሱቅ ገብታ ትልቅ ቢጫ ፌስታል ገዝታ ወጣች። የያዘችው ቦርሳ የከተማ ሰው ያስመስለኛል ብላ ስለፈራች አንድ ግንብ ነገር ከለል ብላ ልብሶቿን አውጥታ ፌስታሉ ውስጥ ከተተቻቸው። ነጠላዋን ቀይራ ሻርፕ አውጥታ ደረብ አደረገች። ቦርሳውን እጥፍጥፍ አድርጋ ቱቦ ውስጥ ጨመረችው። ከለል ብላ ቆማ ትራንስፖርት መፈለግ ጀመረች። ወዲያው አንድ ሚኒባስ አጠገቧ ሰው አወረደ። የት እንደሚሄድም አላወቀችም፤ ረዳቱ ምን እንዳለም አልገባትም። ብቻ ዝም ብላ ተሳፈረች። ምንም እንኳን ምንም አይነት መረጃ ባይኖራትም፥ የሚከተሏት መስሎ ስለሚሰማት በተገኘው አቅጣጫ መሄዱ የሷን ዱካ ሊያጠፋ ይችላል የሚል እምነት አላት። ረዳቱን የት ድረስ እንደሚሄዱ ጠየቀችው። “እኛ የጫነው ጎሃጽዮን ድረስ ቢሆንም ወደ ፍልቅልቅ እንቀጥላለን። የማታውቃቸው ቦታዎች እንደሆኑ ከፊቷ ያስታውቃል። የት ነው የምትሄጂው?” አለ ወደ አስራ ስምንት ዓመት ገደማ የሚሆነው ረዳት።

“ወደ ጎጃም” አለችው እቃ እንደሚፈልግ ሰው ጎንበስ ብላ ፌስታሏን እየነካካች፥ ተከትሎ ይመጣል ብላ የገመተችውን ጥያቄ ላለማስተናገድ። የት ጎጃም ብሎ ከመጠየቁ በፊት “መጨረሻ የምትሄዱበት ድረስ መሄድ እችላለሁ?” አለች ቀና ብላ የጠራላት በታ ስም ስለጠፋት።

“ፍልቅልቅ ድረስ ከፈለግሽ እንወስድሻለን ግን ወደ ጎጃም ከሆነ የምትሄጅው ከጎሃጽዮንም ታገኛለሽ። ከአዲስ አበባ የሚመጡ የክፍለ ሃገር አውቶቡሶች አሉ። አንዳንድ መኪኖችም እግረመንገዳቸውን ይጫናሉ። ከፍልቅልቅም ልታገኚ ትችያለሽ” አለ ውጭ ውጪውን እየተመለከተ።

ሜላትን የሚከታተሉት ደህንነቶች ገብረጉራች ተደብቃለች ብለው ከፍተኛ ፍለጋ ቢያካሄዱም ሊያገኟት አልቻሉም። በመጨረሻ ከሎንችናው ወረደች የተባለበት ዋናው መንገድ ላይ ያሉ መደዳ ቤቶችን ሲያጠያይቁ፥ አንድ በእድሜያቸው ገፋ ያሉ ሴትዮ “አንዲት ልጅ ያንን ግንብ ተከልላ” በእጃቸው እያመለከቱ “ከቦርሳዋ ውስጥ ምን እንደሆነ አላወኩም እያወጣች በፌስታል ካደረገች በኋላ ቦርሳውን እቱቦው ውስጥ ስትጥል አይቻለሁ። ከሄደች በኋላ ወደዚያው ሄጄ ቦርሳውን አውጥቼ ሳየው ቆንጆ ነው ምንም አልሆነም። ከዚያ ወደ ቤቴ ይዤው መጣሁ” አሉ ቦርሳውን እያሳዩ።

"ከዚያ ወዴት ሄደች? የፌስታሉን ከለር ያስታውሱታል?"

"ፌስታሉ ያ ቢጫው ትልቁ ነው። እሷ ግን ወደታች ወደ አፍሪካ ሆቴል አቅጣጫ ሄደች። ተመልሼ ሳያት የለችም። አንድ ሚኒባስ አለፍ ብሎ ሰው ሲያወርድ አይቻለሁ፤ ምናልባት በሱ ሳትሳፈር አትቀርም።" በርሳውን በጃቸው እንደያዙ ደንገጥ ብለው።

"እናመሰግናለን! በርሳውን ለማስረጃ እንፈልገዋለን" ብለው ከእጃቸው ተቀብለው እየተጣደፉ ሄዱ። አባይ ድልድይ ለሚጠብቁ ፖሊሶች ደውለው ስለምትፈለገው ወንጀለኛ ስም፣ መልኳን፣ በስንት እድሜ ክልል እንደምትገኝ፣ አለባበሷ እንዲሁም የያዘችውን ፌስታል በዝርዝር ድልድዩን ለሚጠብቁ ወታደሮች ነገሯቸው። ከአውቶቡስና ሚኒ ባሶች በተጨማሪም የተጠራጠሩትን መኪና ሁሉ እንዲፈትሹ መልዕክት አስተላለፉ። ወደ አዲስ አበባም ደውለው አንድ ቡድን ባስቸኳይ ባውሮፕላን ወደ ባህርዳር ሄዶ አውቶቡስ ተራ እንዲጠባበቅ ትዕዛዝ ተላለፈ።

ሜላት የሞባይል ስልኳ የት እንዳለሁ ሊጠቁማቸው ይችላል ብላ ስለፈራች ከእናቷ ጋር ተሰነባብታ ታክሲ ለመጥራት ከተጠቀመችበት በኋላ አጥፍታዋለች። ከደህንነት ጋር ተቀናጅተው የስልክ ጠለፋ የሚያካሄዱ ቴሌ ውስጥ ያሉ ቡድኖች ስትደውል በስልኳ ሲግናል ተከታትለው የት እንዳለች በመጠቆም ሊረዷቸው ሞክረው ነበር ግን ምንም አይነት ነገር ሊያገኙ አልቻሉም።

ሚኒባሱ ልክ ፍልቅልቅ እንደደረሰ ረዳቱ አንድ ሸራ የለበሰ የቆመ ፒክአፕ አየ። እሮጦ ሄዶ የአንድ ሰው ቦታ ካለው ጠየቀው። ቦታ እንዳለውና ሞጣ ድረስ እንደሚሄድ ነገረው። ይህንንም ለሜላት ሲነግራት ፈቃደኛ ስለሆነች እቃዋን ይዛ ወደዚያው አመራች። ጋቢና ቦታ ስለሌለ ከኋላ ተጭና የአባይን ወንዝና የአባይን ሸለቆ ተሻግራ ወደ ሞጣ ጉዞዋን ቀጠለች።

ሜላት ለብቻዋ መቀመጧን ወዳዋለች። የአባይን ሸለቆ ሰንጥቆ በጠመዝማዛው መንገድ ሲኬድ አይን እስኪታክት ድረስ ኮረብታማ ቦታወች በዛፍና በቁጥቋጦ ተሸፍነው ይታያሉ። ሜላት የምታየው ኮረብታማ ቦታ ቀልቧን ስለሳበው ለአጭር ጊዜም ቢሆን ከተመሰጠችበት የተዘበራረቀ ሃሳብ ወጥታ አካባቢውን መቃኘት ያዘች። በተለይ አባይ ወንዝ ሊደርሱ አካባቢ በመንገዱ ዳር ያሉትን ትላልቅ ቋጥኞች አንጋጦ እያየች ተፈጥሮን አደነቀች። ወዲያው ቁልቁለቱን ጨርሰው አቀበቱን ተያያዙት።

ለጥቂት ጊዜም ቢሆን ከሚረብሻት ነገር ፋታ እንድታገኝ አደረጋት። "ምነው አንዷ ጉብታ ላይ ቁጭ ብዬ አይኔ እስከቻለው ድረስ እያየሁ ይህን የተፈጥሮ ጸጋ ብቃኝ" ብላ ተመኘች። ያየችውን እያደነቀች ቀፍድዶ ከያዛት ጭንቀትና ሃሳቧ ለመውጣት ሞክራ ነበር ግን የተጋፈጠችው ችግር ለዚያ ጊዜ አልሰጣትም። መልሶ መላልሶ ያ የውድቅት ለሊት ክስተት በሃሳቧ እየመጣ ያስጨንቃታል።

ምንም እንኳን መንገዱ መኪናውን እያንገጫገጨ አልፎ አልፎ ቢያባንናትም ሜላት የተጫኑትን እቃዎችን ጋደም ለማለት እንደሚያመቹ አድርጋ አስተካክላ ትንሽ አረፍ ማለት ቻለች። ለጥቂት ጊዜም ቢሆን ትንሽ ሸለብ አድርጓት ነበር። በዚህ ሁኔታ ተጉዛ ሞጣ ስትደርስ ገና ከቀኑ ስምንት ስዐት አካባቢ ስለነበረ ጉዞዋን ለመቀጠል ወሰነች። ፌስታሉ ስለተቀደደ ትንሽ ቦርሳ ነገር ገዝታ እቃዎቿን ያዘችበት። ጊዜ ሳትወስድ ወዲያው ወደ ባህርዳር የሚሄድ አውቶቡስ ስላገኘች ተሳፈረች። ሜላት በአንድ ቀን ውስጥ የሚታይባት አካላዊ ለውጥ ያስደነግጣል። ጥቁርቁር ማለቷ ብቻ ሳይሆን አረማመዷ እራሷን መሸከም ያቃታት የታመመች አስመስሏታል።

በፍጥነት ያለምንም ማመንታት ወስና ለማምለጥ ያደረገቻቸው ለሱ ጥረት በጣም ጠቅሟታል። እያሳደዱኝ ነው ብላ ከምትገምታቸውም ቡድኖች እየራቀች የመጣች መሆኗ እየተሰማት ስለመጣ ሊሆን ይችላል ትንሽ የመረጋጋት ሁኔታ ይታይባታል። ሆኖም እየራቀች በሄደች ቁጥር የእናቷ ነገር ያሳስባታል። በናቴ ላይ ጉዳት ሊያደርሱባት ይችላሉ የሚለው ነገር እየቆየ የእግር እሳት እየሆነባት መጥቷል። ሆኖም የሷ ዝም ብሎ መቀመጥና በእነዚህ እርህራሄ በሌላቸው ሰዎች እጅ ላይ መውደቅ የባሰ ሰቆቃ በናቷ ላይም ሆነ በሷ ላይ ከመፍጠሩ ያለፈ የሚያመጣው ፋይዳ የለም ብላ እራሷን ታጽናናለች። አሳዳጆቿ ብዙ አቅም ስላላቸው ገና ብዙ ፈተና ስለሚገጥማት አሁን ያላት አማራጭ ሁሉንም ነገር ወደ ጎን ትታ በጀመረችው ፍጥነት መቀጠል ነው።

በዚህ ሁሉ አጣብቂኝ ውስጥ ሆና ስለ ብሩክ ያላት ስሜት አልተቀየርም። ሁሌም በውስጧ አለ። ሜላት ላለፉት ዓመታት የከፈለችው ዋጋ ለብሩክ ካላት ፍቅር የተነሳ ሲሆን ይህ አሁን በመጨረሻ በዚህ መጠን የወሰደችው እርምጃ ዋናው ምክንያት በኤደን ላይ የፈጸሙት ግፍ ነው።

አማራጮም ስላልነበራትና እራሷን ሆና እንዳትኖር የተደረገባት ተጽዕኖ ከልክ ስላለፈ ያልፈለገችውን ነገር እንድትፈጽም አስገድዷታል።

አንዳንድ ጊዜ ከብሩክ ጋር እንዳትገናኝ ተብትቦ የያዛትን መረብ በጣጥሳ ወደሱ እየሄደች የሚመስል ስሜት ይሰማታል። ይህም ከጠላቶቿ ለማምለጥ የምታደርገው ጥረት መነሻዋን ብቻ ሳይሆን መድረሻዋንም የሚያመለክት ስለሆነ ብርታት አግኝታበታለች።

ሃያ ሶስት

ትርሲት ብሩክን ለማግኘት ደጋግማ ብትሞክርም በጣም ስራ በዝቶበት ስለነበረ ሊገናኙ አልቻሉም። ሌላው ደግሞ በብሩክና መሰረት መሃከል የነበረው መቃቃር እየተቃለለ ቢመጣም አሁንም ቢሆን ቀድሞ የነበራቸውን መተማመንና መግባባት ለማጠናከር ትርፍ ጊዜውን ከቤተሰቡ ጋር ማሳለፉን ይመርጣል። ስብሰባ ከሌለው በስተቀር ከስራ ቀጥታ ወደ ቤት መግባት ጀምሯል። በተጨማሪም ኢትዮጵያ ውስጥ ያለው እንቅስቅሴ እየጨመረ መጥቷል። ብሩክ የተቀላቀለው ግንባር (ኢነግ) ከሌሎች ተቃዋሚዎች ጋር ተቀናጅቶ እንዲሰራ ጥረት እየተደረገ በመሆኑ፥ ይህንኑ ተግባራዊ ለማድረግ እየተሯሯጠ ስለሆነ ትርፍ ስዐት ማግኘት አልቻለም።

ኢህአዴግም ይህንን የተቃዋሚዎች እንቅስቃሴ ስለደረሰበት ድርጊቱን ለማጨናገፍ በተለያየ አቅጣጫ ከፍተኛ ገንዘብ በማፍሰስ እየተሯሯጠ ይገኛል። ስለሆነም ትርሲት ይህንን የኢህአዴግን እቅድ ለማስፈጸም ከፍተኛ ግፊት እየመጣበት ስለሆነ የግድ የብሩክን ምክር ማግኘት አስፈላጊ ሆኖ አግኝታዋለች።

ብሩክም ቢሆን የሜላትን ጉዳይ እንዴት እንዳደረገች ለማውቅ ስለሚፈልግ ትርሲትን ለማግኘት ፈልጎ ጊዜ ሊያገኝ አልቻለም።

ምሳ ስዐት ከመድረሱ በፊት በአሜሪካ ስዐት አቆጣጠር ከረፋዱ ወደ አስራ አንድ ተኩል ገደማ በቀጥታ መስመር ተደወለለት። ቁጥሩን ሲያይ ትርሲት መሆኗን አወቀ። ብሩክ ስልኳን በተመለከተ ጥንቃቄ እንድታደርግ

ስላሳሰባት ሁለት የስልክ ቁጥር አላት። አንደኛውን ከሷ ጋር የሚሰሩት የደህንነት ሰዎች ተቆጣጥረውታል ብላ ስለምታምን በግል ለምታደርገው ሚስጥራዊ ነገር አትጠቀምበትም። ብሩክም የተደወለለት ከሷ ከሆነ በየትኛው ስልክ እንደደወለች ከለየ በኋላ አስፈልጊውን ጥንቃቄ በመውሰድ አወራሩም በዚያው መሰረት ይሆናል።

“ሃሎ ስቴትፋርም ኢንሹራንስ” አለ። ምንም እንኳን የትርሲት ስልክ መሆኑን ቢያውቅም ልማድ ስለሆነበት ሁል ጊዜ ስልክ ከደንበኛ ሲደወል እንደሚመልሰው።

ትርሲት እየሳቀች “ያንተ ስራ ደግሞ ዘመድና ደንበኛን አይለይም እንዴ?”። ወዲያው “ለመሆኑ በሀገር አለህ? እኔ እኮ ኢትዮጵያ የገባህ መስሎኝ ነበር” አለች።

“ምን እባክሽ ስራ በዝቶብኝ እንጂ የት እሄዳለሁ ብለሽ ነው? አገርቤት እኛን ማን ያስገባናል? አገራችንን ህወሃት ወርሶት የለምእንዴ? እሬሳችሁም አይገባም ተብለናል። እነሱ አባቶቻችን በገነቡት በሞላ ቤት ገብተው የሃገራችንን ንብረት እንደልባቸው መቀራመት እንዲችሉ ተዉ የሚላቸውን ድርሽ እንዳይል አድርገውታል። የሰረቁትን ገንዘብ እያፈሰሱ ያሳድዱታል፥ እነሱ እስከሚሳደዱ” አላት እቃዎቹን እያስተካከለ። እየመጣች መሆኑ ገብቶታል። ባለፈው ሳምንት በተደጋጋሚ ደውላ ልታገኘው ብትፈልግም እሱ ግን በስራ ስለተወጠረ ሊያገኛት እንደማይችል ነግሯታል። በሚቀጥለው ሳምንት እንገናኛለን ብሎ ቃል ስለገባላት አሁን አትምጪ ቢላትም እንደማትቀር ያውቃል።

“አይ ብሩኬ እኔ አሁን ያልኩህ እንዴት ነህ ምነው ጠፋህ . . . አይደል እንዴ? ምነው ህወሃትን ያገኘህ መሰለህ እንዴ? ይህ ሁሉ ስለታሪክ ማነብነብ ገና ሰላምታ ተባብለን ሳንጨርስ ምን ይሉታል?”

“ከህወሃት ጋር የሰራ ሁሉ ህወሃት ላለመሆን ምን ያግደዋል? ወይስ ምን ያንሰዋል ልበልሽ?”

“ስማ አሁንስ አበዛኸው! አሁን እየመጣሁ ስለሆነ እሱን ስንገናኝ ታበራራዋለህ። የነሱ ጭቅጨቃ አንሶኝ አንተ ደግሞ ሌላ እሳት ታጭራለህ” አለች የመኪናዋን ፍጥነት እየጨመረች። ዋሽንግተን ዲሲ ደርሳ እየተመለሰች ሲሆን *ከስረ ናይንቲ ፋይቭ* የሃገር አቋራጭ መንገድ የምትወጣበት የሰፈሯ መንገድ እየተቃረበች ነው። “ቆይ. . . አንድ፣ ቆይ

አንድ ጊዜ፤ ፖሊሱ ካሜራ ይዞ ቆሟል። እስፒድ ሳይኖረኝ አይቀርም" አለች ፍጥነቷን እየቀነሰች። ከአነጋገሯ የመርበትበት ነገር ያለባት ይመስላል። ትርሲት ስትነዳ በጣም ትፈጥናለች። በዚህም ምክንያት በየጊዜው ለትራፊክ ትኬት ብዙ ትከፍላለች።

" 'በፊት ነበር እንጂ መጥኖ መደቆስ . . .' አሁን እኮ በቃ ካሜራ ውስጥ ገብተሻል። ካሁን በኋላ የምትወስጃቸው እርምጃወች ከካሜራው ለማምለጥ ሳይሆን ቀስ ብለው ይንዱ የሚለውን ተግባራዊ እያደረግሽ ነው።"

"ኦ ማይ ጎድ! ብሩክ ዮ አር ሶ ሩድ (አይ ፈጣሪዬ! ክፉ ነህ) እኔ ታዝንልኛለህ ብዬ . . ." ብላ ጾጥ አለች፥ መኪና እፊቷ ስለገባ ከሱ ለመሸሽ ስትሞክር።

"ሃሎ! ሃሎ! ሰላም ነው?" አለ ደንገጥ ብሎ።

"ለጊዜው ምንም አለሆንኩም። የተከተለኝ መስሎኝ ነበር" አለች።

"ታዲያ ይህ ምን ይደንቃል? የትራፊክ ትኬት እኮ ላንቺ ብርቅ አይደለም። መደበኛ ወጪሽ ውስጥ የተካተተ ይመስለኛል። *ሲቲው* ካንቺ ብጤዎች እየሰበሰበ ስንት ቀዳዳ ይሸፍናል መሰለሽ። ዋሺንግቶን ዲሲ በዓመት *ከስፒድ ካሜራ* (ፍጥነት መለኪያ ካሜራ) ብቻ ከመቶ ሃምሳ ሚልዮን ዶላር በላይ እንደሚያስገባ ታውቂያለሽ? ለነገሩ ያቺ ድሃ ሃገራችን አሜሪካ ለሚኖር *ቢል* (ወጪ) ከፋይ ሆናለች እድሜ ለባልሽና ለመሰሎቹ። በነገራችን ላይ ባልሽ መጥቶ የለም እንዴ? እንዴት ነው እሱን ጥለሽ ከኔ ጋር የምንገናኘው? እንዳታስገድይኝ" አለ ከወንበሩ ተነስቶ እየቆመ። ብሩክ ብዙ ጊዜ ከትርሲት ጋር መበሻሸቅ ይወዳል። እሷም ብዙ ነገር ትለዋለች።

"እሱን ያንተ የትግል ግንባር አሸንፎ ስልጣን ሲይዝ ለፍርድ ታቀርበዋለህ። ሌላ ተረኛ ጅብ ሃገሪቷን ካልወረራት። ቀደም ያሉት 'የወዛደሩ የበላይነት! እያሉ ነበር። ያሁኖቹ የብሄሮች እኩልነት! ከዚያ የሌቦች የበላይነት ፈጠሩ። የናንተ መፈክር ደግሞ ማንን የበላይ አድርጎ እንደሚነሳ እንጃ . . .። እኛ የናፈቀን የህግ የበላይነትን መፈክሩ አድርጎ የሚመጣና ተግባራዊ የሚያደርግ ነው።" አጠገቧ ያለ መኪና ላይ ዘላ እፊቱ ስለገባች ጥሩምባ ሲነፋባት ይሰማል። *"ሸት አፕ! ምን አድርገ ነው የሚለው?"* አለች ፍጥነት እየጨመረች።

"እረ እባክሽ አንቺ ልጅ ቀስ በይ። ስንት እብድ እንዳለ ታውቂያለሽ አይደል? *ቢ ኬርፉል!*" አለ።

"እሱን ተወው እባክህ። እኔ እምልህ ብሩኬ *ፕሊስ* ደግሞ ባልሽ እያልክ ስሜቴን አትጉዳው። አንተ ነህ የዳርከኝ? ከሱ የተረፈኝ ድካም ነው። እሱን ደግፎ ማውጣትና ማውረድ ሰልችቶኛል" ብላ ከት ብላ ሳቀች።

ብሩክ እየሳቀ "እሳቸውን መሸከም ማለት ብር መሸከም ይመስለኛል። ብር ደግሞ ለመሸከም . . . ። እኔ እኮ አቶ ወልዴን ምን እንደምላቸው ግራ ይገባኛል። ቦይ ፍሬንድ የሚለውን አትቀበይውም። ውሽማ የሚለው ደግሞ ወደ ኋላ ሊወስደን ሆነ። ምናልባት ቅምጥ . . . ወይም ሹገር . . . ምናምን እንበላቸው።" ካለ በኋላ ትንሽ ያበዛው ስለመሰለው "ትርሲት ይህን በተመለከተ እራስሽ ነሽ ነገሩን ያመጣሽው። የማውቀው ነገር የለም" አለ አፈር ብሎ።

"ዛሬ እኮ አሜሪካ ሆኖብህ ነው እንጂ የቀረህ መደባደብ ነው። እየው ዛሬ እገልሃለሁ! ምን ለማለት እንደፈለክ ስንገናኝ ታወጣታለህ። ለመሆኑ አንተንስ ምኔ ነው ብዬ ልናገር? የትኛውን መጠሪያ ብሰጥህ ይስማማሃል? ይህን ፈልገህ ነው አይደል? ያላረፈች . . . አሉ" ብላ ከት ብላ ሳቀች። በል አሁን እየደረስኩ ስለሆነ ውጣ። በጣም ለከባድ ጉዳይ ትፈለጋለህ። ሰዎችህ እያስቸገሩኝ ስለሆነ አንገብጋቢ ጉዳይ የማማክርህ ነገር አለኝ። አትፍራ ደግሞ ማይ ሹገር ዳዲ በሃገሩ የለም። አቶ ወልዴ ገብሩ ቡና በሸጡበት ዶላር ጠቀም ያለ ትርፍ ያስገኝልኛል የሚሉትን ቁሳቁስ በመርከብ አስጭነው ወደ ሀገራቸው በረዋል። ባለፈው ጊዜ ያለቀረጥ እንዲገባልህ የምትፈልገው እቃ ካለህ አዘጋጅ ብዬህ ነበር አንተ ግን ጣል ጣል አደረክብኝ። እኔ አንድ ቦክስ ሙሉ ኤሌክትሮኒክስ ልኬአለሁ። እሱ ከተሸጠ ለቤቴ መስሪያ ብዙ ነገር ይሸፍናል።"

"*ፕሊስ* ትርሲት እንደዚህ አይነት ነገር እንደማልፈልግ ነግሬሻልሁ አይደል? አለ ኮስተር ብሎ።

"በቃ ብሩኬ ፓርኪንግ ሎቱ ውስጥ እጠብቅሃለሁ" ብላ ተሰናብታ ስልኳን ዘጋችው። ትርሲት ከብሩክ ጋር ጊዜዋን ማሳለፍ ደስ ይላታል። ትወደዋለች ግን በምንም መንገድ ሃሳቡን ማስቀየር አልቻለችም። ያም ሆኖ ጓደኝነቱን በጣም ትፈልገዋለች። ብሩክም ቢሆን ለመጫውት እንደሷ

የሚቀለው ሰው የለም። ትርሲት የብሩክን ምክር ባታገኝ ኖሮ አቶ ወልዴ ከፍተኛ ችግር ውስጥ ሊያስገቧት ይችሉ ነበር። ይህንም በደንብ ትገነዘባለች።

አቶ ወልዴ ገብሩ ወደ ውጭ የላኩትን ቡና ከሸጡ በኋል ያዋጣኛል የሚሉትን እቃ ከውጭ ገዝተው ሀገር ውስጥ ያስገባሉ። ከባለስልጣናት ጋር የጥቅም ትስስር ስላላቸው ያለቀረጥ እቃቸውን አስገብተው በከፍተኛ ትርፍ ከጉምሩክ እንደወጣ በጅምላ ይሸጡታል። በተመሳሳይ መንገድ ከባለስልጣናት ጋር ያላቸውን የጥቅምና የዝምድና ሰንሰለት ተጠቅመው አዲስ አበባ ውስጥ *የሪል እስቴት ቢዝነስ* (የቤትና የቦታ ንግድ) ከፍተው ብዙ ቦታ ተረክበዋል። እሳቸውን በመሳሰሉ ስግብግቦች ምክንያት ፎቅ ይሰራበታል እየተባለ ብዙ ሰዎች ከሚኖሩበት ቤት ተገፍተው እንዲሄዱ ተደርገዋል። ቤታቸውም በላያቸው ላይ እንዲፈርስ የተደረገባቸው ቤቱ ይቁጠረው። ታዲያ አቶ ወልዴ ቡና ወደ ውጭ ይልካሉ፣ ባገኙት የውጭ ምንዛሬ እቃ ገዝተው ወደ ሃገር ውስጥ ያስገባሉ፣ ከዚያም በትርፋቸው ቦታና ቤት ይገዙበታል። ይህን ባዶ ቦታ ወይም ቤት በብር አይሸጡትም። የሚሸጡት ለዲያስፖራው በዶላር ነው። ይህን የማሻሻጥ ስራ እንዲሰሩ በርከት ያሉ የኢሃዴግ ተላላኪዎች ቀጥረዋል። ለሃገሪቷ የሚያስገቡት የውጭ ምንዛሪ የለም። አቶ ወልዴና ሌሎችም መሰሎቻቸው በዚህ አይነት የሀገርን ንብረት እየዘረፉ በዶላር በውጭ ባንክ ያስቀምጣሉ። ታዲያ ትርሲት ሳታውቀው ለዚህ እኩይ ተግባር መጠቀሚያ ሆና ቆይታለች። ብሩክ ይህ ነገር ሊያመጣባት የሚችለውን ችግር ከነገራት ጊዜ ጀምሮ ተረባብሻ ነበር።

አንዳንድ ጊዜ በትርሲት ስም በተከፈተ አካውንት ውስጥ ከተለያዩ ግለሰቦችና ድርጅቶች የሚያገኙትን ክፍያ እንዲገባ አድርገው ብዙም ሳይቆይ ወደ ሌላ አካውንት ሲያሸጋግሩ ቆይተዋል። ከብሩክ ጋር ከተማከረች በኋላ ለአቶ ወልዴ ከባንክ ምን አይነት ቢዝነስ እንዳለሽ አሳውቂ የሚል ደብዳቤ እየመጣላት እንደሆነና በሷ አካውንት ማስቀመጡ ችግሩ ለሁለቱም እንደሆነ አሳሰበቻቸው። ይህን ሲሰሙ ተደናግጠው የነበረውን ገንዘብ ወደ ሌላ አካውንት አሻገሩ፣ ከዚያ በኋላ በሷ አካውንት ማስቀመጥ አቆሙ።

አሁን ደግሞ ሰሞኑን የተቃዋሚ ፓርቲዎች ስለሚያደርጉት ስብሰባና ስምምነት እንድትከታተል ከፍተኛ የቤት ስራ ከሌሎች አለቆቿ ተሰጥቷታል። ከቅርብ ጊዜ ወዲህ በብሩክ ምክር ምክንያት እንዴት መጠቀሚያ እያደረጓት

እንደሆነ እየተረዳችው ስለመጣች ጊዜ ለመግዛት ብላ እንጂ የነሱን ስራ መስራት አቁማለች። ግዴታ ሆኖባት ከሰራችም የምታስተላልፋቸው ማስረጃዎች በአብዛኛው የተዛቡ ናቸው። የነሱን የደህንነት ስራ ማቆም ትፈልጋለች። ከነሱ ለመላቀቅ ቀላል እንዳልሆነ እንዲያውም በሷ ላይ ብቻ ሳይሆን በቤተሰቦቿ ላይ ጉዳት የማድረስ አቅም እንዳላቸው ታውቃለች። ከዚህ አጣብቂኝ ለመውጣት የብሩክ ምክርና እርዳታ አስፈላጊነትን ጥያቄ ውስጥ አታስገባውም። እሷን ለመርዳት ለሚያደርገው ጥረት ሁሉ አክብሮት አላት።

ሌላው ልትቋቋመው ያልቻለችው ነገር፥ ከብሩክ ጋር መግባባታቸው እየጨመረ በመጣ ቁጥር እሷም ለሱ ያላት ፍላጎት እየጨመረ መምጣቱ ነው። ሁለቱን ነገሮች ለማስታረቅ ትሞክራለች ግን ከአቅሟ በላይ ሆኖባታል። ብሩክ ከልጅ እናቱ ጋር ይኖራል። ከዚያ ባሻገር ደግሞ ለሜላት ያለውን ፍቅር ታውቃለች። ይህን ሁሉ ነገር እያወቀች እንደዚህ አይነት ነገር ውስጥ በመግባቷ አንዳንድ ጊዜ ትጸጸታለች። “የሚወዱት ሰው ሌላ ሰው መውደዱን እያወቁ ፍቅርን ለመጋራት መባዘን እራስን በሽታ ላይ መጣል ነው” ትላለች መፍትሄ ሲጠፋባት። ብሩክ እንደሚለው በእህትነት የምትቀጥልበት ደረጃ መድረሷን እርግጠኛ አይደለችም። እሷ የተቸገረችው ከሱ ጋር በተገናኘች ቁጥር በውስጧ የሚሰማት ስሜት የእህትነት ፍቅር አይነት ያለመሆኑ ነው። ስልክ ሲደውል፣ ስታየው ወይም አጠገቧ ሲቀመጥ የሚሰማት ስሜት የእህትነት አይደለም። የብሩክን ጓደኝነት ላለማጣት ይህንን ስሜት መግታት እንዳለባት ብታውቅም ካሁን አሁን ሃሳቡን ይቀይር ይሆናል የሚል ጉጉት ስላላት ስታገኘው ባህሪዋ ይለዋወጥባታል።

ብሩክ ከመኪና ማቆሚያው እንደደረሰ እሷ ከዋናው መንገድ ወጥታ ወደሱ ስታመራ አያት። በፍጥነት ታጥፋ ስትገባ ስላያት፥ ሁል ጊዜ ስትነዳ ለምን እንደዚህ እንደምትሮጥ ይገርመዋል። በፍጥነት መጥታ መኪናዋን አጠገቡ በፍጥነት አቆመችው። “ምነው ልትገጭኝ እኮ ነበር! ምንድን ነው ይህ ሁሉ እሩጫ?” አለ በመገረም እያያት።

“አንተን ለማየት ቸኩዬ!” አለች ሳቅ ብላ እያየችው። “ግባ እንጂ?” አለች በመስኮት አንገቷን አውጥታ።

“የት ነው የምንሄደው?” አለ መኪናዋ ውስጥ እየገባ። መልስ ሳትሰጠው ሰላምታ ተለዋወጡ። ወደሱ ሳብ ብላ ትከሻው ላይ እጇን አድርጋ

ጉንጬ ለጉንጬ ተሳሳሙ። "የት እንደምንሄድ ምርጫውን ላንቺ ሰጥቻለሁ። የተከበሩ እንግዶችሽን ሻል ያለ ቦታ ስለምትወስጂያቸው ወይም ስለሚወስዱሽ ብዙ ቦታ የምታውቂ ይመስለኛል" አለ ፈገግ ብሎ እያያት።

"ዛሬ ልክ ልኳን እነግራታለሁ ብለህ የመጣህ ይመስላል። ለነገሩ ቀደም ብልህ ነው የጀመርከው። ጥሩ ለማንኛውም ለምን እቤት አንሄድም? ቆንጆ ምግብ አዘጋጅቻለሁ።"

"እቤትሽ አንሄድም። እዚሁ አካባቢ አንድ ቤት ፈልገን እንጫወት። ብዙም ስራ ስለሌለኝ ትንሽ መቆየት እችላለሁ" አለ ነገሩን በማቃለል።

"ምነው ቤቴን ፈራሃ ከዚያች ቀን ወዲህ እኮ ድርሽ ብለህ አታውቅም። እኔ ደግሞ. . ." ብላ ዘር ብላ እያየችው የመሽኮርመም አይነት ሳቅ ሳቀች። ብሩክ በዚያን ቀን የተፈጠረው ነገር ተደፋፍኖ እንዲቀር ስለሚፈልግ ስለእሱ ባነሳች ቁጥር ዕርሱን ቀይሮ ሌላ ነገር ማውራት ይጀምራል።

"ትርሲት *ሊስን* ቁርስ በደንብ ስላልበላሁ በጣም እርቦኛል። አንድ እዚህ አካባቢ ያለ ጥሩ ሬስቶራንት አለ፤ ላሳይሽ?" ትርሲት ቀዝቀዝ ያለች ይመስላል። ብሩክም ይህን በየጊዜው ባህሪዋ እንዲቀያየር የሚያደርገውና የሚፈታተናትን ነገር የተረዳላት ይመስላል። ቢሆንም በቀላሉ ሃሳቧን ማስቀየር ይችላል። በጣም ተጫዋች ከመሆኗም በላይ ድብቅ አይደለችም። ከሷ ጋር የሚያሳልፈው ጊዜ በጣም ያዝናናዋል። አንዳንድ ጊዜ በማይፈልገው መንገድ እየሄደች ስለምትፈታተነው ይህ ስሜቷ ጠለቅ እያለ ከመሄዱ በፊት ለመግታት ይሞክራል። በሚችለው መንገድ ሁሉ ጓደኝነታቸው እንዲቀጥል ጥረት ያደርጋል።

"ዛሬ እኔ ነኝ የምጋብዝህ። አንተ ብቻ *ዋች ሚ* (እየኝ)" ብላ በፍጥነት ዋናው መንገድ ገብታ ሄደች። ብሩክ አነዳዷን አይወድላትም። መኪናዋን በግድ ተቀብሎ የነዳበትም ጊዜ አለ። ተመልሳ *ስሪ ናይንቲ ፋይፍ* ከገባች በኋላ *ሳውዝ* በሚለው ገብታ መብረር ጀመረች።

"የት ነው? *አውት ኦፍ እስቴት* (ክፍለ ሃገር) ነው እንዴ የምንሄደው?" አለ በመገረም።

"የሚቀጥለው *ኤግዚት* (መውጫ) እንወጣለን" አለች። ቅርብ ስለሆነ ወዲያው ደረሱ። አንድ ትልቅ ላንድማርክ እስቴክ ሃውስ የሚባል ሬስቶራንት ይዛው ገባች። የምሳ ሰዐት ስልሆነ ብዙ ሰው አለ። አስተናጋጇ ይዛቸው ሄዳ አንድ ጥግ ያለ ጠረጴዛ ዘንድ አስቀመጠቻቸው። ምሳ ከበሉ በኋላ ትርሲት

ኢትዮጵያ ባሉ ደህንነቶች በኩል ምን እንድታደርግ እንዳዘዟት ስትነግረው በጣም ተገረመ።

የላኩላትን ቴክስት አሳየችው። ቴክስቱ ላይ ያለው መለዕክት አጭር ሲሆን ስራው ግን ከባድ ነው።የተሰጣትም ተልእኮ አንድ እንሱ የሚጠቀሙበትን *ስፓይዌር ሶፍትዌር ዳውንሎድ* አድርጋ ተቃዋሚዎች ስልክ ወይም ኮምፒውተር ላይ *ኢንስቶል* ማለትም መጫን ነው።ይህንንም *ሶፍትዌር* የት እንደምታገኘው *ዩ አር ኤል (URL)፣ ዩዘር ኤይዲና* (የተጠቃሚ መለያና) *ፓስዎርድ ጨ*ምረው ልከውላታል። ብሩክና ሌላም የምታውቀው የተቃዋሚ ቡድን አባል ሞባይል ስልክ፣ ታብሌት፣ ላፕቶፕ ላይ የምትችለውን ዘዴ ሁሉ ተጠቅማ ከቻለች ቀጥታ መጫን ካልሆነም በኢሜል መልክ እንድትልከው መለዕክቱ ላይ ተገልጿል። ትዕዛዙን እንዴት እንደምታከናውን ዝርዝር መግለጫ በኢሜል ልከውላታል።

ብሩክ ሶፍትዌሩ ምን እንደሆነ ጉግል አድርጎ ለማጣራት ሞከረ። አደገኛ ስፓይዌር ሶፍትዌር እንደሆነና ለመጠቀምም በየወሩ ከፍተኛ ገንዘብ እንደሚከፈልበት ያሳያል። ይህ ሶፍትዌር ብዙ መረጃዎችን እንዲያገኙ ይረዳቸዋል፦ ኢሜሎችን፣ ግለሰብ ላፕቶፕ ወይም ስልክ ውስጥ የተቀመጡ ማንኛውም መረጃዎች እንዲጋለጡ ያደርጋል። በተጨማሪም ንግግሮችን ሪከርድ ያደርጋል፣ ግለሰቡ የት እንዳለም ይጠቁማል። ከየት እንደገዙት ፍንጬ አግኝቷል ግን እርግጠኛ አይደለም። መረጃው ህወሃት የሚፈጽመውን አፈና ለማጋለጥና ለንደነዚህ አይነት ቡድኖች ተባባሪ የሆኑ ካምፓኒዎችን ለማወቅና ህጋዊ እርምጃ ለመውሰድ ከፍተኛ ጠቀሜታ አለው። በዚህ ጉዳይ ላይ በሰፊው መስራት ስላለበት የተላከላትን መልዕክት ለራሱም ቴክስት አደረገ።

"ትርሲት ይህንን ጉዳይ ጊዜ ወስጄ ላስብበትና እንነጋገርበታለን። አንቺ ግን ለማንም አትንገሪ። ነገሩን በከፍተኛ ምስጢር ያዢው። አድርጊ ያሉሽን ማድረግ ከፍተኛ ወንጀል ስለሆነ እዚህ ወስጥ እጅሽን እንዳታስገቢ። ለነገሩ እነሱም በመለዕክታቸው ከፍተኛ ጥንቃቄ እንድትወስጂ ነግረውሻል። አለ በመገረም መልክ እያያት። "ይቅርታ ትርሲት አንድ ነገር ልጠይቅሽ። ከዚህ በፊት ነግረሽኛል ግን *አይ ዋንት ቱ ኖው ምር*" አለ ሳቅ ብሎ። "አንቺ ግን እነዚህ የህወሃት ደህንነቶች በዚህ መጠን እንዴት አወቅሻቸው? ይህን ነገር

እነሱ አምነው ላንቺ መላካቸው ያላችሁን ጠለቅ ያለ ግንኙነት ይጠቁማል” አለ በማግባባት መልክ።

“አንተ እኮ የምትገርም ነህ። አንድ ነገር ሲነግሩህ *ዩ አስክ ምር* (ተጨማሪ ትፈልጋለህ)። ተጠራጣሪም ነህ። ሚስጥራዊ ስራ ስለሆነ መጠራጠሩ አስፈልጊ ሊሆን ይችላል ግን . . .” ብላ ቀና ብላ እያየች እግሩን መታ አደረገችው። ከዚህ በላይ እንዴት ግልጽ ልሁን ለማለት የፈለገች ይመስላል። “አሁን መጀመሪያ *ባዝ ሩም* ልሂድና ሁሉንም ነገር አጫውትሃልሁ። ረጋ በል ወሬው ሜላትንም ይጨምራል” ስትል ደንግጥ አለ። አደነጋገጡን አይታ በጣም ገረማት። በነሱ መለያየት በጣም ብታዝንም የብሩክን ለሜላት የማይቀየር ከፍተኛ ፍቅር ስታይ ሳይታወቃት ቅናት አትለው ጥላቻ ልትገልጸው የማትችለው ስሜት ይሰማታል። ብድግ ብላ ሄዳ ብዙም ሳትቆይ መጣች።

“ምን ይምጣልህ? የሚጠጣ ነገር ውሰድ። ቢራ ወይም አንድ *ግላስ* ዋይን ምንም አያደርግህም” አለች

“አንድ ይባላል ይደገማል። እኔ በስራ ስዐት አልጠጣም። ከፈለግሽ አንቺ ጠጪ፤ ከጠጣሽ ደግሞ የምነዳው እኔ ነኝ” አለ ኮስተር ብሎ።

“ጥሩ እኔ እጠጣለሁ አንተ ትነዳለህ። እቤቴም ታስገባኛልህ። *ፋይናል ዲል?* (የመጨረሻ ስምምነት)” አለች ሳቅ ብላ። “አሁን ስለጠየከኝ ነገር ልንገርህ። በደንብ ስማኝ” ብላ ወደ ጎን ዘንበል ብላ ትከሻው ላይ ደገፍ አለች።

ስማ ብሩክ አንተ ሁሉንም ደህንነቶች ህወሃት ነው የምትላቸው ግን ከተለያየ ብሄርና ድርጅት የመጡ ናቸው። ሁሉም የደህንነት አባላት ህወሃት አይደሉም። ለምሳሌ ሳምሶን የሚባል ሰው አውቃለሁ። ትክክለኛ ስሙ ሊሆንም ላይሆንም ይችላል። ሳምሶን ትግሬ አይደለም። አማራና ሲዳማ ቅልቅል ያለኝ መሰለኝ። ጉደታ ኦሮሞ ነኝ ብሎኛል . . .። አውቃለሁ ብዙ ስም እንዳላቸው በዚያው ልክም መታወቂያ አላቸው። ቢሆንም . . . ”

“ልክ ነሽ ግን ይሄ የብሄር ጉዳይ አይደለም። ትግሬ ማለት ህወሃት ማለት አይደለም፥ እነሱ እንደሚሉት። ግን ህወሃት በትግሬ ስም በጥቂት ሰዎች የተመሰረተ ቡድን ነው ማለት ይቻላል። እኛ ከዘራቸው ጉዳይ የለንም ተግባራቸውን እንጂ። ከነሱ ጋር ተባብሮ የሰራ ደግሞ እሱም ህወሃት ነው ለኛ። ደረጃቸው ስለሚለያይ በጌቶቹ ተቀባይነት ባያገኝም እንኳን። የህወሃት ተላላኪ ማለትም ይቻላል” አለ እራሱን እየነቀነቀ። በነሱ እይታ ህወሃትነት

ለማንም የሚሰጥ አይደለም። ለነገሩ እኮ ኢህአዴግ የሚባል ድርጅት አለ። ቢሆንም በህወሃት መልክ የተቀረጸ ስልሆነ ህወሃት ማለቱ ይቀለናል።

"እኔ አሁን ይህን ማብራሪያ አልፈልግም። እኔ በገባኝ መንገድ የያዝኩትን ሸክም፥ ብዙ ጊዜ የሚረብሸኝን ልንገርህ። ሁሉንም ማራገፍ የምችል እንኳን አይመስለኝም። ቢሆንም ሊቀልልኝ ይችላል። እነዚህን ሰዎች እንዲህ እንኳን በቀላሉ የምገላገላቸው አይመስለኝም" ብላ አንድ ቦታ አይኗን ትክል አድርጋ እያየች ጸጥ አለች።

"ምን መሰለህ ብሩኬ . . . በእንዚህ ሰዎች ወጥመድ ውስጥ ለመግባት *ዩ አር ዘ ሪዝን*(አንተ ምክንያት ነህ)" አለች ኮስተር ብላ። ብሩክ ምንድን ነው የምታወራው ለማለት የፈለገ ይመስላል። ትከሻው ላይ እንደተኛች ከአንገቱ ተጠማዞ በመገረም ሲያያት "እንደዚህ ደግሞ አትየኝ! መጀመሪያ አዳምጠኝ" አለች እንደተደገፈችው ወደ እሱ ቀና ብላ ኮስተር ብላ እያየችው። አይቶባት የማያውቀውን መኮሳተር ስላየ አይኑን ሰበር አድርጎ ዞር አለ።

"አንተ ኬንያ ጠፍተህ እንደገባህ ሁለት ደብዳቤዎች ለሜላት ልከህ ነበር። ታስታውሳለህ አይደል?" ብሩክ አስታውሳለሁ ለማለት አንገቱን ነቅነቅ አደረገ። "ሜላትን ይከታተሏት ስለነበር መስሪያ ቤትህ እንድትቀበል ከነገርካት ጓደኛህ ደብዳቤውን ወስጄ እኔ ነበርኩ የማደርስላት። አንተ እንደምትጠራቸው ወያኔዎቹ እኔንም ሳላውቅ ይከታተሉኝ ስለነበር ደብዳቤውን ይዤ ስሄድ ይሄ ጉደታ የሚባለው መኪና አቁሞ ላድርስሽ አለኝ። ደክሞኝ ስለነበር ባላውቀውም አላመነታሁም ራይዱን ተቀበልኩ። ውሃ ነገር ልጠጣ ብሎ አንድ ካፌ ውስጥ ሁለታችንም ገባን። ከዚያ ብዙ ነገር አወራን። ተግባባን ማለት ነው። ግብዣው ቀጥሎ አንድላይ እ . . . አመሸን በቃ . . . ማለት ነው። ሰዎቹ አደገኞች ናቸው። ሳላውቅ እየጨማመረ ሳያጠጣኝ አይቀርም። ያልጠበኩት ነገር ሆነ። እንደተረዳሁት ደብዳቤውን ለካስ ወስዶ አንብቦ መልሶ እቦርሳዬ ውስጥ አስቀምጦታል። በሌላ ጊዜ ነው ይህን ሚስጥር ያወኩት። የሚገርምህ እንዴት እንደከፈተው አላውቅም ምንም የተነካ አይመስልም ነበር። ከሱ ጋር ጓደኝነታችን ቀጠለ። ከግሩፓቸውም ጋር ተቀላቀልኩ። መጠጣት መጨፈር ሆነ። ሁለተኛውንም ደብዳቤ በተመሳሳይ መንገድ አንብበውታል።

ሌላው ደግሞ አንድ ሀይሌ የሚባል የነሱ አባል ሜላትን በጣም እንደሚወዳት ነገረኝ። አንድ ላይ ሊጋብዘን እንደሚፈልግ ይዣት እንድመጣ

ይጨቀጭቀኝ ጀመር። ለማስፈራራትና ሜላትን ለመቅረብ ይሁን ለምን እንደሆነ አልገባኝም ብቻ "ብሩክ ከሚባል በከፍተኛ ወንጀል የሚፈለግ ሰው የሚላክ ደብዳቤ ታመላልሻለሽ። ይህንን ጉዳይ ደግሞ ደርሰንበታል። እሷም ከሱ ጋር ያላትን ግንኙነት እንድታቆም ንገሪያት፤ የማታቆም ከሆነ ተመልሳ እስር ቤት ትገባለች" ብሎ አስጠነቀቅኝ።

ብሩክ ደንገጥ ብሎ "ታስራ ነበር እንዴ?"

"በጣም ስለቆየ የሰማህ መስሎኝ ነበር። አንተ ስትጠፋ የሄደበትንና ከነማን ጋር እንደሚሰራም ታውቂያለሽ ብለው ሶስት ቀን ገደማ ያህል አስረዋታል።"

ሃይሌ እንዴት ሜላትን ይከታተላት እንደ ነበር፣ ሜላት ግን እንዴት አልበገር እንዳለች፣ ሊያፍኑና ሊወስዷት አስበው እንዴት እሷ ተለማምጣ በተደጋጋሚ እንዳዳነቻት በዝርዝር ነገረችው። "በኋላ ለህይወቷም እያሰጋ ሲመጣ እንዲግባቡ ግፊት አደርግባት ነበር። በዘዴ ከኔ ጋር እንድንገናኝ አድርጌም አብረን ከግሩፑ ጋር እንድናመሽ አድርጌአለሁ። ስጋቴ አንድ ነገር ያደርጓታል ነበር። እሷ ግን የምትበገር አይደለችም። በኋላ እንዲያውም እኔንም እየራቀችኝ መጣች። ሃይሌ ግን ክትትሉን አላቆመም። እንዲያውም ጧት ማታ እሷን መከተሉን ሲያበዛው፥ ፍቅር ይዞት ሳይተኛ ነው የሚያድረው እያሉ ጓደኞቹ ያሾፉበት ነበር። እሱም ፍቅር ይዞኛል ማለት መረታት ስለሚመስለው መናገር አይፈልግም ነበር። 'ፍቅርን ስለማያውቁ ማፍቀርን እንደ ወንጀል የሚመለከቱ ሰዎች ናቸው' ትለኝ ነበር ሜላት።

"ሜላትን አብሮ አደግ ጓደኛዬን በዚህ ከኔ ቁጥጥር ውጪ በሆነ ምክንያት ማጣቴ ባጣም ይቆጨኛል። አደርጋቸው የነበሩት ነገሮች ሁሉ እሷን ለማዳን እንደነበረ ሳታውቅልኝ መለያየታችን ያሳዝናል" እያለች እንባዋ መውረድ ጀመረ። አሁንም ብሩክ ትከሻ ላይ ደገፍ እንዳለች ነው። ብሩክ አቀፍ አድርጎ አይዞሽ ቢላት ምን ያህል የውስጧ ህመም እንደሚቀልላት ይታወቃታል።

ብሩክ የሚሰማውን ነገር ለማመን ተቸግሯል። በሱ ምክያት በሜላት ላይ የደረሰውን ስቃይ ሲሰማ ህመም ነገር ተሰማው። አይኖቹ በእንባ ተሞሉ። አሁንስ እንዴት ሆና ይሆን ብሎ ያቺን በመጨረሻ ስዐት ሲለያዩ እንገናኛለን ተባብለው ሲተቃቀፉ የሜላት ግራ የተጋባ ሃዘን የሸፈነው አስተያይቷ ትዝ አለው። ዝም ብሎ ቁጭ አለ። ትርሲትም ስሜቱ ስለገባት

ጸጥ አለች። “ብሩኬ እኔ ባደርኩት ነገር የምትቀየመኝ አይመስለኝም አይደል?” ብላ እጁን አንስታ ትከሻዋ ላይ አደረገችው። ብሩክ ጸጉሯን ዳሰስ እያደርገ ተረድቼሻለሁ አይነት ስሜት ሊያሳያት ሞከረ። “እኔ ጥረቴ እሷን ማዳን ነበር። አንተም በቦታው ስላልነበርክ ለሷ የነበርኳት እኔ ብቻ ነኝ። እንዴት እንደምንቀራረብ እንደምንዋደድ ታውቃለህ። ምናልባትም አንተን የወደድኩህ እሷ ስለምትወድህ . . . እሱን እንተወው አሁን። እነዚያ ደህንነቶች እንዴት ጨካኝ እንደነበሩና የስንቱን ሰው ህይወት እንዳበላሹ አብሬአቸው ስለነበርኩ አውቀዋለሁ። ውስጣቸው ከገባሁ በኋላ መውጫ መንገድ አልነበርኝም። ገንዘብ እንደ አሸዋ ይዘራል። መጠጣት መጨፈር ሆነ ስራዬ። እንደንሱ እንዳስብ ሊያደርጉኝ ምንም አልቀራቸውም ነበር። ሜላትን ከነዚያ አውሬዎች እንዳዳንኳት የተረዳችልኝ አይመስለኝም። እኔን እንደጠላት ስላየችኝ፣ ከነሱ ጋር ስለመደበቸኝ ልቤ በሃዘን ተሰብሯል” እያለች እንባዋ እርግፍ እርግፍ ሲል ብሩክ በተፈጠረው ነገር ሁሉ በጣም አዘነ።

ብሩክ ናፒኪን እየሰጣት እንደዚህ አይነት ስሜት ሊሰማት እንደማይገባ፤ የስርዐቱ አራማጆች እንዴት መሰሪ እንደሆኑ ሊያስረዳት ሞከረ። እንኳን ባንቺ ደረጃ የሚያሰሩትን ይቅርና ትልቅ ሹመት ሰጥተው ያስቀመጡት ሳይቀር በስጋት እንዲኖር ከነሱ ፍላጎት ውጭ ምንም አይነት ተግባር እንዳይፈጽም አፍነው ይይዙታል። ዋናው ነገር እንዲህ አይነት አፈና በበዛበት ሀገር አንድ ሰው ብቻውን ነጻ ሊወጣ አይችልም። በመተባበር ቶሎ ካልተቀጨ ምናልባትም ጉዳቱ ለትውልድም ሊተርፍ እንደሚችል በመንገር ሊያጽናናት ሞከረ።

ብሩክ ሜላትን በተመለከተ ስለተፈጠርው ነገር ስለነገረችው በጣም አመስግኗታል። ምንም ነገር ሳትደብቅ እሱ ከሄደ በኋላ ምን ተፈጥሮ እንደ ነበረ እንዲያውቅ ማድረጓ ለሱ ትልቅ ነገር ነው። ተበጥሶ የነበረ ነገር እንደገና የተቀጠለ መስሎ ታየው። በተለይ ደግሞ ሜላት ለሱ ፍቅር የከፈለችውን ዋጋ ማወቁ እንዴት ቃል ኪዳኗን ጠብቃ እንደኖረች አስገንዝቦታል። ወደፊት የሚፈጠረውን ባያውቅም እንደ እዳ መሸከም እንዳለበት ለራሱ ቃል ገባ። “ትርሲት አሁንስ ሜላት ስላለችበት ሁኔታ የምታውቂበት መንገድ የለም?” አላት በማስተዛዘን ፊለፊቱ ያለው ጠረጴዛ ላይ አይኑን ትክል አድርጎ።

“ሌላው ሳምሶን የሚባል የዚሁ የደህንነት አባል የሆነ እንደማውቅ ነግሬሃለሁ። እሱ የሃይሌ ጓደኛ ነው። ስለ ሜላት የሚያውቀው ነገር ያለ

ይመስለኛል። እንዲያውም አጣርቼ እነግርሃለሁ ብዬ ነው እንጂ፥ አሁንም አንተ ከሜላት ጋር ግንኙነት ይኑርህ አይኑርህ አጣርተሽ ንገሪኝ ብሎኛል" ብላ የላከላትን ቴክስት አሳየችው። ብሩክ በጣም ደነገጠ።

> *ሃይ ትርሲት። ሜላትን በተመለከት አስቸኳይ መረጃ ስለምንፈልግ ከብሩክ ከሚባለው የቀድሞ ፍቅረኛዋ ጋር ያላትን ግንኙነት አጣርተሽ ላኪልን። ስለሁሉም ነገር በስልክ እናወራለን። እደውላለሁ*

"ለምን ለቀቅ አያደርጓትም። ከተለያየን ከአምስት ዓመት በኋላ ምን አድርጊ ነው የሚሏት?" አለ በንዴት።

"ለምን ይህን መረጃ እንደፈለጉና ስለሷም ሁኔታ የሚያውቀው ነገር ካለ ጠይቄ ነገ አሳውቅሃለሁ" አለች አንገቱን እቅፍ አድርጋ ዞር ብላ በማስተዛዘን እያየችው። "አይዞህ ብሩክ፤ ይህን ለኔ ተወው" አለችው። ጸጥ ብለው ለደቂቃ ያህል ቆዩ። ብሩክ እሷ የሱን ድጋፍ እንደምትፈልግ ሁሉ እሱም በተለይ ሜላትን በተመለከተ በሷ ላይ ተስፋ ጥሏል።

በደህንነቶች በኩል የታዘዘችውን ስራ በተመለከተ "ምንም ነገር ለማድረግ እንዳትሞክሪ" አላት። እየሰራች እንደሆነ ለማስመሰል አንዳንድ ማድረግ ያለባትን መከራት። ሌላውን ነገር ደግሞ አስቦበት እንደሚወያዩበት ከገለጸላት በኋላ ከሪስቶራንቱ ወጥተው ሄዱ።

ሃያ አራት

ብሩክ ቀና ብሎ አካባቢውን ሲያይ የሚያውቀው ሰፈር አይደለም። ደንገጥ ብሎ ስለነበር ለደቂቃ ያህል የት እንደ ነበር እንዴት አሁን ያለበት ቦታ እንደደረሰ ግራ ገባው። ከትርሲት ጋር ከተሰነባበቱ በኋላ እንዴት እንደመጣ፣ የትኛውን መንገግ እንደያዘ ሁሉ ሊያስታውስ አልቻለም። ከዋና መንገድ ወጣ ብሎ መኪናውን ፓርክ ካደርገ በኋላ ሃሳቡን ለማሰባሰብ ሞከረ።

ብሩክ ከትርሲት ጋር ተሰነባብተው ሲለያዩ ትዝ አለው። ወደ ቤቱ መንገድ ከጀመረ በኋላ ሃሳቡ ሁሉ ወደ ሜላት ጭልጥ ብሎ ሄዷል። ለምን ደህንነቶች አሁንም ከኔ ጋር እንደምተገናኝ ወይም እንደማትገናኝ ለማውቅ ፈለጉ? ምን ሆና ይሆን? የሚለውን ነገር አወጣ አወረደ፥ መልስ አላገኘለትም። ይህ ሁሉ ችግር ሲደርስባት ሊደርስላት ያለመቻሉ መጥፎ ስሜት እንዲሰማው አድርጎታል። “ምን ማድረግ ነበረብኝ? አቅሙስ ነበርኝ?” እያለ እራሱን ጠየቀ። ምንም እንኳን ከሜላት ጋር ግንኙነት ለመፍጠር መሞከር ለሱ፣ ለቤተሰቡ በተለይ ሜላትን ለህወሃት ደህንነቶች ያጋልጣል ብሎ ስለሚሰጋ ቢሆንም፥ መውሰድ የነበረበትን አማርጭ ሁሉ ወስጃለሁ ለማለት የሚያስደፍረው ነገር አለ ለማለት ይቸገራል። እሱን የሚረብሸው እሱ በተረጋጋ ሁኔታ እየኖረ ሜላት አሁንም በሱ ሰበብ እየተሰቃየች መገኘቷ ነው። አሁንስ ቢሆን እሷ እሱን እየጠበቀች ቢሆንና እሱ ደግሞ አሁን ባለበት ሁኔታ፥ ባለትዳርና የሁለት ልጆች አባት ሆኖ በምን

መንገድ ነው መጨረሻው የሚቋጨው? ይህ እፊቱ የተጋፈጠን ችግር በምን መንገድ እንደሚፈታው ባሰበ ቁጥር በጣም ይረብሸዋል። እንደ አማራጭ ሆኖ የሚያገኘው አንዱን ማስደስተ ሌላውን ማስከፍት ይሆንበታል። ይህን ደግሞ እንደ አማራጭ ሳይሆን አንዱን ጥሎ ሌላውን የማንሳት አይነት ስለሆነ የተፈጠረውን ችግር ለመፍታት ምንም አይነት ጥረት ሳያደርግ እንደነበረ ተቀብሎ በጸጸት መኖር ማለት ይሆናል።

ብሩክ የቤቱን አድርሻ *ጂ ፒ ኤስ* ውስጥ ሲያስገባ የቤቱ መገንጠያ መንገድ ከመድረሱ በፊት በሌላ መንገድ ስለታጠፈ እንጂ ብዙም እንዳልራቀ ተረዳ። ወዲያው ወደ ታጠፈበት መንገድ ተመልሶ ወደ ቤቱ የሚወስደውን መንገድ ይዞ ብዙም ሳይቆይ እቤቱ ደረሰ። እቤቱ ሲገባ ልጆቹ ዳዲ እያሉ ወደሱ እሮጡ። ሁለቱንም በየተራ አቅፎ ሳማቸው። ወዲያው ተሯሩጠው ወደ ክፍላቸው ሲገቡ ጠብቃ መሰረት ''ልክ ልደውልልህ ስል መጣህ። ምን ሆነህ ነው ቀኑን ሙሉ ያልደወልከው? ደግሞ አይንህ በጣም ቀልቷል አሞሃል እንዴ?" አለች ከመሳሳማቸው በፊት ለፊቱ ተጠግታ ቆማ ትክሻዎቹን በእጆቿ መዳፍ ይዛ ትኩር ብላ እያየችው።

"ትራፊኩ እራሱ ብቻውን ያሰምማል። ደግሞ እንዴት እንደሆነ አላውቅም በሌላ መንገድ ስቼ ታጥፌ እንደገና ተመልሼ ነው መንገዴን ያገኘሁት። ትንሽ እራሴንም አሞኛል። "

"በል በቃ አረፍ በል። ቡና ላፍላ ትጠጣልህ? መጀመሪያ ግን ምግብ ብላ" አለች ብሩክ ለመቀመጥ ወደ ሶፋው ሲሄድ ከትል ብላ።

"መሽቷል፥ ቢሆንም ቡናውን ባገኝ አልጠላም። ምግብ ግን የበላሁት ቅርብ ጊዜ ስልሆነ አሁን አልበላም። ካስፈለገኝ ትንሽ ቆይቼ እቀምሳልሁ" አለ ጸጉሩን ዳሰስ እያደረገ ሶፋውን ደገፍ ብሎ ፊለፊት እንደቆመች አይን አይኗን እያየ።

"ውሎ እንዴት ነበር? ልደትስ *አሳይመንት* (የቤት ስራ) እንዳላት ጠየቅሻት? አለ ወደ ልጆቹ መኝታ ቤት እያየ።

"እሷ አሳይመንቷን በግዜ ሰርታ ጨርሳለች። አንተ ግን እኔ እረፍት መሆኔን እያወክ ለምን ጠፍተህ ዋልክ?" ብላ ቡናውን ለማፍላት ሄደች።

ብሩክ ከተቀመጠበት ብድግ ብሎ ተከትሏት ከሄደ በኋላ አጠገቧ ቆሞ "መሲ ትላንት እኮ ብዙ ጉዳይ እንዳለሽና የተለያየ ቦታ እንደምትሄጂ ነግረሽኝ ነበር" አለ ጀርባዋን ዳበስ እያደረገ።

"ለዚህ ነዋ ጉዳይሽ እንዴት ሆነልሽ ያልከኝ።"

"ልክ ነሽ ማለት ነበረብኝ፤ እንዴት እንደሆነ አላውቅም ቀኑ . . .። ግን ልደውል አሰብኩና በቃ እቤት መሄጃዬ ደርሷል ብዬ ተውኩት። ትንሽ እራስ ምታት ነገር ይሰማኛል። በሱ ምክንያት ይመስለኛል ድካምም አለብኝ" አለ ፊቱን ጨምደድ አድርጎ አርዕስቱን መቀየር ስለፈለገ።

"ብሩኬ አረጀህ መሰለኝ ደከመኝ ወገቤን ጉልበቴን ማለት አበዛህ?" አለች እየሳቀች።

"ምን ቀረኝ ብለሽ ነው። አንቺ እኮ የምትበልጪኝ በትንሽ እድሜ ነው። አይደለም እንዴ?" ዞር ብሎ በፌዝ መልክ እያያት።

"አዎ አዝዬ አይደል ያሳደኩህ። ይልቁንስ ካገር ስትሰደደ የነበርህ እድሜ ላይ በስደት የቆየህበትን ዘመን አስላና ደምርበት። ስደተኛ እኮ ሲወጣ በነበረው እድሜ ላይ መቁጠር ያቆማል። ከመጣሁ አስር ዓምት፣ ሃያ ዓመት ሆነኝ እንጂ ከሃገሩ ወጥቶ የቆየበትን እድሜው ላይ አይጨምረውም።"

ብሩክ ሳቅ ብሎ "ይህ እንኳን እንደሰዉና እንደገጠመኙ ይለያያል። አንዳንዶቹ እንደ መጡ ሁኔታወች ተመቻችተውላቸው ወይም *ፕሪ ኦረንቴሽን* (ቅድመ ግንዛቤ) ኖሯቸው ይመጡና ወድያው ሃገሩን ይለምዳሉ። አብዛኛው ግን የተሰደደበትን ሃገር ባህል፣ ህግና ስርአት ለመልመድ ብዙ ጊዜ ይፈጅበታል። ይህም ማለት መኖር አልጀመረም ማለት ነው። ትውስታው ሁሉ ያደገበት ሃገር፣ ሰፈር፣ ቀዬ ብቻ ሆኖ ይቆያል። እዚህ ላይ ይመስለኛ የእድሜ ቆጠራ *ጋት እስተክ* (ቆሞ የሚቀረው)። ያለበትን ቀዬ ተገንዝቦ መኖር እስከሚጀምር።"

"እሱን እኮ ነው የምለው ብሩኬ። እድሜው ሃምሳዎቹ ውስጥ ሲገባ ድንገት ይባንንና ይሄ ነገር እውነት ነው እንዴ? ብሎ ማሰላሰል ይጀምራል። ከመጣ ቢሰነባብትም ከሃገሩ ሲወጣ ብዙ አልሟቸው የነበሩ ነገሮች አልተሳኩም። ገንዘብ ወይም መማር ሊሆን ይችላል። ሌላው የሚያዘናጋው የሃገሩ የአኗኗር ዘዬ (ሲስተም) አወቃቀር የማያፈናፍን ስለሆነ ነው። ኑሮን ለማሸንፍ ያለ እረፍት ጧት ማታ ካለመሮጥ አማራጭ ስለሌለ ወደ ኋላ መለስ ብሎ ለማየት፥ የደረሰበትንም ለመገምገም ጊዜ የማይሰጥ ነው። በተጨማሪ የስደተኛው የአኗኗር ዘይቤ ተመሳሳይነት ስላለው በእድሜ ልዩነት መታየት የነበረባቸው የባህሪ ልዩነቶች የሉም። ታናሽ ታላቅን

ማክበር። ታላቁም እንደ ታላቅነት *ቢሄብ* ማድረግ" አለች ሳቅ ብላ ብሩክን በእጇ ገፋ እያደረገች።

"መሲ ያልጠበኩት አርዕስት ውስጥ ከተትሽኝ። ግን ለምን ስለ ስደተኛው አንድ ጥናት ነገር አትጽፊም?

"እጽፋልሁ። ምን ችግር አለ። እኔና አንተ እኮ እራሳችን መረጃ ነን። ላይብረሪም መሄድ አይጠበቅብኝም። ቃለ መጠይቅ ማዘጋጀት ብቻ ነው የሚያስፈልገኝ" አለች እየሳቀች።

"*ካልቸራል ሾክ* (የባህል ቀውስ) በስደተኛው ላይ የሚያደርሰው ተጽዕኖ ቀላል አይደለም። ለዚህ ይመስለኛል እነዚህ የጠቀስሻቸው መዘባቶች የሚፈጠሩት። አንድ እግሩ እዚያው የትውልድ ሃገሩ ስልሆነ የአመለካከት ልዩነቶችን ለማስታረቅ ይቸገራል። ሁለቱንም በአግባቡ ይዞ ለመጓዝ ደግሞ ልዩነታቸውን ለይቶ ማወቅ ያስፈልጋል። የሚኮራባቸውና ሊተዋቸው የማይፈልጋቸው ባህልና ወጎችም ስላሉት። 'የሰው የለው ሞኝ' ብሎ ይርጋ ዱባለ የዘፈነው ወዶ አይደለም" አለ የኪችኑን ጠረቤዛ ደገፍ ከአንገቱ ዘንበል ብሎ በጎን እያያት።

ጨዋታውን ለመቀጠል ብትፈልግም ድካሙን ከሁኔትው ስለተረዳች "በቃ ብሩኬ ሂድና ሶፋ ላይ አረፍ በል። መጣሁ ቡናውን ይዤ። ለዛሬ ይበቃሃል። እውነትም በጣም የደካከመህ ትመስላለህ" አለች።

ቡናቸውን እየጠጡ ልጆቹ እስከሚተኙ ድረስ ተሰባስበው ቴሌ ቪዥን ከፍተው ሲጨዋወቱ ቆዩ። ልጆቹ ከተኙ በኋላ ብሩክ ስለውሎው ሁሉኑም ነገር ላለማስታወስ ጥረት እያደረገ ከመሰረት ጋር በተለይም ስለ ኢትዮጵያ የፖለቲካ ሁኔታ አንስተው ሲያወሩ አመሹ። ፖለቲካው፣ ስራ፣ የሜላት ጉዳይ ተደማምረው መሰረት የሚገባትን ወይም የምትፈልገውን ፍቅር ያህል አልሰጠኋትም እያለ እራሱን ስለሚወቅስ ባገኘው አጋጣሚ ሁሉ ከጎኗ እንደሆነ ማሳየት ይሞክራል።

መሰረት ካንዳንድ የብሩክ ባህሪዎች መለዋውጥ ተነስታ፥ የሜላትን ጉዳይ አፍኖ ይዞታል እንጂ እልባት አላገኘለትም የሚል ጥርጣሬ አላት። ቢሆንም መሰረት ስለዚህ ጉዳይ አንስታ ማውራት አትፈልግም። ብሩክም የሜላትን ጉዳይ ከመሰረት ጋር እንዴት ሊያስታርቀው እንደሚችል ባሰበ ቁጥር መንገዱ ሁሉ ይጨልምበታል። "ህይወት ካንድ ቦታ ተንስተን የታወቀ ወይም ያቀድነው መጨረሻ የምንሄደው ጉዞ አይደለም።" በጉዞ ላይ

መውደቅ መነሳት፣ አቅጣጫ መቀየር አለ። ከሜላት ጋር ጉዞ ጀመረ። በሂደት ላይ እያለ እንቅፋት ገጠማቸው። አሁን ከመሰረት ጋር ያለውን ነገር አፈራርሶ ቀደም ብሎ የተናጋን ግንኙነት ለመጠገን መሮጥ ሌላ ጸጸት ውስጥ መዘፈቅ እንጂ መፍትሄ እንዳልሆነ ያውቃል። *ሚቹዋሊ ኤክስክሊዩሲቭ* ማለትም ያንዱ መከሰት የሌላው መጥፋት ስለሆነ ለራሱ ብቻ የሚበጀውን ሳይሆን ሚዛን የሚደፋ ነገር ማድረግ አለበት። መሰረትን ያፈቅራታል እሷም ለሱ ያላት ፍቅር ከፍተኛ ነው። አንድ ላይ የስደትን ኑሮ ውጣ ውረዱን አሳልፈዋል። ጸባይ ለጸባይ ተናበዋል። አንዱ ባንዱ ላይ ጥጋኛ ነው ማለት ይቻላል። ያንዱ ማፈንገጥ ውድቀታቸውን ከማፋጠን በስተቀር ማንም ተጠቃሚ አይሆንም። እንዲሁም ልጆቻቸውን አንድ ላይ ሆነው ማሳደጉ በተለይ ለልጆቻቸው ያለው ጠቀሜታ ከፍተኛ እንደሆነም ይረዳል።

ብሩክ ብዙም እንቅልፍ አልተኛ። በጠዋት ተንስቶ ለመሄድ ሲዘጋጅ "ምነው በጧት ዛሬ ደግሞ?" አለች መሰረት አይኗን በግድ እየገለጠች።

"ለነገሩ ብዙም ጧት አይደለም። ቢሆንም ያልጨረስኩት ስራ ስላለኝ ቶሎ ልግባ ብዬ ነው" አለ ልብሱን እየለበሰ።

"ብሩኬ ማታ ስራ እንደምገባ እንዳትረሳው? ደግሞ ቁሩስ ለምን አትበላም?" አለች ገልበጥ እያለች።

"ልሂድ መሲ፥ አሁን መብላት አልፈለኩም። በቃ በግዜ እመጣልሁ። *ሃብ ኤ ናይስ ዴይ*"ብሎ ግንባሯን ሳም አድርጓት ወጣ።

ከመኝታ ቤት እየወጣ "*አይ ላብ ዩ* ብሩኬ "አለችው።

"*አይ ላብ ዩ ቱ* "አለ።

የሚሰራበት ቦታ በጣም ቀደም ብሎ መድረሱን የተረዳው መኪና ማቆሚያው ውስጥ ጥቂት መኪኖች ብቻ ቆመው ሲያይ ነው። ከቢሮው ገብቶ ያልጨረሳቸውን ስራወች መስራት እንደጀመረ ሳይታወቀው ከትላንት ጀምሮ ያሰላስለው የነበርው የሜላት ጉዳይ በአይምሮው ድቅን አለ። የሱ ስጋት ሜላትን በፖለቲካ አሳበው ተይዛ ከሆነና ትርሲት እንደነገረችው ከመሃከላቸው እሷን የሚፈልግ ሰው ካለ በእስር ቤት ምን ሊደርስባት ይችላል የሚለውን ነገር ሲያስብ በጣም ያስጨንቀዋል። አሁን ባለው የኢትዮጵያ የፖለቲካ ሁኔታ ደግሞ ብሩክ ሊረዳት የሚችልበት ምንም መንገድ እንደሌለው ስለሚያውቅ ባዶነት ይሰማዋል።

ወዲያው ከተቀመጠበት ተንስቶ ወደ ውጭ በመስኮት ትክዝ ብሎ መመልከት ጀመረ። ገና ጧት ስለሆነ የህንጻዎቹ ጥላ አካባቢውን በሰፊው ሸፍነውታል። የጽሃይ ብርሃን አልፎ አልፎ ህንጻዎች ጣራ ላይና በህንጻዎቹ መሃከል አልፎ መሬት ላይ ፈንጠቅ ብሎ ይታያል።

ከአንድ ሁለት ሳምንት በፊት የቅርብ ጓደኛው ዳናኤል "በቃ ያለፈውን እርሳው አሁንም ቢሆን ከምታፈቅርህ አንተም ከምታፈቅራት ጋር እየኖርክ አይደለ እንዴ?" ብሎት ነበር። ብሩክ ግን ይህን ድፍንፍን ያለ አባባል እንደመፍትሄ መውሰድ ይከብደዋል። "አሁን ከመሰረት ጋር ያለኝ ፍቅር የሜላታ ቀጣይ ነው ማለት አይቻልም። ሜላትን እወዳታልሁ። ካቅማችን በላይ በሆነ ምክንያት ተለያየን። ከመሰረት ጋር ደግሞ እዚህ በስደት በምንኖርበት ወቅት ገጠሞቻችን በፍቅር አቆራኙን። ሁለቱም የፍቅር ገጠሞኞቼ የየራሳቸው ባህሪ አላቸው። አንዱ የአንዱ ተቀጥላ ወይም አንዱ አንዱን ሊተካ የሚችል አይመስለኝም" ብሎ መለሰለት። እሱ የሚፈልገው ከዚህ አጣብቂኝ የሚወጣበትን ሃሳብና ዘዴ የሚያፈልቅለትን ነው። ሜላትን የማገኝበት አጋጣሚ ቢፈጠር ክህደት የፈጸምኩባት እንዳይመስላት በምን መንገድ ብነግራት ትረዳኛለች፣ አሁንስ በምን መንገድ ልርዳት፣ ምን ላድርግላት የሚለው ሁልጊዜ ከጭንቅላቱ የማይጠፉ መፍትሄ ያላገኘለት ጉዳይ ነው።

የጀመረውን ስራ እየሰራ ብዙም ሳይቆይ በዚህ ሃገር አቆጣጠር ከረፋዱ *ቴን ኤም* (አስር ስዓት) ላይ ከትርሲት ቴክስት መጣለት።

> *"ሃይ ብሩክ፤ ኢት ኢዝ አባውት ሜላት ኤንድ ቬሪ እርጀንት። ዊ መስት ሚት ቱዴይ ኤንድ ቶክ። ፕሊስ ገብ ሚ ኤ ኮል ዌን ዩ ጌት ታይም* (ሃይ ብሩክ ስለ ሜላት ሲሆን አስቸኳይ ነው። መገናኘት ለብን። እባክህ ጊዜ ስታገኝ ደውልልኝ)" ይላል።

ብሩክ በጣም ደነገጠ። ወዲያው ከኮምፒውተሩ *ሎግ ኦውት* አድርጎ ስልክ ለመደወል ከቢሮው ወጣ። ሲደውልላት በጣም አስቸኳይ መሆኑንና እቤት እንዲመጣ በመደናገጥ መልክ ነገረችው። ብሩክ ያለምንም ማመንታት ዶክመንቶቹን እንኳ ሳይሰበስብ ቀጥታ ወደ ትርሲት ቤት አመራ።

ሃያ አምስት

ሳይታወቀው ትርሲት የምትኖርበት አፓርትመንት ደረሰ። ለምን እንደዚህ ባስቸኳይ እንደጠራችው ለማወቅ ቸኩሏል። ለምን እንደሆነ አላወቀም በጭንቅላቱ የሚመላለሰው ሜላት መጥፎ ነገር እንደደረሰባት ነው። የስራ ስዐት ስለሆነ ከመኪና ማቆሚያው ብዙ መኪኖች አይታዩም። አፓርትመንቱ መግቢያ አጠገብ አቁሞ ደረጃውን እሮጥ እያለ ወጣ። የቤቱን ቁጥር ካየ በኋላ ለማንኳኳት በሩን ቀስ ብሎ ነካ እንዳደረገው *"ሁ ኢዝ ዚስ"* ብላ መልሱን ሳትጠብቅ በሩን ስትከፍትለት እዚያው በሩ አጠገብ ሆና የምትጠብቀው ይመስላል። "እንዴ ሰላም ነው ትርሲት? በሩን እኮ ነካሁት እንጂ አላንኳኳሁም። በሩ አጠገብ ቆመሽ ነበር?" አለ። መረባበሽ በፊቱ ላይ ይታያል።

"በዚህ ስዐት ብዙ ሰው ስለሌለ የምሰማው የ*ፉትስቴፕ*(የዱካ) ድምጽ ያንተ ነው ብዬ ገመትኩ። ስለዚህ ፈጠን ያለ እርምጃ ስሰማ ደግሞ አንተ መሆንህ ገባኝ። ደርጃውን ስትወጣ እሮጠሃል አይደል? ለነገሩ አተነፋፈስህም ያስታውቃል። ብቻ አንተ መሆንህን ገመትኩ። ግባ፥ ግባ እንጂ" ብላ እንደተለመደው እቅፍ አድርጋ ሰላምታ ከተለዋውጡ በኋላ። "ና ተቀምጥ" ብላ ጀርባውን መታ እያደረገች አስቀመጠችው። "ቆንጆ ቁርስ ሰርቼአለሁ ላምጣ አይደል?" አለች እንደመሄድ እያለች።

"ትርሲት አትቀልጅ። አሁን መብላት አልመብላቴን የሚያገናዝብ ጭንቅላት የለኝም። ባስቸኳይ ለአስቸኳይ ጉዳይ ተጠርቼ እንዴት . . . ና ብለሽኝ መብላት እችላለሁ? ስለጠራሽኝ ጉዳይ መስማት እፈልጋለሁ። እንዴት ደንግጬ እንደመጣሁ አታምኚም። ደቅመንቶቼን በትኜ ነው የመጣሁ። መጀመሪያ ሜላት በህይወት አለች?" አለ እንባ የተናነቀው ይመስላል።

"ምነው ብሩኬ ካንተ በፊት ሜላትን የማውቃት እኔ ነኝ እኮ! እንደዝያ ብትሆን እኔን በዚህ መልክ ታገኘኛለህ። ዝም ብዬ እንደዚህስ እነግርሃለሁ?" አለች ኮስተር ብላ። "ግን ባሁኑ ስዐት ችግር ላይ ነው ያለችው። እንዴት ልንረዳት እንደምንችል አላውቅም" አለች ትክዝ ብላ። ብሩክ ድንጋጤው ትንሽ መለስ አለለት። የምትለውን ለመስማት ትኩር ብሎ እያያት ዝም አለ። "ባለፈው የነገርኩህ ሳምሶን የሚባለው ሁሉንም ነገር ከጅምሩ እስከ መጨረሻው ያውቃል። ካንተ ጋር የነበርኩ ጊዜ ሁለተኛ ቴክስት አድርጎልኝ ከተመቸኝ እንድደውልለት ነግሮኝ ነበር። ካንተ ጋር እንደተለያየን ደወልኩለት። አውቃለሁ አዲስ አበባ ለሊት ነው የሚሆነው። ግን እሱ ሁልጊዜ አምሽቶ ስለሚገባ ብዬ ማለት ነው። "ከሰው ጋር ነኝ ነገ ደውይልኝ እኔም እፈልግሻለሁ ለስራ ስላለኝ በማለዳ ከእንቅልፌ ተነስቼ ደወልኩለት። ብታይ እንቅልፍ አልወሰደኝም። ስጨነቅ ነው ያደርኩት። ሁሉንም ነገር ሪከርድ አድርጌዋለሁ። አንድ ላይ እንሰማዋለን" አለች ስልኳን እያስተካከለች። ብሩክ ምን እንደተፈጠረ ለማወቅ በጣም ቸኩሏል።

"ታንክ ዩ ትርሲት። አንቺ እኮ በችግር ደራሽ ነሽ" አለ ራሱን እየነቀነቀ ዞር ብሎ እየተመለከታት።

"የሜላትዬ ጉዳይ እኮ የኔም ጉዳይ ነው። አሁን ሪከርድ ያደረኩትን በደንብ እንስማውና ሲጨርስ ማድረግ ስላለብን ነገር እንነጋገራለን" ብላ ስልኳን ፊት ለፊት አስቀምጣ የቀዳችውን ከፈተችው።

"ሃሎ!"

"ሃሎ ሳምሶን ትርሲት ነኝ ደህና ነህ።"

"ምን ደህንነት አለ ያቺ ጓደኛሽ እያሯሯጠችን አይደል እንዴ። እኔ ሜላትን የማውቃት በቤት ልጅ እነቷ ሲሆን ጉንዳን እንኳ ቢነክሳት ካጠገቡ ትሄዳለች እንጂ ለመጉዳት የምትፈልግ አይመስለኝም ነበር። ለሰው መልስ

ስትሰጥ እንኳን የምትወስደው ጥንቃቄ የሚገርም ነበር። እኛን ታውቂንአለሽ አይደል? እንደዚያ ጓደኞችንን ጨርቅ ስታስጥለው ስንት ታግሰናታል። ምክንያቱም የምትጨክኝበት አይነት አይደለችም።ለነገሩ ሃይሌንም ይችን ልጅ በቃ ተዋት ብለነዋል። የሱ ጓደኞች እንደሰማሁት ከሆነ በጓደኛዋ ላይ ሌላም ግፍ ሰርተዋል። ይህን ሌላ ጊዜ ነው የምነግርሽ። እንዲያውም ይህ ጉዳይ ይመስለኛል ትዕግስቷን ያሟጠጠው።"

"ምነው ሳምሰንዬ አስጨነከኝ እኮ፧ ምን ተፈጠረ?"

ቅጂውን አቁማ "ቆይ ቡና ላምጣ" ብላ ተነስታ ሄደች። ብሩክ ብዙ ነገር አሰበ። ግን ያሰበው ነገር ሁሉ ሜላት ታደርገዋለች የሚል ግምት ስለሌለው ዝም ብሎ መስማቱን መረጠ። ትርሲት ቡናውን ለሱም ለሷም ቀድታ በታዋን ቀይራ ብሩክ አጠገብ ቁጭ ብላ ማዳመጣቸውን ቀጠሉ።

"ነገሩ ያስጨንቃል። ሃይሌ ይጨቀጭቃት እንደነበር ታውቂያለሽ አይደል? ዝርዝሩን ወደፊት እነግርሻለሁ። ብቻ እንዴት እንደሆነ ማንም ያወቀ የለም። ሆቴል ከያዙበት ክፍል በራሱ ሽጉጥ ገለው ጠፋች።"

"ዋት!! ሜላት ሀይሌን ገደለችው ነው የምትለው! ይህን አላምንም!"

ብሩክ በድንጋጤ ሳይታወቀው "ሊሆን አይችልም!" አለ ጮክ ብሎ። ሳይታወቀው ባወጣው ድምጽ ደንግጦ አይኑን ፍጥጥ አድርጎ ዝም አለ። አሁንም ቅጂውን ቆም አደረገችው።

"ብሩኬ እኔም ስሰማ በጣም ነው የጨህኩት። የሚገርም ነገር ነው" አለች ደገፍ እያለችው።

"እኔ ይሄ ነገር ፐራንክ (ቀልድ) ነው ምንድን ነው እያልኩ ነው" አለ ብሩክ አይኑ ፍጥጥ ብሎ። የሰማውን ነገር ለማገናዘብ እየሞከረ።

"እንስማው ብላ እንደገና ጀመረችው።"

"በጣም የሚገርመው እንዴት እንዳመለጠች ነው። የሆነ ሀገር ታየች ይባላል። እዚያ ሲሄዱ እሷ ሄዳ ይደርሳሉ። እነሱ ሲከተሉ እሷ ስትሮጥ በመጨረሻ አንድ ፍልቅልቅ ከምትባል ከአባይ ወንዝ በአስራ አምስት ኪሎ ሜትር እርቀት ላይ የምትገኝ ከተማ ድረስ በሚኒባስ ሄዳ ከዚያ ደግሞ

ሞጣ ድረስ አንድ ፒክ አፕ ይዛ እንደሄደች ከአንድ ቀን በኋላ ተሰማ። ከዚያ በኋላ የት እንደገባች ማወቅ አልተቻለም። የደህንነት አባላቱ ወደ ሱዳን ለመውጣት ስትሞክር እንይዛታለን ብለው መተማ ከተማ ሆቴል ይዘው መጠባበቅ ጀመሩ ማለት ነው። ከዚህ በኋላ ደግሞ የሰራችውን ፊንጣ አታምኝም።

እስከጎንደር ድረስ እንዴት በዚያ ለማመን በሚያስቸግር መንገድ አምልጣ እንደደረሰች ማንም አያውቅም። ከዚያ በኋላ ያለውን ግን ከሷ ጋር ሊያመልጥ የነበረ በወያኔ በከፍተኛ ወንጀል የሚፈልግ ሰው አሁን ተይዞ በወያኔ እስር ቤት የሚገኝ በዝርዝር ተናግሯል። ምናልባት እውጭ የሚገኘው እጮኛዋ በህቡዕ ተደራጅተው ከሚያበጣብጡ አንዱ ውስጥ እንዳለና በአመራር ደርጃም እንደሆነ አንቺም ታውቂያለሽ። የድርጅቱ ክንፍም በዚህ በሰሜን አትዮጵያ ችግር እየፈጠረ መሆኑ ይታወቃል። ምናልባት በሱ በኩል እርዳታ እያገኘች ይሆናል የሚል ጥርጣሬ ስላለ ያንን ማጣራት ያንቺ ስራ ይሆናል ማለት ነው።

የብሩክ ስም ሲነሳ ሁለቱም በመገረም ተያዩ። ንግግሩን ማቆም ስላልፈለጉ ሁለቱም አንገታቸውን እየነቀነቁ እንዲቀጥል ተስማሙ።

"ምንም ችግር የለም ሳምሶን። የምችለውን ሁሉ አደርጋለሁ። ግን እሷ አሁን የት እንዳለች ይታወቃል?"

ይታወቃል። ምን መሰለሽ። ጎንደር እንደገባች አንድ አነስተኛ ሆቴል ውስጥ አልጋ ይዛ ነበር። እዚያ ስትቀመጥ አባረዋን የተያዘውን፣ ግደይ ይባላል፣ የትግራይ ሰው ነው ትተዋወቃለች። ይህን ሰው ሆቴሉ ውስጥ ሲወጣ ሲገባ ታየውና ስለሱ ማጥናት ትጀምራለች። እራሱን እየቀያየር ደበቅ እያለ ሲሄድ ስላየችው የሚሸሸው ነገር እንዳለ ይገባታል። እየተከታተለች በደንብ ካጠናችው በኋላ ሰላምታ መለዋወጥ ይጀምራሉ። የሚገርመው እራሷን ቀይራ የገጠር ሰው መስላለች። ግደይ እስከ መጨረሻው ድረስ የአዲስ አበባ ልጅ መሆኗን አላወቀም።

"ስልኩን ቅጂውን ቆም አድርጋ አር ዩ ኦኬ ብሩኬ? " አለች ክንዱን አንስታ አንገቷ ላይ አድርጋ ብብቱ ስር ሽጉጥ እያለች።

"ይገርማል፥ የምሰማው ነገር ልብ ወለድ ጽሁፍ ወይስ በህልሜ ነው እያልኩ ነው። ብቻ ተጎጂ ሰው የሚወስደው የእርምጃ መጠን አንዳንድ ጊዜ የተፈጸመበትን በደል ይጠቁማል። ሜላትን አውቃታለሁ። ስለ ሰው ልጅ መብት ያላት አመለካከት ጥልቅ ነው። ሃቀኛና ሰውን ለመርዳት ወደኋላ የማትል እንጂ ያለአግባብ በሰው ላይ . . . " ብሎ ንግግሩን ሳይጨርስ

"አውቃለሁ፥ ለኔ ነው የምትነግረኝ? እንቀጥል በቃ" ብላ ማዳመጣቸውን ቀጠሉ።

ግደይ የሚያወራው ሰው ይፈልግ ስለነበር ሜላትን ሲያገኝ በጣም ደስ አለው። በአጭር ጊዜ ውስጥ ተግባቡ። እዚህ ሆተል ከአስር ቀን በላይ ተቀምጣለች። ወደ ሱዳን ለመሄድና ከዚያ ደግሞ ወደ አርብ ሃገር ለመሄድ እንደምትፈልግ ለግደይ ታስረዳዋለች። እሱም ወያኔዎች ሊያስሩት በከፍተኛ ደርጃ እየተፈለገ እንደሆነና ወደ ውጭ መውጫ መንገድ እየፈለገ መሆኑን ሁሉንም ነገር በዝርዝር ያስረዳታል። በቂ ገንዘብ እንደሌለው ስላወቀች፣ ለሱ የሚከፈለውን ግማሹን እንደምትረዳው ስትነግረው ቀደም ሲል የሚያውቀው ሰው ስለነበረ በሱ በኩል ወደ ሱዳን የሚወስዳቸው አፈላልጎ ያገኛል። ምን መሰለሽ ትርሲት እንደሰማሁት ከሆነ ህወሀት ውስጥ የሚሰሩ ዘመዶቹ ሽፋን እየሰጡት እንጂ ግደይ ድሮውኑ ይያዝ ነበር የሚባል ጥርጣሬ አለ። ግደይ የመቀሌ ሰው ሲሆን፣ አባቱን ህወሃቶች ከደርግ ጋር ትሰራ ነበር ብለው ለረጅም ጊዜ ጥምድ አድርገው ይዘዋቸው ነበር። ግደይ እንደሚለው አባቱ የህወሃትን ፖለቲካ ስለሚቃወሙ እንጂ ተራ የመንግስት ሰራተኛ እንደነበሩ ነው። በኋላም አባቱ ወያኔን መቃወማቸው እየጨመረ ሲመጣ፥ አንድ የወያኔ አባል በመኪና ገጭቶ በቂ ህክምና እንዳያገኙ ከዚያም እንዲሞቱ ካደረገ በኋላ ተገጭተው እንደ ሞቱ አስወራ። ግደይ ገዳዩ ይመርመርልኝ በማለት ከሶ እስከ አዲስ አበባ ድረስ ይግባኝ ብሎ ሄዶ እንደነበር ቀደም ሲል ሰምቻለሁ። ክሱን አቁም ቢሉትም አላቆምም ስላለ ወያኔዎች ኤርትራ ውስጥ ካለ ተቃዋሚ ቡድን ጋር ግንኙነት አለው በሚል ሽፋን ማሳደድ ይጀምራሉ። የግደይ አባት በትክክል ህውሃትን አይወዱም ነበር። አባቶቻችን የሞቱላትን ሃገር በዘር ሸንሽነው ሊያጠፏት ነው እያሉ በድፍረት ይናገሩ ነበር ይባላል። የሚገርምሽ ግደይ አያቱ ደግሞ በአድዋ

ጦርነት ጊዜ ከፍተኛ ጀብዱ ያስመዘገቡና የግራአዝማችነት ማዕረግ የነበራቸው ትግራይ ውስጥ የተከበሩ አርብኛ ነበሩ ይባላል። ታውቂያለሽ እኛም እኮ በውስጣቸው ያለውን ሙሉ መርጃ አይሰጡንም። አንዳንድ ጊዜ መጠጥ ላይ ድንገት ያመልጣቸዋል ወይንም ለስራ ጉዳይ መንገሩ ግዴታቸው ካልሆነ በስተቀር። ብቻ ሜላትና ግደይ በለሊት መተማ ገብተው በለሊት ከመተማ ወጥተው ጉዞ ወደ ሱዳን ይሆናል። ግደይ እንደሚለው ልጅቷ ቅን ጥሩ መንፈስ ያላት ብቻ ሳትሆን ጎበዝ የምታደርገውን የምታውቅና በጥንቃቄ የምትፈጽም ናት። ካንድም ሁለት ጊዜ ደበቅ ብላ ስልኳን አይታ ጨዋታችንን አቋርጣ ካጠገቤ ስትሄድ፥ ይህቺ ልጅ የወያኔ ሰላይ ትሆን ይሆን እንዴ? ብዬ ተጠራጥሬአለሁ። በተለይ ገላባት ልንደርስ ትንሽ ሲቀረን ደበቅ ብላ ስልኳን ካየች በኋላ የመደናገጥ ፊት አይቼባታለሁ። እንዲያውም ካለፈ በኋላ ነገሩን ሳስታውስ የሚገጥመንን ቀድማ የሰማች ይመስለኛል ብሎ ሲናገር ሁሉም ደህንነቶች ሊሆኑ ይችላል የሚል ግምት ነበረው።አንድ ግዜ ትርሲት ስልኩን ያዢው ቤቴን የሚያንኳኳ ሰው አለ።"

እንደገና ትርሲት ቅጇውን ቆም አድርጋ። ብሩክን ቀና ብላ ስታየው፥ ብሩክ በፊቱ ላይ ከፍተኛ ሃዘን ይታያል። "ስማ ብሩክ ሜላትን መርዳትና ከዚህ ችግር ማውጣት እፈልጋለሁ ግን ይህን ለማድረግ አቅሙ አለን ወይ? የሚለውን ሳስብ ደግሞ በጣም ያስጨንቀኛል" አለች አይን አይኑን ቀና ብላ እያየችው። "መቸም ከመሃከላቸው ጥሩ ሰው አይጠፋም ብዬ እገምታለሁ። እረድተዋት እ . . .ብቻ እግዚአብሄር ይጠብቃት" አለች። ልትናገርው የፈለገችውን ደበስበስ አድርጋ ስታልፈው ልብ ላለ ምን ማለት ፈልጋ ነው ያስብላል። ብሩክ ትርሲትን ትኩር ብሎ አያት። ሊናገር የፈለገው ነገር ቢኖርም መስማት የጀመረውን መጨረሻ ማወቅ ስለጓጓ ሌላ ወሬ ጣልቃ ማስገባት አልፈለገም።

"እስኪ እንስማውና የምንችለውን እናደርጋለን። ውስጤ ልነግርሽ ከምችለው በላይ እየተረበሸ ነው" አለ

ብሩኬ መረባበሽማ አያስፈልግም" ብላ አንገቱን እቅፍ አድርጋ ወደሷ ሳብ አድርጋ ትከሻዋ ላይ ደገፍ እንዲል አደረገችው። ለማጽናናት ይመስላል

ግን ደግሞ ትርሲት ልትቆጣጠረው ያልቻለችው የራሷ የተቀላቀለ ስሜት አለ። ይህም ባህሪዋ ለብሩክ እየተለመደ መጥቷል። መስማቱን ቀጠሉ።

"ይቅርታ ትርሲት። የሆኑ ሰዎች ቤት ተሰስተው ነው በር እያንኳኩ ነበር።"

"ምንም አይደል ሳሚ። በጣም የሚገርም ነገር፣ ስለሜላት ነው ወይስ ስለ ሌላ ሰው የሚነግረኝ እያልኩ ነበር።"

"የት ላይ ነበር ያቆምኩት? አዎ ከመተማ ተነስተው ገላባት፣ ከጋላባት ደግሞ ካርቱም እንዲገቡ ሁሉ ነገር ተስተካክሎላቸዋል። ይህ የሚቀነባበረው በኢትዮጵያውያንና የሱዳን ሰዎች ማለትም እስማግለርስ በሚሏቸው በኩል ነው። ድንበር ላይ የሚሰሩ ሰውችን በተለያየ ጥቅሞች በመደለል የያዟቸውን በርካታ ስደተኞች ያለምንም ችግር እንዲያልፉ ለማድረግ ተስማምተው ነበር። ግን ገላባት ላይ ችግር ተፈጠረ። በወያኔዎች እጅ ወደቁ። ይህም የሆነው መተማ ሆነው ሜላትን የሚጠባበቁ ደህንነቶች የትኛው ስማግለር ይዟት እየሄደ እንደሆነ ከነስሙ በተጨማሪም ግደይ የሚባለው በነሱ ሊስት ውስጥ ያለ አብሮ ከዚህ ግሩፕ ጋር እንዳለ ይደረስበታል።

ለስማግለሩ ይደውሉና ይዘሃቸው ከምትሄዳቸው ውስጥ አንድ ወንድና አንድ ሴት ስማቸውን ጠቅሰው በከፍተኛ ወንጀል የሚፈልጉ ስላሉ ገላባት ላሉ ኢምግሬሽን ሰወች እንድታስረክብ ብለው ከከፍተኛ ማስጠንቀቂያ ጋር ይዙታል። የሚገርመው እነዚህ ድንበር ላይ ያሉ ወታደሮች ከስመግለሮች ጋር የጥቅም ግንኙነት አላቸው። ሜላት ለግደይም ሆነ ለስመግለሩ ስሟን ቀይራ ስለሆነ የተናገረችው ሜላት ሲባል ዝም ትላለች። ግደይ ግን ይያዛል። በዚህ ግርግር ለሽንት እንደሚወርድ መስላ ሹልክ ብላ ትሰወራለች። ፈጠን ብላ አንድ ለፍተሻ የቆመ የሱዳን ታርጋ ያለው መኪና ላይ በምን እንደተስማማች አይታወቅም ተሳፍራ ትሄዳለች። ማንም ልብ ብሎ ያያት የለም። ከዚያ ካርቱም ገባች። አሁን ደግሞ የተሰማው ዩጋንዳ እንደገባች ነው። ዩጋንዳ እንደገባች የኢትዮጵያ መንግስት እያሳደዳት እንደሆነ አሳውቃ የሚረዳት የእርዳታ ድርጅት ስላገኘች ጉዳት እንዳይደርስባት ድርጅቱ ሆቴል ውስጥ አስቀምጧታል የሚል መረጃ ደህንነቱ አገኘ። ከሃያ ቀን በላይ ፍለጋ በኋላ

ያረፈችበት ሆቴል በወያኔ ስለተደረሰበት አፍነው ለማምጣት ዝግጅት ላይ ናቸው እልሻልሁ። እንግዲህ እግዚአብሄር ይርዳት። እኛም ያንቺ ጓደኛ ስለሆነች ብዙ ጉዳት እንዳይደርስባት ለማድረግ እንሞክራለን። የኛ ጉዳይ ስለሆነ በጥንቃቄ እንከታተለዋለን። በይ ትርሲት ነገሩን ሳልጨርስልሽ ብዬ ነው እንጂ ከምሄድበት በጣም ዘግይቻለሁ። የቀረውን ሌላ ግዜ እናወራለን። የተሰጠሽን ስራ ግን እ . . . በይ ትርሲት ቻው ደውይ ሲመችሽ።

"ስለ ሁሉም ነገር በቃ በሌላ ቀን እንነጋገር ። በጣም አመሰግናለሁ ሰላም ሁን ሳሚ"

ቅጂውን አዳምጠው እንደጨረሱ ትርሲቲም ሆነ ብሩክ ምንም ነገር አላሉም በየግላቸው ሃሳብ ውስጥ ሆነው ለጥቂት ጊዜ ያህል ጸጥ ብለው ቁጭ አሉ።

ሃያ ስድስት

ያረፈችበት ሆቴል ካምፓላ ኢንተርናሽናል ይባላል። የሚገኘው ካምፓላ ከተማው ውስጥ ሲሆን በአካባቢው ብዙ ትላልቅ የንግድ ድርጅቶችና የመንግስት መስሪያ ቤቶች አሉ። *ፓርላመንት ኦፍ ኡጋንዳ፣ ሲቲ አውቶሪቲ፣ ኢንዲፐንደንት ሞኑመንትና፣ ቶታል ሲቲ ሴንተር* የመሳሰሉት ካለችበት ሆቴሉ ብዙም አይርቁም። እዚህ ሆቴል ከገባች ወር ገደማ ይሆናታል። መጀመሪያ እንደገባች በጥንቃቄም ቢሆን ወጣ ብላ ትመለስ ነበር። አሁን ግን አንዳንድ አጠራጣሪ የሆኑ እንቅስቃሴዎች በአካባቢዋ እየታዩ ስልሆነና ከፍተኛ ጥንቃቄ እንድትወስድ ስለተነገራት ብዙም ከሆቴሉ እርቃ አትወጣም። ብትወጣም ምግቧን ለመግዛት ብቻ ሲሆን እርቃ አትሄድም። ብዙ ጊዜ ከሁለት እስከ ሶስት ቀን የሚሆን ምግብ ስለምትገዛ፥ በሶስት ቀን አንድ ጊዜ ብትወጣ ነው። ሜላት ምንም እንኳን አሁንም ከፍተኛ ስጋት ቢኖርባትም፥ ካሳለፈቻቸው የሰቆቃ ቀናቶች አንጻር ሲታይ ይህኛው ምቾት ብቻ ሳይሆን ደህንነቷን በተመለከተም ቢሆን የተሻለ ሆኖ አግኝታዋለች።

ብዙ ጊዜ ከእንቅልፏ ስትነቃ የት እንዳለች ይጠፋባትና ግራ ተጋብታ ጣራ ግድግዳውን ታያለች። ሆቴል ውስጥ ለዚያውም ከኢትዮጵያ ውጭ መሆኗን ስታውቅ ለማመን ትቸገራለች። አንዳንድ ጊዜ እቤቷ ያለች እየመሰላት እናቷ ጉድ ጉድ ሲሉ የሰማች ይመስላታል። "ሜላት ተነሽ እረፈደ፥

ቁርስ አትበይም?" የሚል የናቷን ድምጽ ትሰማለች። ይህ ሲሆን ከተኛችበት ተንስታ አልጋዋ ጫፍ ላይ ቁጭ ብላ ታለቅሳለች።

የሚያስጨንቋትን ነገሮች ላለማስታወስ በተቻላት መጠን የተለያዩ ነገሮች ስትሰራ ትውላለች። ኤደንን በተመለከተ ማሰብ የምትፈልገው የዱሮዋን ኤደን እንጂ ያቺን ሆስፒታል አልጋ ተኝታ ያየቻትን አይደለም። ልትቋቋመው ያልቻለችው ለመጨረሻ ውሳኔዋም ቃታ እንድትስብ ያደፋፈራት የቅርብ ምክንያት የሷ ጉዳይ ስለሆነ። ትተርፋለች፣ በህይወት ትኖራለች የሚለውን ብቻ አይምሮዋ በግድ እንዲቀበል የማታደርገው ሙከራ የለም።

መጨረሻ ላይ ደግሞ የስደት ጓደኛዋን፣ መካሪና እረዳቷን ግደይን በሉባት። ይህን ስታስታውስ "ጥሩ ሰንጋ እየመረጠ እንደሚያርድ የሰንጋ ነጋዴ ለሃገሩ ለወገኑ የቆመውን እየመርጡ አሳደዱት ጨረሱት አይደል እንዴ እነዚህ ሰዎች" ትላለች። ስለ ግደይ ስታስታውስ በጣም ያሳዝናታል። ከግደይ ጋር ብዙ አውርተዋል። በጣም ቅንና የዋህነቱን ትወደዋልች። ግደይ ወያኔ የሚያራምደው የብሄር ፖለቲካ ለትግራይ ህዝብ ምንም ጠቀሜታ እንደሌለው ይናገራል።

አንድ ቀን ስለራሱ ቤተሰብ የነገራት ትዝ አላት። 'አባቴ በግብርና ሚንስተር ውስጥ ተቀጥሮ ሲሰራ የተለያየ ቦታ ስለሚመድቡት አብረነው እኛም እንሄዳለን። የትም ቦታ ይሁን የት ከየት መጣችሁ የሚለን አልነበረም። እኔም ትምህርት ቤት ስሄድ ጓደኛ ለማፍራት ጊዜ አይወስድብኝም። በሰላም ኖረን ደግሞ ሌላ ክፍለ ሃገር እንቀየራለን። ችግር የለም። እሺ አሁን በዚህ የጎጥ ፖለቲካ ዘመን እዚሁ ትግራይ ወይም አዲስ አበባ ካልሆነ በስተቀር የት ቦታ ሄጄ መኖር እችላለሁ? ታዲያ ይህ ማንን ይጠቅማል? ሰው በአስተሳሰቡ ሳይሆን በዘሩ ከተደራጀ እኮ ለስራ ብቃት መለኪያው እውቀት ወይም ልምድ መሆኑ ቀርቶ ዘሩ ይሆናል ማለት ነው። ይህ ደግሞ ስራን ይበድላል፣ ግጭትም ይፈጠራል፣ ሃገርም ደካማ ትሆናለች። በመጨረሻ ለጋራ ጠላቶቻችን መፈንጫ እንሆናለን ማለት ነው። ይህን ባስታወሰች ቁጥር "ሳይነገርላቸው ያለቁት የውስጥ አርበኞችን ቤት ይቁጠራቸው" ትላለች።

ሜላት የሚያሳድዷት ጠላቶቿን ጠንቅቃ ታውቃቸዋልች። በተቻላት አቅም ሁሉ ከነሱ ለመራቅ የምትችለውን ሁሉ እያደረገች ነው። መድረሻዬ

የት ነው ብላ ስታስብ ደግሞ፥ አንድ እውስጧ የተቀበረ ነገር አለ። እሱም ይህ ለመሮጥ አቅም የሰጣት መነሻና መጨረሻዋ የሚያጠነጥንበትን ተስፋ ስላደረገች ነው። ስለብሩክ ያላሰበችበት ጊዜ የለም። በዚያ ባጣብቂኝ ሁኔታ እያለች እንኳን ስለሱ ማሰብ አላቆመችም። ብሩክ ካቅሙ በላይ ሆኖ እንጂ በሷ ጨክኖ ወይንም በሌላ ለውጦኝ አይደለም የሚል ሙሉ እምነት አላት። ትዳር መስርቶ በሚስቱ በልጆቹ ፍቅር ታጥሮ ይሆናል። በሷና በብሩክ መካከል የነበረውን ፍቅር ግን ፍቅርን በማያውቁ ንዋይ አፍቃሪዎች ቢነጠቁም፣ ብሩክ ከሷ ጋር ለነበረው ፍቅርም ዘለቄታዊ ቦታ ይሰጠዋል ብላ ታምናለች። በተመሳሣይ በኔም ውስጥ ዘላለማዊ ስለሚሆን ትዝታውን ለዘመናት ይዤው እንድዘልቅ ያደርገኛል የሚል የተስፋ ስንቅ ሰንቃለች። ብሩክ ኬኒያ በነበረ ጊዜ ወደ ዩሮፕ ማለትም ጀርመን እንደሚሄድ ስለነገራት አሁንም ዩሮፕ እንደሚኖር ትገምታለች። ስለሆነም ለጥገኝነት ያመለከተችውም ዩሮፕ ሲሆን ወደ እንግሊዝ አገር ለመሄድ የቀራት አንድ ሳምንት ብቻ ነው።

የሚረዳት ድርጅት የሰጣት ላፕ ቶፕ አላት። ሜላት አብዛኛውን ጊዜዋን የምታሳልፈው እክፍሏ ውስጥ ኮምፒውተር ላይና ምግቧን በማዘጋጀት ነው። ብሩክን *'ጉግልን'* የመሳሰሉ *ሰርች ኤንጅን* (አፈላላጊ ዌብሳይት) ተጠቅማ ለመፈለግ ሞከረች። *'ፒፕል ሰርች ዩሮፕ' ዌብ ሳይት* የመሳሰሉትን በመጠቀም ሊሄድባቸው ይችላል ብላ የገመተቻቸው ሀገሮችን ማፕ አውጥታ እያየች በሁሉም ከተሞች ውስጥ ፈለገች ግን አልተሳካም። በመጨረሻ በዓለም አቀፍ ደርጃ የሚያፈላለግ ዌብ ሳይት መሞከር ጀመረች። ካናዳ ተመሳሳይ ስም አግኝታ ነበር። የተሟላ አይደለም። አጠራጣሪና ቆየት ያለ መረጃ ሆነባት። ሰሜን አሜሪካ ውስጥ ያልተሟላ ግን ከሱ ጋር ተመሳሣይነት ያለው የተቆራረጠ መርጃ እያገኘች ነው። ብዙ ተመሳሳይ ስሞች ስላሉ በሶስተኛ ስምና በእድሜ ሰፋ አድርጋ እይሞከረች ፍለጋዋን ቀጠለች።

ሜላት ብሩክን አገኘዋለሁ የሚለው ተስፋዋ እየጨመረ መጥቶ ነበር አሁን ደገሞ እሷ አውሮፓ ነው ስትል ዱካው ወደ አሜሪካ እያመለከተ ስለሆነ አጋጣሚው አሳዝኗታል። ሌላው ደግሞ የትም ቢኖር እድሏ ቀንቷት ብታገኘው በምን መልክ እየኖረ ይሆን የሚለውን ለማወቅ ከፍተኛ ጉጉት አላት። ብሩክ አሁን ያለበት የኑሮ ሁኔታ ለሷ የወደፊት የስደት ኑሮዋ ወሳኝ

ሚና እንዳለው ታምናለች። ከብሩክ ተለይቶ መኖር ትርጉም ያለው መስሎ አይታያትም። መለየቷ እውን መሆኑ የማይቀር ከሆነ ግን ካሁን በኋል የምትጀምረው የፍቅር ጉዞ ውሀ እየጠጡ ጥምን ያለመቁረጥ እንደማለት ነው ለሷ። አንድ ሰሞን ኢትዮጵያ በነበረችበት ወቅት ብሩክን የማግኘቱ ተስፋ እየተሟጠጠ ሲመጣ ለጥቂት ጊዜ ያህክል ጓደኛም ይዛ ሞክራው ነበር። ያንንም ከሁለቱ ፍቅረኛሞች አቅም ውጭ የሆነ ሃይል በድጋሚ አከሰመው። እሱም ዘለቄታ ያልነበረው ወይም በአጭሩ ስለተቀጨ አላጣጣመችውም። ስትጀምረውም ምን አልባት መንፈሷን ትንሽ ያረጋጋው ይሆን እንደሆነ እንጂ ብሩክን ይተካዋል የሚለውን ለመቀበል ትቸገር ነበር። አይምሮዋ በብሩክ ዙሪያ እያጠነጠነ እንደነበረ የተረዳችው ከአዲሱ ፍቅረኛዋ ግንኙነቷ ሲያቆምና እንደገና ትዝታዋ ወደ ቀድሞ ፍቅረኛዋ ሲነጉድ ስትገነዘብ ነው።

ከኢትዮጵያ እሷን ለመያዝ የመጡ የኢሃድግ ደህንነቶች አጠገቧ ያለ ሆቴል አርፈዋል። ሜላትን ቀንና ለሊት እየተከታተሏት ሲሆን ባደረጉትም ጥረት ወደ ሌላ ሃገር የምትበርበትን ቀን ማወቅ ቻሉ። እቅዳቸውም ካጋጠማቸው ከሆቴሉ ወጣ ስትል አፍኖ መውሰድ፣ ያ ካልሆነ ግን ወደ አውሮፕላን ማረፊያ ስትሄድ ለመያዝ ነው። በምትበርበት ቀን አይሮፕላን ማረፊያ የሚያደርሳትን ሰው በገንዘብ በመደለል አሳልፎ እንዲሰጣት ማድረግ፣ እራሳቸው ለማድረስ መሞከር፣ በማስገደድ ከተሳፈረችበት መኪና ማስወረድና ወደ ኢትዮጵያ ይዘዋት ለመግባት ነው። ይህንንም ለማመቻቸት ሜላት ያረፈችበት ሆቴል በተደጋጋሚ በመግባት አስፈላጊውን ዝግጅት አድርገዋል።

የለንደን ጉዞዋ ከሶስት ቀን በኋላ ሲሆን በረራዋ የሚጀምረውም ሀሙስ ከጥዋቱ ስምንት ስዐት ተኩል መሆኑን ኮንፈርም አድርጋለች። ሜላት ብሩክን መፈለግ አላቋረጠችም። እሱ ሊሆን ይችላል ብላ የገመተችው አብዛኛውን ያስቀመጠችውን መመዘኛ የሚያሟል አሜሪካ ቨርጂኒያ ስቴት ውስጥ አግኝታለች። ስሙ፣ እድሜው ትክክል ይመስላል ግን አንድ የሰባት አምት፣ ሌላ ደግሞ የሶስት አመት ልጅ፥ ሌላዋ ሴት ደግሞ የሱ እኩያ የምትሆን የሰላሳ አምስት እድሜ ያላት መሰረት የምትባል ጋር ቤተሰብ እንደሆኑ በአንድ አድራሻ እንደሚኖሩ ያሳያል። የሷን መመዘኛ ያላሟላው ነገር የሰባት አመት ልጅ ቤተሰቡ ውስጥ መኖሯ ነው። ብሩክ

እውጭ የቆየበት ጊዜ ግን አምስት አመት ብቻ ነው። ከካናዳው መረጃ ጋር ለማመሳሰል ስትሞክር። ካናዳ በነበሩ ጊዜ አንድ ልጅ እንዳላቸው ያሳያል። በትክክል እሱ ከሆነ አሜሪካ ከመጡ ሶስት አመታቸው አካባቢ እንደሚሆን ገመተች። አሜሪካ ከገቡ አድርሻ አልለወጡም የሰባት አመቷ ልጅ የዘመድ ልጅ ወይንም ከብሩክ የማትወለድ መሆን አለባት። ይህ ከሆነ ደግሞ ከሃገር በወጣ ቢያንስ በሁለት ዓመት ውስጥ ግንኙነት ጀምሯል ብላ ደመደመች። ልቧ በጣም መታ። እጇ እየተንቀጠቀጠ አልታዘዛት አለ። ኮምፒውተሩን ትታ ሄዳ አልጋዋ ላይ በደረቷ ተወርውራ ተኛች። ትራሱን አንስታ እራሷ ላይ ጭና በትራሱ ውስጥ ተቀበረች። ሁሉም ነገር በአይነ ህሊናዋ መጣ። ያቺ የመጨረሻ ቀን ከብሩክ ጋር ተቃቅፈው የተላቀሱት፥ አይኖቹ በእንባ ተሞልተው ሜላት እንገናኛለን የሚለው ቃል ደግሞ ደጋግሞ በጆሮዋ ያቃጭላል። እናቷ፣ ኤደን፣ ትርሲት፣ መላኩ፣ ሃይሌ፣ ግደይ በሃሳቧ ተከታትለው መጡ። "ው . . .ይይ . . .!" አለች ጮክ ብላ። ትራሱን ካናቷ ላይ አሽቀንጥራ ጣለችው። ካልጋው ላይ ብድግ ብላ መታጠቢያ ቤት ገብታ ፊቷን ታጠበች። በሩ ላይ በግንባሯ ድፍት ብላ ጸለየች። ስለሁሉም ነገር ይቅር እንዲላት፣ ጥንካሬ፣ ትግስት እንዲሰጣት ፈጣሪውን ተማጸነች።

ከአዲስ አበባ ከቤቷ ከወጣች ለመጀመሪያ ጊዜ እራሷን ልብ ብላ በመስታወት ተመለከተች። መታጠቢያ ቤት ውስጥ ትልቅ መስታወት አለ። ፊቷን ስታይ ሌላ ሰው የምታይ መሰላት። በጣም ተጎሳቁላለች። ጉንጮቿ ወደ ውስጥ ተስርጉደዋል፣ ጥቁርቁር ብላለች፣ ያይኗ ቆብ ከስሩ ዙሪያውን ጠቁሯል። አይኖቿ ቀልተዋል። ሰፋ ያለ እረጂም ቤት ለቤት የሚለበስ ቀሚስ ለብሳለች። ከመስታወቱ እራቅ ብላ ሙሉ አቋሟን ስታይ፥ ጸጉሯ ተመሰቃቅሎ በዚያ አለባበሷና የተጎሳቆለ ፊቷ ሲታይ የታመመ ሰው አስመስሏታል። እራሷን ጥላለች። ይህን ስታይ ድንጋጤዋ ከፊቷ ይነበባል። በመስታወት እራሷን ማየቷ የጸጸታት ይመስላል። ደግማ ማየት አልፈለገችም። ወዲያው ከመታጠቢያ ቤት ወጥታ ወንበር ላይ ተቀምጣ እራሷን ለማጽናናት ሞከረች።

የተለያዩ የኢትዮጵያውያን ዌብሳይት ስታይ ውላና አምሽታ እሁድ ለሊት የብሩክን ስም ከነ ፎቶው *ኢቲዮጵያን ቢዝነስ ፔጅ* ላይ አገኘችው። ገና ፎቶውን ስታየው ኮምፒውተሯን አስቀምጣ ክፍሏ ውስጥ ከአንድ ጥግ ሌላው ጥግ ሳታቋርጥ ለአምስት ደቂቃ ያህል ተመላለሰች። በጣም

የተቀላቀለ ስሜት ውስጥ ገባች። ፍርሃት፣ ደስታና ጭንቀት። ዌብሳይቱን ተመልሳ በደንብ አየችው። የኢንሹራንስ ኤጀንት ይላል። ስልኩና አድራሻው አለ። ፎቶውን ደጋግማ አየችው፥ ብዙ አልተቀየረም። ሰውነቱ እንደጨመረ ያስታውቃል። ደጋግማ ፎቶውን ሳመችው። እቅፍ አድርጋው ቁጭ አለች። ስለሱ ያየችውን መርጃ ሁሉንም ነገር ጻፈቻቸው። ፎቶም አነሳችው። ወዲያውኑ መደወል ፈልጋ ነበር ግን የመደወያ ካርድ የላትም። በድብቅ የምትጠቀምበትን ስልክም ለመጠቀም ፈራች። አሜሪካ ስንት ሰዐት እንደሆነ ስታይ ደግሞ ገና ጧት ሆነባት። በምንም መንገድ ይሁን በማግስቱ ለመደወል ወሰነች።

ለብሩክ ለመደወል ቸኩላ ስለነበር በጧት ተነሳች። ሆቴሉን ስልክ ለመጠየቅ ፈልጋ የአለም አቀፍ ጥሪ ስለሆነ አይሰጡኝም ቢሰጡኝም ለአጭር ጊዜ ነው ብላ አሰበች። እሮጣ ሄዳ ሆቴሉ አጠገብ ካለችው ትንሽ ሱቅ የስልክ መደወያ ካርድ ገዝታ ተመለሰች። ስልኬን ብጠቀም ችግር ይኖረው ይሆን ብላ አመናታ ነበር። እዚህ ዩጋንዳ ውስጥ ወይም ወደ ኢትዮጵያ ካልሆነ ወደ ሌላ ሃገር ከሆነ ምን ችግር ይኖረዋል ብላ ስልኳን ተጠቅማ ለመደወል ወሰነች።

ከመደወሏ በፊት አማተበች። የካርዱን ቁጥር ስታስገብ ልቧ በሃይል መታ። በተደጋጋሚ ሞከረች፤ በመጨረሻ ስልኩ ተነሣ። በጣም ስለደነገጠች ትንፋሽ አጠራት።

"ሃሎ! ሃሎ! . . .ሃሎ! ሁ ኢዝ ዚስ? ካን አይ ሽልፐ?" አለ ብሩክ ግራ በመጋባት አይነት።

እንደምንም ብላ ድምጿን ከፍ አድርጋ "እ . . . ሰ...ላም ብሩክ ነህ . .. ?" አለች። እሱ እንደሆነ በድምጹ ለይታዋለች። በጣም ስለደነገጠች ድምጿ ተቆራረጠባት፣ ትንፋሽ ያጠራት መሰላት።

"አዎ ነኝ ማን ልበል?" የውጭ ስልክ መሆኑ ገብቶታል።

"ሜ...ላት፣ ሜላት ነኝ" በረጅሙ ተነፈሰች። በእጇቿ አማተበች።

"ሜላት!" ብሎ ከተቀመጠበት በድንጋጤ ሲነሳ እቃ ስለ ጣለ ሲንኳኳ ይሰማል።

"አዎ ሜላት ነኝ ከዩ . . .ጋንዳ፣ ከዩጋንዳ ነው የምደውልልህ። ደ . . . ህና ነህ ብ ሩ ኬ . . .?" አለች እንባ እየተናነቃት ስለሆነ ድምጿ እየተቆራረጠ።

ከዚህ በፊት ዩጋንዳ ገብታለች የሚለውን ስለሰማ እሷ መሆኗን እርግጠኛ ሆኗል።

እያለቀሰች እንደሆነ ስለገባው የሱም አይኖች እንባ አቀረዘዙ። "እኔ ይህን አላምንም። ሜላት! ሜላት ደህና ነሽ? *ኦማይ ጎድ!* እንዴት ነሽ?" አለ በረጅሙ እየተነፈሰ። በጣም ተረባበሽ። ግራ መጋባት ይታይበታል። "እኔኮ ለማመን ተቸገርኩ። ትንሽ የሰማሁት ነገር ስለነበር ስላንቺ እያሰብኩ ነው የደወልሽልኝ።" እንዳይቆጥርባት መልሼ ልደውልልሽ ማለት ፈልጎ ግን እንደገና የማያገኛት ስለመሰለው ተወው። የሚለው ነገር ጠፋው። ህልም ነገር መሰለው።

ብሩኬ እንዴት ነህ? ስራ፣ ኑሮ።" አይኗን ጭፍን አድርጋ ውስጧ እየተረባበሸ።

"እኔ በጣም ደንግጬአለሁ። እውነት የሜላትን ድምጽ እየሰማሁ ነው? ዋው! እኔ ስላንቺ ሳላስብ ውዬ ያደርኩበት ቀን የለም። አሁን ደግሞ እውነት ከኔዋ ከሜላት ጋር እያወራሁ ነው ወይስ በህልሜ ነው? እላለሁ። ለእግዚአብሄር የሚሳነው የለም። ሜለት እንዳይቆጥርብሽ እኔ ልደውልልሽ። አለ ልትቸጋገር ትችላለች ብሎ ስላሰበ።

"ግድ የለም በካርድ ስለምደውል ችግር የለውም። እስከሚያልቅ ድረስ ማውራት እንችላለን።"

"የሚገርም ነው ስልኬን እንዴት አገኘሺው?"

"አይ ብሩኬ ላንተ መቼም ማስረዳት አልሞክርም። እኛም ዘንድ ትንሽ የዘመኑ እርዝራዥ ቴክኖሎጂ ስላለ፥ የዲጂታል አቅም ቀላል እንዳልሆነ እየተገነዘብን መጥተናል። ዘመኑ የዲጅታል ዘመን ስለሆነ ሁሉ ነገር ባየር ላይ ነው። ማግኛ ዘዴውን ማወቅ ብቻ ነው የሚጠበቅብን። ዩሮፕ የምትኖር መስሎኝ ፍለጋዬን ወደዚያ አድርጌ ስለነበር አድራሻህን ለማግኘት ብዙ አድክሞኛል። እንዴት ነህ ብሩኬ? አሜሪካ መቸም ዘመድ ሳታፈራ አትቀርም። ያፈራሃቸው ቤተሰቦች እንዴት ናቸው?" ለመደባበቅ ብሎ ሌላ ነገር ይልና ልቀየመው እችላለሁ ብል ስለፈራች ነገሮችን ግልጽ ለማድረግ ስለፈለገች።

ሳያስበው ስለሆነ ድንግጥ ብሎ ዝም አለ። " እ . . .እ . . .ሜላት" ብሎ ንግግሩን ሳይጨርስ።

"ብሩኬ ምንም ነገር ቢፈጠር አንዳችም ነገር እንዳይሰማህ። እኔ የነበርክበትን ሁኔታ እረዳልሁ። እንኳን ድምጽህን ሰማሁ። እንኳን ከዚያ ካንዣበበብህ አደጋ ተረፍክ። እኔ ክፉህን መስማት ብቻ ነው የማልፈልገው" ብላ ጸጥ አለች። "በቃ የሩጫዬ መጨረሻ ይህ ነው" አለች በሃሳቧ። እንባዎቿ በሁለት ጉንጮቿ እየወረዱ የለበሰችውን ቲ ሸርት ላይ ሲንጠባጠቡ ዝም አለቻቸው። አይኖቿ በእንባዋ ተጋርደዋል። ለመጥረግም አልሞከረች። ብዥ ያለ ነገር ብቻ ነው የሚታያት። ተስፋ የመቁረጥ ሁኔታ ይታይባታል። ሁለቱም ለጥቂት ሰኮንዶች ጸጥ አሉ።

ብሩክም እሷም እራሳቸውን ለማረጋጋት እየሞከሩ የካርዱ ደቂቃ እስከሚያልቅ ድረስ አወሩ። በስደት ሰው ሲኖር እንዴት አጋጣሚዎች እንደሚፈጠሩ። ለሃገሩ አዲስ ሲኮን እንዴት ለአጋጣሚዎች ተገዢ እንደሚኮን ለማስረዳት ሞከረ። "ባቀድሽው ሳይሆን በተዘረጋው ሲስተም ለማለፍ ስለምትገደጂ ያረዳድሽ መንገድ ለእጣ ፋንታሽ ከፍተኛ አስተዋጽኦ አለው። እዚህ ላይ ገጠመኞችሽም ከፍተኛ ሚና ይጫወታሉ። ካለበለዚያ የተዘረጋውን ስርአት ለመረዳት ሳንሞክር እንደአደረገ ያድርገኝ ካልን ደግሞ የተወረወረልንን ንዋይ ይዘን መንደርደር ይሆናል። ወይ ደለል ላይ ወይም አለት ላይ መውደቅ ይሆናል። የስደት ኑሮ ብዙ ጊዜ እንደተጠበቀው አይሆንም። ነገሮች ቢሳኩ እንኳን የሚጎለው ነገር አለ። እየበሉ ያለመጥገብ አይነት። እያለ በቀልድ መልክ ሊገጥማት የሚችለውን ለመንገር ሞከረ።

በችግሯ ሊደርስ ባለመቻሉ ያሳደረበት ጸጸት ከፍተኛ እንደነበር የተረዳችው ይመስላል። ምንም እንኳን እንደሷ በሞትና ሽረት ውስጥ ባይሆንም ያሳለፋቸው ዓመታት ለሱ በጣም ፈታኝ ነበሩ። ችግሩን ለመፍታት አማራጮች ስላጣ ከራሱ ጋር እየታገለ መኖር ግዴታ ሆኖበት እንደነበረና ከሁለት የተከፈለ አካልን ለማስታረቅ የገጠመውን ፈተና ሊገልጽላት ሞከረ።

ሜላት ብሩክ የነገራትን ነገር ሁሉ አምና ተቀብላዋለች። እንደበደላት አድርጋ መውሰድ አልፈለገችም። እንዲያውም ለዚህን ያህል ጊዜ ለሷ ያለው ስሜት እንዳልተቀየረና እንደ ነበረ ሆኖ ያገኘችው አይነት ስሜት ተሰማት። የነበረበት ሁኔታ አስግድዶት የተከሰተ እንጂ ለሷ የነበረው ፍቅር ቀንሶ አይደለም ብላ ታምናለች። እንደ ክህደት መውሰድ የከፈለውን ዋጋ ቦታ ያለመስጠት መስሎ ታያት። ለሱ ብላ ብዙ ዋጋ ብትከፍልም ለዚያ

የሚመጥን ክፍያ አላገኘሁም ብላ ሚዛን ላይ ማስቀመጥ አልፈለገችም። ፍቅርን ለሰጣት መክፈል የሚገባትን ስለከፈለችና የህሊና ወቀሳ ስለማይኖርባት፥ ያንን እንደማጽናኛ ወስዳዋለች።

ብሩክ በትርሲት በኩል ስለሷ መጥፋት እንደሰማም ሆነ እንዳገኛት ማንሳት አልፈለገም። በስልክ ይህን ነገር ማንሳት ከጥቅሙ ይልቅ ጉዳቱ ያመዝናል ብሎ ስላሰበ። እየተከታተሏት እንደሆነ መስማቱንና ከፍተኛ ጥንቃቄ እንድታደርግ መከራት። በገንዘብም ሆነ በማንኛውም ነገር ለመርዳት ፈቃደኛ እንደሆነም ነገራት። በመጨረሻም "ፐሊስ ከነዚህ አውሬዎች እራስሽን ጠብቂ" እያለ ደጋግሞ ካሳሰባት በኋላ "ከቻልሽ ነገ ካልተመቸሽ ደግሞ እሮብ ደውይልኝ አደራ" አለ።

"በል ብሩኬ ማቆም ስላለብን እንጂ ወሬያችንን ብንቀጥል ደስታውን አልችለውም። ድምጽህን ስለሰማሁ በጣም ደስ ብሎኛል። ያለሁበት ሁኔታ እንደንገርኩህ አስቸጋሪ ስለሆነ እኔ እደውልልሃለሁ። ደህና እደር፥ እወድሃልሁ። አለች አልጋዋ ጫፍ ላይ ትክዝ ብላ ቁጭ እንዳለች።

"*ኣይ ላቭ ዩ* "አለ ብሩክ። ወንበሩ ላይ ደገፍ ብሎ በሃሳብ ስምጥ አለ። በተመሣሳይ ሁኔታ እንደተቀመጠ ንቅንቅ ሳይል ለግማሽ ስዐት ያህል ቆየ።

ሜላት የብሩክን ድምጽ በመስማቷ የተሰማት ደስታ ከፍተኛ ነበር። የሷ እንግልት እንዳለ ሆኖ፥ እሱም ቢሆን ያሳለፈው ጊዜ ቀላል እንዳልሆነ ስለተገንዘበች በጣም አሳዝኗታል። ሌላው ነገር ይህ ብልጭ ድርግም የሚል ተስፋ ደግሞ ጤና ነስቷታል። መጀመሪያ ያንን ውጣ ውረድ የበዛበት አስቸጋሪ ጉዞ አልፋ እዚህ የተስፋ ጭላንጭል ያለበት ደረጃ መድረሷ ትልቅ ስኬት ነው። ቢሆንም ዋናው ግቧ ለዚህ ለምትከፍለው ዋጋ ምክንያት የሆነውን ማሳካት ነበር። ይህንንም አቅም ያገኘችው በቋጠረችው ተስፋ ጉልበት ተሞልታ ስለነበር ነው። አሁን ግን ያ ተስፋ እየመነመነ መጥቷል። ብሩክ አሜሪካ ቤተስብ መስርቶ እየኖረ ሲሆን፥ እሷ ደግሞ ወደ አውሮፓ እየሄደች ነው። ምንም ማድረግ አትችልም። ልትመልሰው የማትችለው ሂደት ተከናውኗል። ያላት አማራጭ መቀበል ብች ይሆናል።

ሃያ ሰባት

በማግስቱ ለብሩክ ለመደወል ስትዘጋጅ የኢሃዲግ ደህንነቶች አጠገቧ ካለው ሆቴል ሆነው እሷን እየተከታተሏት ስለሆነ ከፍተኛ ጥንቃቄ እንድታደርግ መልዕክት ደረሳት። ካርድ ለምግዛት መውጣት አልፈለገችም። በተጨማሪም በስልክ ማውራቱ ለዚሁ ችግር ሊያጋልጠኝ ይችላል ብላ ስለገመተች፣ ለብሩክ ቴክስት አድርጋ፥ ለመደወል እንደማትችል ገለጸችለት። ትኬቷን በረራዋንና የምታርፍበትን ሆቴል በተመለከተ ሁሉንም ነገር ለብሩክ ቴክስት አደረገች። መለዕክቱን ካነበበ በኋል እንደ ደረሰው የሚያመለክት ምልክት ብቻ እንዲልክላት፥ ትንሽ ችግር እንዳለ ጠቆመችው። ለንደን እንደደረሰችም እንድምትደውልለት ነገረችው።

ሜላት ስለ ደህንነቶቹ አጠገቧ መኖር ስለሰማች በጣም ተረባብሻለች። ከክፍሏ ሳትወጣ ስለ ለንደን ከተማ ማውቅ የሚገባትን ነገር ኢንተርኔት ላይ በማፈላለግ እያነበበች ጊዜዋን አሳለፈች። በማግስቱም ለጉዞ እራሷን ስታዘጋጅ ዋለች። ወደ ሲክስ ፒ ኤም (ስድስት ስዐት) ከስዐት በኋላ በዚህ አገር አቆጣጠር የክፍሏ የውስጥ ስልክ ጠራ። በዚህ ስዐት ተደውሎላት ስለማያውቅ በጣም ደነገጠች። ላንሳው አላንሳው ብላ ትንሽ ካቅማማች በኋላ አነሳችው። እንግሊዘኛው የኡጋንዳ አክሰንት ያለው ይመስላል ግን ትንሽ ወጣ ያለ ነገር እንዳለው ያስታውቃል። ወደ አይሮፕላን ማረፊያ የትራንስፖርት ሰርቪስ እንደሚሰጥ ከነገራት በኋላ በስንት ስዐት መሄድ እንደምትፈልግ ጠየቃት። ፍላይቷ ከጥዋቱ ስምንት ስዐት እንደሆነ

ነገረቻቸው። እሱም ኤየር ፖርት ድረስ በጥዋት ትራፊክ ስለሌለ የአንድ ስዐት መንገድ መሆኑን ገለጸላት። ሲክስ ኤ ኤም ከሆቴሉ በር አካባቢ እንደሚጠብቃት ነገራት። ልታገኘው ከፈለገች እንድትደውልለት ስሙንና ስልክ ቁጥሩን ከሰጣት በኋላ *"ጉድ ናይ ሲ ዩ ቱም* (ደህና እደሪ፤ ነገ እንገናኝ)" አለ።

"ታንክ ዩ ፎር ኮሊንግ። ጉድ ናይት " አለች ሜላት። ግራ መጋባት ይታይባታል።

ሜላት መጀመሪያ የሆቴሉ የትራንስፖርት አገልግሎት (ሽትል) መስሏት ነበር። ከአነጋገሩ እንደተረዳችው በግሉ የሚሰራ ታክሲ እንደሆነ ተገነዘበች። ወዲያውኑ ሪሰፕሽን ሄዳ ማናገር ፈልጋ ነበር። ሃሳቧን ቀይራ በማግስቱ ለማጣራት ወሰነች።

የኢሃድግ ደህንነቶች ጠለፋውን ለማከናውን የሚያስፈልጋቸውን ሰው አፈላልገው አግኝተዋል። በውስጥ ስልክ ደውሎ ለሆቴሉ እንደሚሰራ በመምሰል ወደ አይሮፕላን ማረፊያ ይዟት የሚሄድበትን መንገድ እንዲያመቻች ገለጻ አደረጉለት። ለዚህም ስራ የሚከፍሉትን ገንዘብ መጠን ሲነግሩት ከጠበቀው በላይ ስለሆነ አድርግ ያሉትን ሁሉ ለማድረግ ፈቃደኛ መሆኑን ፊቱ ሁሉ በፈገግታ እያበራ ነገራቸው። እነሱም ከኋላው እንደሚከተሉት እና ኢንተቤ አይሮፕላን ማረፊያ ከመድረሱ በፊት ሌክ ቪክቶሪያ መግቢያ አካባቢ ግዋኒያ ሮድ ላይ እንደያዘት እንዲታጠፍ ነገሩት። እሱም ይህንኑ እንደሚያደርግ ተስማማ።

በማግስቱ ደህንነቶቹ ሆቴሉ አጠገብ መጥተው እመኪናቸው ውስጥ ሆነው መጠበቅ ጀመሩ። ባለ ታክሲው ከሆቴሉ ፊት ለፊት ቆሞ መጠበቅ ጀመረ። ከገመተው በላይ ስለዘገየች እሪሰፕሽን ሄዶ ነገሩን አስረዳ። ስልክ ስላልመለሰች የሪሰፕሽን ሰራተኛው ክፍሏ ሄዶ በሩን አንኳኳ። መልስ የለም። በሩን ለመክፈት ሲሞክር አልተቆለፈም ተከፈተ። ወደ ውስጥ ገብቶ መታጠቢያ ቤቱ ሳይቀር ሄዶ ፈለጋት። ሜላት የለችም። ተመልሶ ሄደ። ከዚያም ከሆቴሉ ውጮ ወጥቶ በር ላይ የሚሰሩትን ዘበኞች ምን አይነት እንደሆነች አስረድቶ ወጥታ ስቴሄድ አይተው ከሆነ ጠየቃቸው። እሱ የገለጻላቸው አይነት ሴት በዕለቱ እንዳላለፈች ነገሩት። ሌላ ሰራተኛ ጠርቶ ነገሩን እንዲያጣራ ነግሮ ስራውን ቀጠለ።

በቅርብ እርቀት ሁኔታውን ይከታተሉ ከነበሩት ደህንነቶች አንደኛው የታክሲ ነጂውን ቀርቦ ጠየቀው። የተፈጠረውን ሲነግረው ለማመን ተሳነው።

"ስንት ጊዜ ነው ይህቺ ሴትዮ የምትሸውደን!" አለ እጁን እያወራጨ ጮክ ብሎ በንዴት።

"ዋት! ዋት ዮ ቶኪግ አባው! (ምን፥ ምንድነው የምታወራው) " አለ ባለ ታክሲው በቁጣ ደህንነቱ አፍንጫ ስር ሄዶ አይኑ ደም ለብሶ፥ በሱ ላይ የጮኸበት ስለመሰለው።

"ኖ ደ፥ ሺ ኖ ጉድ" አለ ደህንነቱ ደንገጥ ብሎ ባለ ታክሲውን እያየ። ካንተ ጋር ጸብ የለኝም አይነት ሰላማዊ ፊት እያሳየው።

"የስ ብራዘ ቤ ዳንጀ ገል (አዎ ወንድሜ አደገኛ ልጅ ናት)" አለ ባለ ታክሲው የውሸት ፈገግታ እያሳየ። ወዲያው ወደ መኪናው መለስ አለ።

ደህንነቱ ወደሚጠብቁት ጓደኞቹ እየተቻኮለ ሄዶ የተፈጠረውን ነገር ከነገራቸው በኋላ ሁለቱ በፍጥነት ወደ አይሮፕላን ማረፊያ አመሩ። ምናልባት መንገድ ላይ ወይም ውስጥ ካገኟት እድላቸውን ለመሞከር። ሁለቱ ደግሞ እዚያው አካባቢ ካለች ለማጣራት ታክሲ ሹፌሩን ጠርተው ውይይታቸውን ቀጠሉ።

ሃያ ስምንት

ሜላት ከሞጣ ተነስታ ባህር ዳር አውቶቡስ ተራ እንደደረሰች አንድ ታዳጊ ወጣት ልብሷን ነካ አደረገው። ደንገጥ ብላ ዞር ስትል እጥፍጥፍ ያለች ቡጫቂ ወረቅት ሰጥቷት ከአጠገቧ እየሮጠ ሄደ። ደንግጣ ከዐይኗ እስከሚሰወር ድረስ ካየችው በኋላ ወዲያው ከፍታ አነበበችው።

> *ሰላም ሜላት አሁኑኑ ያገኘሽውን ትራንስፖርት ይዘሽ ወደ ጎንደር ሂጂ። ፒላዛ እስኩዌር አካባቢ ሆቴል ታገኛለሽ። እዚያ አካባቢ ብትይዢ ይመረጣል። አሁን ባገኘንሽ መንገድ ኮንታክት እናደርግሻለን። ወረቀቱን አሁኑኑ ቀደሽ ጣይው። መልካም እድል።*

ሜላት ወረቀቱን እንደተባለችው ወዲያው ቀደደችው። ከፍተኛ ድንጋጤ ውስጥ ገባች። ቀጥሎ ምን ማድረግ እንዳለባትም ግራ ገባት። "የሚከታተሉኝ ደህንነቶች ቢሆኑ አሁኑኑ መያዝ ይችሉ ነበር። ሊረዱኝ የፈለጉ መሆን አለባቸው" አለች በሃሳቧ። ደግሞ አማራጭም እንደሌላት ስለተገነዘበች የሚሉትን መቀበል የተሻለ ሆኖ አግኝታዋለች። "ጎንደር! ጎንደር! እያለ የሚጠራ ሚኒባስ ስላየች ፈጠን ብላ ሄዳ ተሳፈረች። ጎንደር እንደደረሰች ከነገሯት አካባቢ ባጃጅ ታክሲ ይዛ ቋራ ሆቴል ደረሰች። ወዲያው ከሪሰፕሽን ሳትወጣ በተመሳሳይ እድሜ ያለ ታዳጊ ወጣት በተመሳሳይ መልክ ጀርባዋን ነካ አድርጎ ቀደም ሲል የሰጧት አይነት የተጣጠፈች

ወረቀትና በወረቀት የተጠቀለለ ተለቅ ያለ ነገር ሰጣት። ስለተጠራጠረች ወዲያው ቀዳ አየችው። የሞባይል ስልክ ነው።

> *ሰላም ጎንደር። እንኳን ደህና ገባሽ። በዚህ ስልክ ከተደወለ ሁለት ጊዜ ጠርቶ ይዘጋል። እንደገና ሲደወል አንሽው። የሚስጥር መጠሪያሽም ያለሽበት ቦታ ስም ይሆናል። አንቺም መልዕክት መላክ ስትፈልጊ ያለሽብትን ቦታ እንደስም ተጠቀሚ። ቴክስቱ ከኛ መሆኑን የምታረጋግጪው የነበርሽበትን ወይም የደርስሽበትን ቦታ ከጠቀሰ ብቻ ነው። በተቻለሽ መጠን ከሆቴል ላለመውጣት ሞክሪ። ይህን ወረቀት አሁኑኑ ቅደጂው። ሌላው ለመንገድሽ የሚያገለግልሽ መረጃ ነው። በሚስጥር ያዢው። መልካም እድል።*

ወደ ሱዳን ለመግባት መንገድ ላይ እያለች፥ ጋላባት ችግር እንደሚደርስባት የሚጠቁምና እንዴት ማምለጥ እንደምትችል የሚያብራራ የቴክስት መለዕክት ደረሳት። በመልዕክቱ መሰረት የተነገራትን የሱዳን ኢምግሬሽን ሰራተኞች የሚያሽከረክሩትን መኪና ይዛ ከጋላባት ተነስታ ገዳሪፍ ድረስ ሄደች። ከዚያም እንደተመከረችው የተባበሩት መንግስታት የስደተኞች ከፍተኛ ኮሚሽነር (ዩ ኤን ኤች ሲ አር) የሚባለው ቢሮ ሄዳ በማመልከት መጠለያ አገኘች። 'በዩ ኤን ኤች ሲ አር' ጠለላ ስር እያለች የኢትዮጵያ መንግስት ክትትል እያደረገባት እንደሆነ ስላሳሰበች፥ ድርጅቱ ማጣራት አደረገ። አስጊ ሁኔታ ላይ እንደሆነች ሊደርስበትም ቻለ። ሱዳን ውስጥ መቆየት ለእሷ አደገኛ መሆኑን ሜላት ያቀረበችው በማስረጃ ላይ የተመረኮዘ መረጃ ተቀባይነት አገኘ። ከወር በላይ በከፍተኛ ስጋትና ጥንቃቄ ከቆየች በኋላ፥ ዩጋንዳ የሚገኘው 'ዩ ኤን ኤች ሲ አር' እንዲቀበላት በማድረግ ወደ ዩጋንዳ እንድትሄድ ተወሰነ።

ሜላት ካምፓላ ዩጋንዳ በአጭር ጊዜ ውስጥ መግባት ቻለች። ሜላት ዩጋንድ ሆቴሏ ውስጥ በነበረችበት ወቅት በሚስጥር የሚረዷት ሰዎች በተለያየ ጊዜ በተመሳሳይ መልክ ቴክስት እየላኩ መውሰድ ያለባትን ጥንቃቄ ይጠቁሟት ነበር። በመጨረሻም አንድ በጣም ወሳኝ የሆነ ቴክስት ደረሳት። ይህ የመጨረሻዋ ቀን ስለሆነ የተላከላትን ቴክስት ስታይ በጣም ደነገጠች። ተጣድፋ አነበበችው። መለዕክቱ ወደ አይሮፕላን ማረፊያ ለመሄድ እነሱ

ካዘጋጁላት ውጪ ምንም አይነት ትራንስፖርት እንዳትይዝ ያሳስባል። በድብቅ ወጥታ በአዘጋጁላት ትራንስፖርት አይሮፕላን ማረፊያ አጠገብ የተያዘላት ሆቴል እንድትሄድ የሚያሳስብ ነው።

ሰላም ካምፓላ ኢንተርናሽናል። እኛ ካዘጋጀንልሽ ትራንስፖርት ውጭ ሌላ እንዳትይዢ። አሁኑኑ እቃሽን ይዘሽ፣ እራስሽን ለመደበቅ የምትችውን ሁሉ አድርገሽ በኋላ በር ከሆቴሉ ውጪ። ሰማያዊ ቶዮታ ላንድ ክሩዘር ይጠብቅሻል። እሱን ይዘሽ ኤየር ፖርት ማርያት ሆቴል ማደር ትችያለሽ። ክፍል ተይዞልሻል። መልካም በረራ ይሁንልሽ።

ካደረችበት ኢንተቤ አይሮፕላን ማረፊያ ከሚገኘው ማርያት ሆቴል በዩጋንዳ አቆጣጠር ከጥዋቱ ሲክስ ኤ ኤም ላይ ታክሲ ይዛ ወደ አይሮፕላን ማረፊያ አመራች። ከፍተኛ ስጋት ስለነበረባት ለሊቱን ሙሉ አልተኛችም። ኤር ፖርት እንደደረሰችም ፍተሻዋን ጨርሳ ወደ ውስጥ ገባች። አላመነችም። የእናቴ ጸሎት ነው ለዚህ ያበቃኝ ብላ ቁጭ ብላ ጸለየች አመሰገነች። አይሮፕላኑ ውስጥ እስከምትገባ ድረስ ከፍተኛ ስጋት ነበረባት። የበረራ ስዐት ደርሶ ወደ አይሮፕላኑ መግባት ሲጀመር ለረዷት ሰዎች ቴክስት አደረገች።

"እንተቤ ኤየር ፖርት። ላደረጋችሁልኝ እርዳታ ሁሉ ምስጋናዬ ከፍ ያለ ነው። ውለታችሁን ምን ቃላት እንደሚገልጸው አላውቅም። እግዚአብሄር ነገሮችን አመቻችቶ ለመተያየት ያብቃን። ሰላም ሁኑ።

ለጥንቃቄ ሲባል ከዚህ በላይ ስለተደረግላት የነፍስ አድን እርዳታ ማለት ባለመቻሏ ደስተኛ አይደለችም። በሚስጥር የሚረዷት ሰዎች እነማን እንደሆኑ ምንም አይነት ፍንጭ የላትም። ብሩክንም ኢህአዴግ ደህንነት ውስጥ የሚሰሩ ሰዎች ግን እራሳቸውን ደብቀው ህወሃትን የሚታገሉ እንደረዱት ታውቃለች። "ለሆዱ ሳይገዛ ከሁለት አቅጣጫ የሚመጣበትን ጥቃት ተቋቁሞ ለሃገሩ እንደዚህ መስዋዕት ለመሆን የተዘጋጀም አለ።ግዜ ይፈታዋል" አለች። አይሮፕላን ውስጥ ገብታ እንደተቀመጠች ወገንን ለመርዳት ይህን ያህል እርቀት የሚሄዱ ሰዎች አሁንም መኖራቸውን በማረጋገጧ "ሀገሬ አሁንም ጀግኖች አሉሽ ባንቺ ተስፋ አልቆርጥም" አለች

እንባ እየተናነቃት። ወዲያው ለብሩክ ቴክስት አደርግልሃለሁ ብላው ስለንበረ ለሱም መልዕክት ላከችለት።

> *እንደምን አለህ ብሩኬ። እኔ የነበርኩበት ሁኔታ አመቺ ስላልነበር እንደገና በስልክ መገናኘት አልቻልንም እንጂ ካንተ ጋር ሳወራ ውዬ ባድር አይደክመኝም አይሰለቸኝም ነበር። አሁን ወደ ለንደን ለመሄድ ሁሉን ነገር ጨርሼ ፐሌን ውስጥ ቁጭ ብያለሁ። ስለሁሉም ነገር በሰፊው እናወራለን። ቤተሰብህን ሰላም በልልኝ። ምንም ነገር ቢፈጠር ምን ግዜም ከልቤ ውስጥ ነህ። እራስህን ጠብቅ። ለንደን እንደ ደረስኩ እደውልልሃለሁ። ደህና ሁን እወድሃለሁ።*

የሚል መልዕክት ከላከችለት በኋላ እፊቷ ያለው ወንበር ላይ በግንባሯ ድፍት ብላ አለቀሰች። ከሚያሳድዷት ጠላቶቿ ሙሉ ለሙሉ ያመለጠች ስለሆነ ነጻነት እየተሰማት መጥቷል። በሌላ በኩል ደግሞ ወላጅ እናቷንና ሃገሯን ጥላ እየተሰደደች ነው። ብሩክን አግኝታ ከሱ ጋር የመኖር ተስፋ ስለነበራት ይህም ጉልበት ሰጥቷት ነበር።ያ ተስፋ አሁን የለም። ከፊቷ የተጋረጠውን የተደራረበ ፈተና ለመግፋት የቀራት አቅም ያለ አልመሰላት አለ።

ሜላት አብዛኛውን የበረራ ስዐት ያሳለፈችው ተኝታ ነው። ለንደን እንደደረሰች ከሄትሮ አውሮፐላን ማረፊያ ሁሉንም ነገር ጨርሳ ያለምንም ችግር ወጣች። በጇ ከያዘችው ትንሽ ቦርሳ በስተቀር ሌላ ነገር ስለሌላት፥ ቀጥታ ባቡር ለመያዝ ወደ ባቡር ጣቢያ አመራች። ሜላት ዩጋንዳ በነበረችበት ወቅት ለንደንን በደንብ አጥንታዋለች። ባቡር እንዴት እንደሚያዝ፣ ሆቴሏ እንዴት መድረስ እንደምትችል ጠንቅቃ አውቃለች። ሄትሮ ኤክስፐረስ ይዛ ፓዲንግተን ጣቢያ ወረደች። የምታርፍበት ሆቴል ከባቡር ጣቢያው ብዙም ስለማይርቅ ወደ ሆቴሉ በእግሯ አመራች። ወዲያው የምታርፍበትን ዶልፊን ሆቴልን በቅርብ እርቀት ስታይ ተረጋጋች።

በለንደን ስዐት አቆጣጠር ከምሽቱ ሰባት ስዐት ቢልም የጸሃይ ብርሃን ግን አለ። ሜላት አካባቢዋን ልብ ብላ ማየት የጀመረችው አሁን ነው። በመጠኑም ቢሆን የመረጋጋት ሁኔታ ይታይባታል። ጽሃይ ልትጠልቅ ስትል የሚታይ ደብዘዝ ያለ የጽሃይ ብርሃን አለ። ቀና ብላ በፎቆቹ አናት ላይ

ሲያንጸባርቅ የሚታየውን የጸሃይ ጨረር ፍዝዝ ብላ አየችው። ደስ የሚል ከለር አለው። ጽሃይ ስትጠልቅ የሚታየው ብርሃኗ ሰማይ ላይ ፍንጥቅ ብሎ ይታያል። ሌላው ነገር የጸሃይ መጥለቂያዋ አቅጣጫ የተቀየረ መስሎ ታያት። ስለመሸ የተጨናነቀ የመኪና እንቅስቃሴ የለም። በመንገድ ላይ ይታይ የነበረውም የሰዎች እንቅስቃሴ በጣም ቀንሷል። ሁሉም ነገር ተደራርቦ በሜላት ላይ የማባባት ነገር ፈጥሮባታል። ስሜቷን መግለጽ ተቸግራለች። በህልሜ ነው ወይስ በውኔ ለማለት ይቃጣታል። ሜላት አካባቢዋን እየቃኘች ሰዎችን ተከትላ የመኪና መንገዱን እያቋረጠች ትንሽ ከተጓዘች በኋላ፥ የንግድ ቤቶች በመደዳው ያሉበት ህንጻ ተጠግታ ቆማ አካባቢውን ማማተር ጀመረች።

ብቸኝነት ተሰማት። "በቃ በሰላሳ ሁለት አመቴ አዲስ ህይወት። እንደገና ከዜሮ አለች" በመንገድ ላይ የሚያልፉ ሰዎችን እያየች። አብዛኛው ቶሎ ድረስ የተባለ ይመስል ሲጣደፍ፥ ጥቂቱ ደግሞ ዘና ብሎ ሲሄድ ይታያል። አንዱ ሌላውን ለማየት የተከለከለ ይመስል ዞር ብሎ አያይም ለማየትም ፍላጎትም ሆነ ጊዜ ያለው አይመስልም። ሁሉም በየአቅጣጫው ይነጉዳል፣ ያዘግማል። ሰዎች ከከተማ አውቶቡስ ሲወርዱ ሲወጡ እያየች "ይገርማል በሰው መሃል ሆኖ ብቸኝነት። ከተማ ውስጥ ብዙ ሰው ይኖራል ግን ደግሞ ብዙ ብቸኝነት ያለው እንደዚህ ያለ ቦታ ነው" ብላ የሷ ቀጣዩ የህይወት ጎዳናም ተመሳሳይ ነገር እንደሚጠብቀው ገመተች። ያንን በስጋት የተወጠረ ጉዞዋን አገባዳ አሁን ደግሞ የት እንዳለች ስታስታውስ እውነት አልመስላት አለ። ካርቱም፣ ካምፓላ፣ ለንደን እንዴት ሊሆን ቻለ? አለች ትክዝ ብላ በርቀት ከባቡር ጣቢያ በብዛት ሆነው ወጥተው በየ አቅጣቻው የሚበታተኑ ሰዎችን እያየች።

እየመሸ ስለመጣ እንጂ ይህን ቀልቢዋን የሳበውን የሰዉን እንቅስቃሴ እያየች ብትቆይ ደስተኛ ነበረች። ቶሎ ወደ ሆቴሉ መግባት አልፈለገችም። ምክንያቱም ቁጭ ስትል ተከታትሎ የሚመጣውንና ጭንቅላቷን ያጣበበውን ሃሳብ መቋቋም አልችልም ብላ ስለሰጋች። ወዲያው ለብሩክ መደወል እንዳለባት ትዝ ስላላት ወደ ሆቴሏ አመራች። "በቃ የኔና የብሩኬ ግንኙነት እንደዚህ በስልክ ሆኖ ቀረ። ለምን ይህን እውነታ መቀበል እንዳቃታት ግራ ይገባታል። "ብቸኝነቱን እንደሆነ ለምጄዋለሁ። አሁን ቢሆንም ባይሆንም ተስፋ ፈልጎ አንግቦ መቀጠል ነው እንጂ የህይወት ጉዞ እንደሆነ አይቆምም። ህይወት እንደዚህ ናት አቅጣጫ መምረጣ ይቻል

ይሆናል ግን መዳረሻዋን መወሰን አይቻልም" ብላ እራሷን ለማጽናናት ሞከረች።

ሆቴሉ ውስጥ እንደገባች ወደ ሪሴፕሽን ሄዳ የሚያስፈልጓትን ወረቀቶች ለማውጣት ስትፈላልግ ከጀርባዋ የቆመ ሰው ጀርባዋን መታ አደረገው። አሁን ደግሞ ምን መጣብኝ ብላ ደንግጣ ዞር አለች። ብሩክ ፊት ለፊቷ ቆሟል። አፏን በአንድ እጇ ይዛ አይኗን እሱ ላይ ትክል እንዳደረገች ዝም አለች። ግራ ተጋባች። ስለተጠራጠረች አይኗን በእጇ መዳፍ ጠረግ አደረገችው። ብሩክ ሊያቅፋት ሲጠጋ መቆም ስላልቻለች ወለሉ ላይ ቁጭ አለች። ብሩክም የመረባበሽ ሁኔታ እንዳለበት ያስታውቃል። እሱም አጠገቧ ተንበርክኮ እንደተቀመጠች አቅፎ ሳማት። ደግፎ አነሳት። አንገቱ ላይ ጥምጥም እንዳለች እንባዋ በጉንጮቿ መውረድ ጀመሩ። ተቃቅፈው በታ ፈልገው ተቀመጡ። "ብሩኬ ይህን አላምንም እኔ እንድዚህ በቅርብ አይንህን አያለሁ ብዬ አላሰብኩም ነበር" አለች ሳያቋርጡ እንባ በሚያመነጩ አይኖቿ በስስት እያየችው። ይህ ሁሉ ሲሆን ባካባቢው ያሉ ተስተናጋጆችና ሰራተኞች ተገርምው ቆመው ያዩ ነበር። ታሪኩን ባያውቁም ሁኔታውን አይተው እንባ የተናነቃቸውም አሉ።

"እኔም ካንቺ ከተለየሁባት ቀንና ስዐት ጀምሮ ስላንቺ ያላሰብኩበት ቀን የለም። በተለይ መጥፋትሽን ከሰማሁ ጀምሮ በጣም ተጨንቄ ነበር" አለ አይኖቹ በእንባ ተሞልተው። ብሩክ የሜላትን መጎሳቆል ሲያይ በጣም ተረበሸ። ሜላት ያለጥፋትሽ ለዚህ ፈተና ገና በወጣትነትሽ በመዳረግሽ በጣም አዝናለሁ ብሎ ትኩር ብሎ እያያት አይኖቹ ላይ የተንጠለጠሉት እንባዎች በሁለቱም ጉንጮቹ መውረድ ጀመሩ።

ሃያ ዘጠኝ

ከአስረኛ ፎቅ ከቢሮዋ ሆና ወንበሯን ዞር አድርጋ በመስኮት ከተማውን ተመለከተች። የስራ መውጫዋ እየተቃረበ ስለሆነ ትራፊኩም ሆነ የሰዉ ትርምስ እየጨመረ መጥቷል። ቶሎ ባቡር ጣቢያ ካልደረሰች ባቡሩ በጣም ስለሚሞላ ከስራ መውጫዋ ስዐት አንድ ደቂቃ እንኳን ማሳለፍ አትፈልግም። የአንድና የሁለት ደቂቃ ልዩነት ብዙ ለውጥ ያመጣባታል። መጨናነቁ ብቻ ሳይሆን እስከ ግማሽ ስዐት ድረስ ሊያዘገያት ይችላል።

ከለንደን ውጪ ስትወጣ ካልሆነ በስተቀር መኪናዋን አብዛኛውን ጊዜ እቤቷ አቁማ የህዝብ መጓጓዣ ትጠቀማለች። ወደ ስራ ስትሄድ አትነዳም። ባቡር የምትይዝበት ጣቢያ ከቤቷም ሆነ ከስራ ቦታዋ እሩቅ አይደለም፤ በእግር የአስራ ደቂቃ መንገድ ቢሆን ነው። ለፍጥነትም ቢሆን ባቡር መያዙ ይመረጣል።

ፖለቲካውን በተመለከተ ሰሞኑን የኢትዮጵያውያን የሶሻል ሚዲያ ወሬ ሃገር ውስጥ ስለተፈጠረው የለውጥ እንቅስቃሴ ነው። ከቢሮ ከመውጣቷ በፊት የተለያዩ ድህረ ገጾችን ማገላበጥ ጀመረች። "ይህ እንቅስቃሴ የሚቆም አይመስለኝም" አለች ለራሷ። በኦሮምያና፣ በአማራ፣ በደቡብ ክልል በሌሎች አካባቢዎችም ወያኔ ከፍተኛ ውጥረት ውስጥ እንደገባ የሚያመለክቱ አስተማማኝ ከምትላቸው የሶሻል ሚዲያ ምንጮች መረጃዎችን ካሰባሰበች በኋላ።

ስራ ስለጨረሰች 'ኢሳት' የሚባለውን በዲያስፖራ የተቋቋመ ሚድያ ከፈተች። የጀሮ ላይ ማዳመጫዋን አድርጋ ትንሽ ከሰማች በኋላ አስተያየት ጻፈች፡-

> *"ኢትዮጵያ ውስጥ የሚበቅሉ መሪዎችና አጃቢዎቻቸው ከታሪክ የመማር አቅሙ የላቸውም፤ ጥቂቶቹ ቢኖራቸውም እነሱ በፈለጉት መንገድ ስለማይሄድ መቀበል አይፈልጉም። ስልጣናቸውን ለማስቀጠል ለአስቀመጧቸው ምዕራብ ሃገሮች ተላላኪ ሆነው እንሱ ተዋርደው ሃገርን ያዋርዳሉ። እንዴት የህዝብ ገንዘብ እየተከፈለው ስልጣን ላይ የተቀመጠ ባለስልጣን ህዝብን ማገልገል ትቶ ኪስ በማውለቅ ይጠመዳል? ባለፉት መቶ ዓመታት ኢትዮጵያ ሶስት መንግስታት አስተናግዳለች። ይህውም፡- ንጉሳዊ፣ ኮምኒስትና ዘረኛ ሲሆኑ ሁሉም የህዝብን ጥያቄ አልመለሱም። ሁለቱ በግድ በህዝብ አመጽ ተወግደዋል። የዘረኛው መንግስት የአውሮፓውያን የቅኝ አገዛዝ ዘይቤ ከፋፍለህ ግዛ በስራ ላይ አውሎ በዘረፋ፣ ህዝብን በማሰቃየትና በመግደል ሲባክን ለሶስት አስርተ አመታት ቆይቶ አሁን ሊወገድ የእሳት ነበልባ እየመጣበት ነው።"*

አስተያየቷን ከላከች በኋል ወደ ቤቷ ለመሄድ እቃዋን መኮሰታተር ጀመረች። ሜላት ለንደን ከገባች ስድስት ዓመት ሆናት። አንድ ልጅ አላት። በኢንፎርሜሽን ቴክኖሎጂ ማስተርሷን ከያዘች በኋላ አንድ ግሎባል ቴክዲቪቲ የሚባል ካምፓኒ ውስጥ ሶፍትዌር ዲቨሎፐር ሆና መስራት ከጀመረች ሁለት ዓመት ሆኗታል። ስራዋ አብዛኛውን ጊዜ ከቤቷ ሆና ስልሆነ በተለይ ልጇን ለመያዝና በቅርብ ሆና ለመከታተል እረድቷታል።

ኢትዮጵያ ውስጥ የሚሰማው የለውጥ ፍንጭ ሃገሯን ከነዚያ የዘር አቀንቃኞች እጅ ሞልቅቆ የሚያወጣት ይመስላል። የእናቷን አይን በህይወት እያሉ የማየት ተስፋዋ፣ እናቷም የልጅ ልጃቸውንም የመሳም ጉጉታቸው እውን የመሆን ተስፋ ብልጭ እያለ መጥቷል።

መስሪያ ቤቷ ከሚገኝበት ለንደን ሚድታውን፣ የ*ቪክቶሪያ ላይን አንደርግራውንድን* ይዛ ወደ ሰፈሯ *ሰቨን ሲስተርስ* አመራች። እስከ ሰላሳ አምስት ደቂቃ ሊወስድባት ይችላል። ታዲያ ባቡር ላይ ብቻዋን ቁጭ ስትል

ብዙ ጊዜ ታነባለች አንዳንድ ጊዜ በሰበብ ባስባቡ በትዝታ ወደ አዲስ አበባ ጭልጥ ብላ ትገባለች። ዛሬ ደግሞ ሃገሯ ውስጥ የተፈጠረው እንቅስቃሴ በሃሳብ ወደዚያው እንድትነጉድ አድርጓታል። ሃገሯን የማይት የተስፋ ጭላንጭል እያየች ነው። እናቷን አስታወሰች። ሰፈሯ፣ ቤታቸው፣ የመኝታ ክፍሏ ሳይቀር ባይነ ህሊናዋ ቁልጭ ብሎ ታያት።

በተሰራበት ቁሳቁስም ሆነ በወጣበት ገንዘብ ሲተመን የምትሰራበት ዘመናዊ ቢሮና ሁሉ ነገር የተሟላለት አሁን የምትኖርበት ቤት አዲስ አበባ ካደገችበት ጋር ሲወዳደር ከፍተኛ ልዩነት አለው። በቅሎቤት ካደገችበት ቤት ጋር በዚህ መንገድ አታወዳድረውም። ለሷ ያደገችበት ቤት ህይወት አለው፤ ሁሉ ነገሩ ይናገራል፣ ተዋህዷታል። አሁን የምትኖርበትን ቤት አትጠላውም ብዙ እንድትወደው የሚያደርጓት ነገሮች አሉት። መደበኛ አገልግሎቱን በተሟላ ሁኔታ ይሰጣል። ልጇም ያደገው እዚሁ ቤት ሲሆን ብዙ የደስታ ወቅትንና ሃዘኗን በማስታመመ አሳልፋበታለች። ግን እንደ አደገችበት ቤት ከሰፈሩ ጋር ቁርኝት የለውም። የዓመት በአላት በዲጅታል መልክ እንጂ ሰፈር ውስጥ እውን ሆኖ አይታይም። ለሷ ያ የሰፈር ግርግር፣ የዓመት በአል ሽርጉድ፣ የእንኳን አደረሳችሁ ደስታ መግለጫ፣ ከዘመድ አዝማድ ከጎረቤት ጋር ቤት ውስጥ አብረው መብላት መጠጣቱ ከሌለበት፥ የቤት አገልግሎቱ ብርድና ጸሃይ መከላከል ሆኖ ይቀራል፤ የሰፈሩም ጠቀሜታ አድራሻ ከማፈላለጊያ ያለፈ ሌላው ነገር አይታያትም።

ባቡሩ የተለመደ ድምጹን ጋጋጋ፣ ዉዉዉ እያለ ይሄዳል። ሰዉ ይሳፈራል፣ ይወርዳል። ሜላት እንደወትሮዋ መጽሃፍም ሆነ ጋዜጣ አታነብም። ሰውነቷ እንጂ ሃሳቧ ጭልጥ ብሎ ወደ ሃገሯ ሄዷል።

ስለ አዲስ አበባ ባስታወሰች ቁጥር ሁልግዜ የምትሸሻቸው ሁለት ነገሮች አሉ። ስለ ጓደኛዋ ኤደንና በዚያች ውድቅት ለሊት ሸንበላ ሆቴል ስለተፈጠረው ነገር። ስለ ኤደን ማስታወስ ጀምራ ያላለቀሰችበት ቀን የለም። ከዚያ በኋል ወደ እራሷ ለመመልስ ስዐታት ይወስድባታል። አላመለጠችም፥ ማምለጥም አትችልም፥ ትዝ አለቻት። “እ! ፍፍፍ” በረጅሙ ተነፈሰች። ስድስት ኪሎ፣ ፒያሳ እያወሩ በእግራቸው ስሄዱ ትዝ አላት። ያ ውበቷ፣ ፈገግታዋ ታያት። እንዴት ለሷ ትጨነቅ እደነበረ፣ ቀልዳቸው፣ ያወሩት ሚስጥር ሁሉ በአይምሮዋ መጣ። ሳይታወቃት ያ ቅርብ እንባዋ እርግፍ እርግፍ አለ። ድንግጥ ብላ ሰው እንዳያያት ሶፍት አውጥታ መጥረግ

ጀመረች። እንባዋ ዝም ብሎ ይወርዳል። ሰረቅ አድርጋ ስታይ ከጎኗ የተቀመጠው ሰውዬ እንዳያት ገባት። አፈር ብላ ዞር አለች። ሰውየው ምን እንደሚላት ግራ ገብቶት እንጂ በሁኔታዋ ያዘነ ይመስላል። የኛ ሃገር ባህል ወዲያው ምን ሆንሽ፣ ምን ሆንክ ተብሎ ይጠየቃል። እዚህ ደግም ጊዜ ይሰጣሉ። ግለሰብን መረበሽ፣ አንዳንድ ጊዜ ደግሞ መብትን መንካት (ኢንቬዥን ኦፍ ፕራይቬሲ) መስሎ ስለሚታያቸው እርዳታ የሚፈልግበት ደረጃ እስከሚደርስ ዝም ይላሉ። ካስፈለገም እርዳታ ለመስጠት የተደራጀ ድርጅት ስላለ ወደዚያው ለመደወል ይሞክራሉ። ተሳፍረው ነጭ ነው። ዞር መለስ እያለ ሰረቅ አድርጎ ሲያያት ቆይቶ መውረጃው ሲደርስ *"ቴክ ኢት ኢዚ"* አለ ቆም ብሎ እያያት፤ እርዳታ ከፈለግሽ ፍቃደኛ ነኝ ጠይቂኝ የሚል ይመስላል። *"ታንክ ዩ"* አለች ሜላት እንባዋን እየጠራረገች። በሩ ላይ ሲደርስ ደግሞ ዞር ብሎ አየት አድርጓት በርከት ያሉ ወራጆች ስለነበሩ ከነሱ ጋር ተቀላቅሎ ወረደ።

ሜላት ስለ ኤደን ማረፍ የሰማችው በአረፈች በአመቷ ነው። ቤተሰቦቿ ሜላት እስከምትረጋጋ መጠበቅ ነበረባቸው። ኤደን ለወራት በመሞትና በመኖር መሃከል ሆና ሆስፒታል እየተረዳች ቆይታ ወደ ቤቷ እንዲወስዷት ተደረገ። በህይወት የመቆየቷ ተስፋም የመነመነ ይመስል ነበር። ታያለች፥ ትንሽ ትንሽ ማውራትም ጀምራለች። ምን እንደተፈጠረም ገብቷታል። የሚገርመው ሜላት ሆስፒታል መጥታ እንደጠየቀቻት ታውቃለች። በዚያን ወቅት አካሏን ማዘዝ ስለማትችል አይኗን መግለጥም ሆነ ምንም አይነት እንቅስቃሴ ማድረግ አልቻለችም እንጂ ሜላት የተናገረችውን ሁሉ ሰምታለች። እቤቷ ከገባች በኋላ ደግሞ ሜላት የወሰደችውን እርምጃ ስትሰማ ለማመን ተቸግራ ነበር። ይህን አይነት ውሳኔ ውስጥ እንድትገባ ያደረጋት ምን ያህል በውስጧ ህመም እንደነበረና እንደተጎዳች አስትውሳ በጣም አዘነች። ሜላት እንዲህ አይነት ውሳኔ ላይ የደረሰችው ጓደኛዬ ኤደን ይህ አደጋ የደረሰባት በኔ ሰበብ ነው ብላ ከፍተኛ ቁጭት ውስጥ ስለገባች እንደሆነ ተረድታልች። ለመጨረሻ ውሳኔ ያንን ድርጊቱን ለመፈጸም ያበቃትም የሷ ጉዳይ እንደሆነ ስለገባት ባስታወሰቻት ቁጥር ታለቅሳለች።

ኤደን እቤቷ በገባች በሰስተኛ ወሯ ህይወቷ አለፈ። ወ/ሮ ጸዳለ የኤደን እናት ለወ/ሮ አጸደ በደወሉ ቁጥር ስለሜላት ደህንነት አጥብቀው ይጠይቃሉ። ስለ ልጃቸው ሞት ባነሱ ቁጥርም "የሷ ደም ፈሶ አልቀረም።

ሜላትዬ ለጓደኛዋ ብላ ብዙ ዋጋ ከፍላለች። ከምትወዳቸው እናቷና ከሃገሯም ተለይታለች። ኤደኔ አሁንም በመንፈስ ሜላትዬን ትጠብቃታለች፣ ከጎኗ ነች" ይላሉ። ላገኙት ሰው ሁሉ ስለሜላት አውርተው አይጠግቡም። "የሜላት እናቷም ሃቀኛ አትንኩኝ ባይ ናቸው እኮ። አባቷ በጣም ጀግና ወዳጅነታቸው እንጂ ወስላታ ሰው አይወዱም። ለጥቃት እጅ አይሰጡም። በቤተሰቦቿ ወጥታ ነው። ጀግና የሚያደርገውን አደረገች . . . ምን ይደረግ? የጓደኛዋን ህይወት ግን እንዴት ትቀጥለው። እሱ የፈጣሪ ጉዳይ ነው። እንዚህን ለሰው ልጅ እርህርሄ የሌላቸውን ያጎለበታቸው ለሆዱ ያደረው በዝቶ እንጂ የትኛው ጀግንነታቸው ነው። ወጣቱን ጨረሱት፤ ልጄን ነጠቁኝ" ብለው በመጨረሻ እንባቸውን እየጠራረጉ ይሄዳሉ።

ሰፈር ውስጥ ስለ ሜላትና ኤደን ጓደኝነት፣ ስለተፈጠርው ነገር የሰሙ ሰዎች በጣም አዝነዋል። ከማል በኤደን መሞት ለረጅም ጊዜ ሃዘን ላይ ነበር ማለት ይቻላል። ሰው ጨክኖ በኤደን ላይ መጥፎ ነገር ይሰራል ብሎ አያስብም ነበር። "ግን ሰው የመሰለ በየመንገዱ ሚርመሰምስ ሴጣን ነው እንዴ?" ይላል ስለ ኤደን ባነሳ ቁጥር። ወ/ሮ አጸደን ሲያገኛቸው ለረጅም ጊዜ "እናቴ በረቱ? አይዞት በቃ ሁሉ የስራው ያገኛል" ይላቸዋል። "ያቺ ሜላት ማለት ወንድ ምናምን ምን ያስፈልጋል እሷ ጀግና ነች። ረጋ ብላ የዛ ለት እኔ ስትጠይቅኝ ወዲያው አመንኳት በቃ። ፊቷን አይ ነበር እንደ ኤደን ቆንጆ ነች። እኔ ሁኔታዋ አይቼ ስፍስፍ አደረገኝ። በኋላ ንዴቷን አየሁት። ደህና ሁን ራስ ጠብቅ ብላ ስትሄድ በመስኮት ካይኔ እልም እስከምትል እዚያ መታጠፊያው ድርስ አንገቴን ምዝዝ አድርጌ አየኋት። እኔ ግራ ገባኝ እንደገና ኤደን መሰለችኝ" ብሎ በተደጋጋሚ አውርቶላቸዋል። እስካሁን ድረስ ወ/ሮ አጸደ በሱቁ በር ባለፉ ቁጥር ኤደን ትዝ ስለምትለው በሃዘን ከንፈሩን ይመጣል።

ሰላሳ

“ባልጠበኩት መንገድ ብሩክን ድንገት ከኋላዬ ሳየው የተሰማኝ አይነት ስሜት በህይወቴ ገጥሞኝ አያውቅም። የት እንዳልሁ ለጥቂት ደቂቃዎች ጠፍቶኝ ነበር ማለት እችላለሁ። በጣም የምትቀርቢው ግን ህይወቱ ያለፈ ሰው ድንገት በህይወት ተከስቶ ሰላም ቢልሽ ምን ይሰማሻል . . .? አለችና አሰብ አደረገች። “ምን መሰለሽ ስጦታ፥ የኔና የሱን ግንኙነት እንደሞተ ቆጥሬው ነበር ማለቴ ሳይሆን እኔ እሱን አይኑን ለማይት የነበረኝን የጉጉት መጠን ለመግለጽ ነው” አለች ከሰፋዋ ጥግ ላይ ደገፍ ብላ እንደተቀመጠች ፊለፊቷ የተቀመጠችውን ስጦታን የቅርብ ጓደኛዋን እያየች።

ስጦታና ሜላት የተዋውቁት ሁለቱም ልጆቻቸውን ህጻናት ማዋያ ሲያደርሱ ነው። ስጦታ ባለትዳር ስትሆን የሜላት ልጅ እኩያ የሆነ የ0ምስት ዓመት ልጅ አላት። ልጆቻቸውን በመያዝ ስለሚረዳዱ በጣም ይቀራረባሉ። በተለይ ሜላት ከስጦታ ጋር ባትተዋወቅ ኖሮ ከስራዋ ጋር ከፍተኛ ችግር ይገጥማት ነበር። “አንቺን ባላገኝ ምን ይውጠኝ እንደነበር አላውቅም” ትላታለች ብዙ ጊዜ።

ስጦታም ሜላትን “አንቺም ለኛ የምታደርጊው እርዳታ ቀላል አይደለም” ትላታለች። ልጆቻችንን አንቺ ጋ ጥለን አይደል እንዴ እንደ ልባችን የተለያየ ቦታ የምንሄደው?” በማለት አስቸገርኩ የሚል ነገር እንዳይሰማት ለማድረግ ትሞክራለች።

"አንዳንድ ጊዜ ሳስበው ቤብዬ አጠገቤ ባይሆን ምን እሆን ነበር እላለሁ። እሱ አጠገቤ ካለ ሁሉን ነገር እረሳለሁ። እንደ ትልቅ ሰው እኮ ነው የማዋራው" አለች ሜላት ትክዝ ብላ።

"እኔ ያንቺን ጽናት በጣም አደንቃለሁ። ግን አንዳንዱን ነገር አልደግፈውም። እንዴት አንቺን የመሰለ ቆንጆ፣ የተማረች፣ ጥሩ ስራ ያላት ብቻዋን ትኖራለች . . .? ንግግሯን አቋርጣ ጾጥ አለች "አው!" አለች የመሽኮርመም አይነት ሳቅ እየሳቀች ድንገት አንድ ነገር ትዝ ስላላት። "ውይ እንዲያውም ሳልነግርሽ!" አለች። "ብታይ ያ ባለፈው ጊዜ እኛ ቤት ያየሽው ልጅ ኦር ሰውዬ። ሰው አርባ ዓመት ከሞላው በኋላ መቸም ልጅ አይባልም አይደል? ከረሳሽው እንግርሻለሁ። የባለቤቴ የረጅም ጊዜ ጓደኛው ነው ብዬ አስተዋውቄሻለሁ። እሱን ማለቴ ነው" አለች ማስታወሷን ለማረጋገጥ አይን አይኗን እያየች።

"በደንብ አስታውሰዋለሁ" አለች ሜላት።

"እባክሽ ይዘሻት ነይ ልጋብዛችሁ እያለ በየጊዜው ይደውላል። የዚያን ዕለት የት እንደምሰሪ፣ ሰፈርሽንና ትራንስፖርት የምትይዥበትን ሁሉ ከ ዜድ ጋር ስታወሩ ጆሮውን ጣል አድርጎ ሰምቷል ይመስለኛል።" አለች አፈር ብላ።

"ለምድን ነው እኔን የሚጋብዘኝ?" አለች ነገሩ ቢገባትም እንዳልገባው ሰው በመገረም መልክ።

"አንቺን አስተዋውቂኝ ነዋ የሚለው። አንቺ ደግሞ ለምን ታስለፈልፊኛለሽ?" ለምን ይመስልሻል እሺ? አለች እየሳቀች።

"በአማላጅ መምጣት ሙስና ነው በይው።" ሁለቱም ከት ብለው ሳቁ።

"ቆይ ግን እሱ ምን ማለት ፈልጎ ነው? የዚያ ዕለት አስተዋወቅሽን አይደል እንዴ? ስንት ጊዜ ነው የምታስተዋውቂን? ደግሞ አስር ጊዜ ሰረቅ እያደረገ ሲያየኝ ነበር ይህን አስቦ ነዋ አጅሬ" አለች ሀፍረት የተቀላቀለበት ሳቅ እየሳቀች።

"አይ ሜላት አንቺ ትቀልጃለሽ" አለች በማንጓጠጥ አይነት እያየቻት። "እሱ በጣም ወደድኳት ነው የሚለው . . .።"

"እረ? ደብዳቤና አጠር ያለች ግጥም ጨምረህ ጻፍና ላክላት በይው። አንቺ ምን እንድታደርጊለት ነው የሚፈልገው? ለምን እኔን እራሴን

አያናግርኝም? እንደ አቀራረቡ መልስ ያገኝ ነበር። ስጦታ ልንገርሽ አይደል እንዲያውም በቃ እዚህ ላይ ፈተናውን ወድቋል። ስሜቱን መግለጽ ካልቻለ . . . *ዋ ካንት ሽልፐ ሂም*። አይደል እንዴ?" አለች ኮስተር ብላ።

ስጦታ እየሳቀች ነበር። ሳቋን ቁርጥ አድርጋ "አሁን ቁም ነገር እናውራ በቃ። አሁን አንቺ ሁሉን ነገር ትተሽ ብቻሽን ለመቀመጥ *ደኣር ሶ ያንግ ኣኬ*። እርግጠኛ ነኝ ብሩክን እየጠበቅሽው አይደለም መቸም" አለች ከተደገፈችበት ወንበር ቀና ብላ ተቀምጣ ትኩር ብላ እያየቻት። ስጦታ የሜላት ለብቻዋ መኖር ያሳዝናታል፣ ያሳስባታልም።

ደገፍ እንዳለች እጆቿን አጣምራ ሜላት ለጥቂት ሰከንዶች ዝም ብላ ቁጭ አለች። "ስጦታ . . . ብዙ እንደምታስቢልኝ አውቃለሁ። አባባልሽ ትክክል ነው። ባለፈው ጊዜ የነገርኩሽ የቤብዬ ጉዳይ ብቻ አይደለም የሚያሳስበኝ። ያልነገርኩሽ ብዙ ለራሴ ብቻ የያዝኳቸው ነገሮች አሉ። ለእነሱ መፍትሄ ሳልሰጥ አሁን እንደገና ሌላ ነገር ውስጥ ለመግባት ዝግጁ አይደለሁም። ሰው ሰውን አፍቅሮ አብሮ መኖር ከጀመረ ግልጽ መሆን አለበት። እኔ ደግሞ ለሌላ ሰው ለማካፈል ያልተዘጋጀሁባቸው ብዙ ነገሮች በውስጤ አሉ። በፊት ነበር እንጂ አሁን እንዲያውም ብቸኝነት ተሰምቶኝ አያውቅም። የተመቸኝ መሰለኝ። ሴተ ላጤነት እየቆየ ይጥማል እንዴ?" አለች ሳቅ ብላ። "ሁልጊዜ አንቺ ከጎኔ አለሽ። ልጄም የቅርብ ጓደኛ፣ ዕረዳቴ ሲከፋኝ አጽናኚዬ ሆኗል። ብዙ ነገር በሱ ውስጥ አያለሁ። እሱን ፈጣሪ ስለሰጠኝ አመሰግነዋለሁ። እንደበፊቱ ያሳለፍኳቸውን መከራዎች ዕለት ከለት እያስታወስኩ አልጨነቅም። ለረጅም ጊዜ የተደራረበ ሃሳብና ጭንቀት ነበረብኝ። በተለይ የጓደኛዬ የኤደን ነገር፥ እንደዚያ ሳታስበው ባጭር መቀጨት ሳስታውስ ህመም ይሰማኛል። አሁን ልጄም አንቺም ስላላችሁ ተጽናንቻለሁ። እኔ ጓደኛ ይዋጣልኛል። አንቺን የመሰለ ቅን ሰው ደግሞ አገኘሁ። ኤደን ከራሷ በላይ ለኔ ታስብ ነበር። ይህ ነገር የደረሰባትም ለኔ ስትል . . ." ብላ በረጅሙ ተነፈሰች። እንባዋን እንደምንም ተቆጣጠረቻው።

"እንዴት? ለኔ ስትል ስትይ ምን ማለትሽ ነው? አንቺ ምን ማድረግ ትችይ ነበር? እነሱ እንደሆነ እርህራሄ ያልፈጠረባቸው ናቸው። እንዴት ልታቆሚያቸው ትችያለሽ?" አለች ትኩር አድርጋ በመገረም እያየቻት። ሰዎቹ

በጥላቻ መንፈስ የተዘፈቁ ስለሆነ ከመሰላቸው ለማንም አይመለሱም። እንዲህ አይነት ጥቂቶቹ እንደፈለጉ በሚፈነጩበት ሃገር ማን ማንን ሊያድን ይችላል ማንስ ይወቀሳል" አለች በመቆርቆር መልክ።

በኤደን ላይ ለደረሰው አደጋ ሜላት የሷም ጥፋት እንዳለበት አድርጋ የመውሰድ አዝማሚያ ስላላት፥ እንደዚህ አይነት ጸጸት ውስጥ እንዳትገባ ልትመክራት ትፈልጋለች።

ሜላት ሸንበላ ሆቴል ውስጥ በዚያች ውድቅት ለሊት የተፈጠረውን ነገር ለማንም ነግራ አታውቅም። እራሷም ላለማስታወስ ብዙ ጥረት ታደርጋለች። ከብሩክ ጋር ብቻ አንስተው በሰፊው ተወያይተዋል። "ይህን ነገር ፈልገሽ አላመጣሽውም። ምንም እንኳን እንደግለሰቡ የአዕምሮ አቋም ቢለያይም አንድ ሰው እየደረሰበት ያለው ተጽዕኖ ከልክ በላይ ከሆነ የሚወስዳቸው እርምጃወች የታሰበባቸው ሊሆኑ አይችሉም። አንቺን የገጠመሽ ደግሞ ከዚያም በላይ የከፋ ነው ማለት ይቻላል። ለተፈጠረው ነገር ምንም አይነት ጸጸት እንዳይሰማሽ፥ ያደረግሻቸው ነገሮች ሁሉ እራስሽን ለመከላከል ሌላ አማራጭ ስላልነበረሽ ስለሆነ ሁሉንም ነገር እረስተሽ ስለ ወደፊት ህይወትሽ አስቢ" ብሎ ሃሳቡን አካፍሏታል።

"ብዙ ያልተፈቱ ችግሮችና ያልነገርኩሽ ነገር አለ። ለማንኛውም ትንሽ ጊዜ እፈልጋለሁ . . ." ካለች በኋላ እጇን እያፍተለተለች ጸጥ ብላ ቁጭ አለች። ሜላት ለስጦታ የነገረቻት የህወሃት ደህንነቶች በብሩክ ላይ ያደርሱትን ነገር እና እሷን እንደሚያሳድዷት፥ በዚያም ምክንያት ጠፍታ መውጣቷን እንጂ ሌላውን የተፈጠረውን ነገር አልነገረቻትም። ከጓደኛዋ ለዚህን ያህል እረጅም ጊዜ ደብቃ የያዘችው ሚስጥር መኖሩ እየረበሻት መጥቷል። "ሌላ ቀን ስለ ሁሉም ነገር እናወራለን። አሁን የረፍት ጊዜሽን ላባክንብሽ ስለማልፈልግ ወጣ ብለን ዞር ዞር ብለን እንምጣ። ትንሽ ጠብቂኝ ልብሴን ልቀይር" ብላ ከመቀመጫዋ በፍጥነት ብድግ አለች።

ከብሩክ ጋር ስላላቸው ግንኙነት ይሆናል ብላ ስጦታ ስላሰበች ብዙም አልገረማትም። "ጥሩ በቃ ሜላት የምንወጣ ከሆነ ጎረምሳውን እኛ ቤት እንውሰደውና ከልጆች ጋር ይጫውት" አለች ከተቀመጠችበት ተነስታ ከተል

እያለቻት። ሜላትም በሃሳቡ ስለተስማማች ፈጠን ብላ ልብሷን ከቀየረች በኋላ ተያይዘው ወጡ።

እነ ስጦታ ቤት ሄደው ከተመለሱ በኋላ ሰፈራቸው የሚገኝ ሁልጊዜ የሚገቡበት *ፖብ*(ቡና ቤት) ገብተው መጨዋወት ጀመሩ። እረዘም ላለ ስዐት ሁለቱም ስለልጆቻቸው፣ ስለ ኢትዮጵያ አንስተው አወሩ። ሜላት ቀደም ሲል ገና እንደተዋወቁ ሰሞን ስለብሩክ እንዴት እንደተዋወቁና እንደተለያዩ ነግራታለች። በተለያየ ጊዜም ስለ እሱ አንስተው ተጨዋውተዋል። አሁንም በጫወታቸው መሃል አነሱት።

"ግን አሁን ከብሩክ ጋር ምን አይነት ግንኙነት አላችሁ ማለት ይቻላል? አለች ሳቅ ብላ።

"እንዴ ስጦታ ብሩክ እኮ ባለትዳርና የልጆች አባት ነው። ምን አይነት ግንኙነት ሊኖረን ይችላል? አለች በቀልድ መልክ ትኩር ብላ እያየቻት።

"እንድዚያ ማለቴ አይደለም" አለች ስጦታ ኮስተር ብላ።

"አውቄአለሁ፥ ቀልዴን ነው።" አለች ፈገግ ብላ። "ምን መሰለሽ አሁን ከብሩክ ጋር ከፌስ ቡክ ያለፈ ግንኙነት የለንም። አውቃለሁ ፌስ ቡክ ከፍቶ እኔ ፖስት ያደረኩት ካለ ሳያይ አይወጣም *ሌኒ ቲንግ ኣይ ፖስት* ላይክ ደግሞ ያደርጋቸዋል። በኢንስታግራም አንዳንድ ለየት ያሉ ነገሮች ካገኘን እንላላካለን። ብዙ ጊዜ ድንገት ያነሳኋቸውን *ፈን* የሆኑ የቤቢ ፒክቸሮች እልክለታለሁ። እሱም የኔንም ሆነ የቤቢን የልደት ቀን አይረሳም። እኔም እንደዚያው። ሌላ አይነት *ኮኔክሽን* ግን የለንም። *ላይፍ ጎዝ ኦን*" አለች አፈር ብላ። ወነበሩን ተደግፋ አይኗን ቦዘዝ አድርጋ አሻግራ እያየች ትክዝ አለች።

ካምፓላ ሆና የላከችለት ቴክስት እንደደረሰው ሜላትን ለማግኘት ብሩክ ወደ ለንደን ከመምጣቱ በፊት ከአሜሪካ ደውሎ እዚያው ሜላት የምታርፍበት ዶልፊን ሆቴል ሩም ያዘ። ለመሰረት አስቸኳይ የድርጅት ስራ ስለአለብኝ ወደ ለንደን እሄዳለሁ ብሎ ነገራት። እሷም አንዳንድ ጊዜ ለስብሰባ የተለያየ ሃገር ስለሚሄድ አዲስ ነገር አልሆነባትም። ብሩክ እንደዚያ በችኮላ ሊሄድ የፈለገው፤ ሜላት ያ ሁሉ ችግር ሲደርስባት ምንም ነገር ስላልረዳት አሁን እንኳን እንደዚህ ውጥረት ላይ ባለችበት ጊዜ ትንሽ ነገር

ላድርግላት በሚል ነው። በዚህ ጊዜ ካልደረሰላት የሱ በየቀኑ ስለሷ እዬዬ ማለቱ ፋይዳ የለውም ብሎ እራሱን አሳምኗል።

ከሜላት ጋር በተገናኙበት ዕለት ሁለቱም ተረባብሸው ስለነበር እራሳቸውን አረጋግተው የሆቴሉን ምዝገባ ከጨርሱ በኋላ በየክፍላቸው ገቡ። ተጣጥበው ልብስ ከቀየሩ በኋላ አንድ ላይ እራት በሉ። ሜላት ክፍል ውስጥ ሆነው ስለገጠመኞቻቸው ሲያወሩ አመሹ። በሁለቱም ላይ አንዱ ለሌው ያለው ስሥት፣ ፍቅርና መፈላለግ ከፍተኛ ነበር። ብሩክም ሆነ ሜላት በመሃከላቸው ለተፈጠረው ክፍተት ምክንያት እነሱ እንዳልሆኑ፥ ከነሱ አቅም በላይ በሆን ምክንያት ለዚህ እንደተዳረጉ ያምናሉ። ብዙ ነገር አወሩ ሁለቱም ካሁን በኋል የሚጀምሩት የፍቅር ግንኙነት ችግር ላይ እንደሚጥላቸው የተገነዘቡ ይመስላል።

በዚህ አይነት እስከ ለሊቱ ሁለት ስዓት ቆይታ በኋላ ሁለቱም ትግላቸው ከራሳቸው ስሜት ጋር ሆነ። ሜላት በውስጧ "በኔ ምክንያት ኋደኛዬ በሞትና በሽረት መሃከል ነች እንደገና በሌላ ሰው ትዳር ገብቼ ችግር አልፈጥርም" እያለች እራሷን ለማቀብ ትጥራለች። ብሩክ ከዚህ በፊት የፈጸመው ስህተት ለብዙ ጊዜ ሰላም ነስቶት ቆይቷል። ያንን ስህተት መድገም አልፈለገም። መሰረትን አስታወሰና ስንት ግዜ ነው የምበድላት መሆን የለበትም ብሎ ወሰነ። ሌላው ያስጨነቀው ነገር ሜላትን እንደገና ያልተጨበጠ ነገር ውስጥ ሊያስገባትና ህይወቷን ሊያመሰቃቅልባት አልፈለገም። በጣም አሳዘነችው።

በዚህ ሁኔታ ካመሹ በኋላ "በቃ ሜላት ከመንገድ ነው የመጣነው አርፍ እንበል" አለ ከተቀመጠብት እየተነሳ። በፊቱ ላይ የማዘን የመረበሽ ነገር ይታያል። ሜላት ጸጥ ብላ ቆመች። ትክዝ ብላለች። ተቃቅፈው የጓድኝነት ስንብት አድርገው ሲለያዩ ማናቸውም አንዲት ቃል አላወጡም። ሜላት በሩን ይዛ ቆማ ቀረች እሱም ወደ ክፍሉ ሄደ። ሁለቱም ከራሳቸው ጋር ሲሟገቱ አድረው ሊነጋጋ ሲል እንቅልፍ ወሰዳቸው። የምሳ ስዐት አካባቢ ተነስተው ከተማውን ለማየት ተያይዘው ወጡ። ብሩክ ለሁለት ቀን ስለመጣ በሚቀጥለው ቀን ይመለሳል።

ሜላትና ብሩክ ብዙም ከሆቴላቸው ሳይርቁ፡- *በከኢንግሃም ፓላስ፣ ዌስትሚንስተር አቤይ፣ቪክቶሪያ እስቴሽን፣ ትራፋጋር እስኩየር* የሚባሉ

የቱሪስት መስዕብ ያላቸውን ቦታወች ሲጎበኙ ዋሉ። በጣም ወደዱት። በሚገርም ሁኔታ ሁለቱም ከነበረባቸው መረባበሽ ወጥተው በግልጽ ሲወያዩ ቆዩ።

ብሩክ ስለ ልጆቹ፣ መሰረትና ስለሰራው ሲያወራላት ሜላት ምንም አይነት የመከፋትም ሆነ ቅናት አይታይባትም። እንዲያውም እንኳን መጥፎ ነገር ላይ ያልወደቀ የሚል በጎ አመለካከት ይታይባታል። ከድሮም ከኔ ጋር ባይሆንም ክፉውን አያሳየኝ ነበር ምኞቷ። ብሩክ ስለሜላት ሊያውቅ የሚፈልገውን ሁሉ ሰማ። በሽሽት ላይ የገጠማትን ውጣ ውረድ ሲሰማ ጥንካሬዋን አደነቀ። ያሳለፈችው ክፉ ወቅት አሳዝኖታል። ያን ሁሉ ችግር አልፋ አሁን ደግሞ በራስ የመተማመን ሁኔታዋ ከፍ እያለ መምጣቱን ሲያይ በጣም ደስ አለው። ካሁን በኋላ የሷና የሱ አንዱ ሌላውን መጠበቅ መፍትሄ ማግኘቱና ምን ሆና ይሆን የሚለው ስጋቱ ስለተቀረፈ ከፍተኛ ሸክም እንደወረደለት አይነት ነገር ተሰማው።

ከአረፉበት ሆቴል ተመልሰው ብሩክ ክፍል ውስጥ ሲጨዋወቱ አመሹ። በመጨረሻ ሁለቱም ለመለያየት የተቸገሩ ይመስላል። በሁለቱም ላይ የመጨናነቅ ሁኔታ መታየት ጀመረ። ብሩክ አልጋው ጫፍ ተቀምጦ ደከም ሲለው ትራሱን ደገፍ ብሎ ጋደም ይላል፤ አንዳንድ ጊዜ ቁጭ ይላል። ሜላት ፊለፊቱ ያለ ወንበር ላይ ተቀምጣለች።

ሜላት ብዙ ነገር በጭንቅላቷ መጣ።የሚቀጥለው ህይወቷ አስባውና አቅዳው እንደነበረው እንዳልሆነ ገና ዩጋንዳ እንደነበረች ተረድታዋለች። በቀላሉ እራሷን አሳምና ስላለፈው ነገር እርግፍ አድርጋ ለመተውና ለአዲስ የህይወት ገጠመኝ እራሷን ለማዘጋጀት የሽግግር ጊዜ ትፈልጋለች። ባለፈው ጉዞዋ ብዙ ዋጋ መክፈል ብቻ ሳይሆን በዚህ ሂደት ውስጥ እያለች ገጠመኞቿ አመለካከቷን ቀይረውታል። “ምንም ነገር ይሁን እንዳለቀለትና ያንተ እንደሆነ አድርገህ አትውሰድ” የሚባለው አባባል እውነት እንደሆነ አሁን በተግባር አይታዋለች። ከብሩክ ጋር ፍቅር ስትጀምር ከሞት በስተቀር ይለየናል ብላ አታስብም ነበር ግን ባልጠበቁት መንገድ ተለያዩ። ለዚህ ስላልተዘጋጀት በሚቀጥለው ህይወቷ ላይ የሚያመጣው ተጽእኖ ምን አይነት ነው በምን መጠን የሚለውን ለመመለስ ትቸገራለች። አሁን ስለ

ወደፊት ህይወቷ ማሰብ አትፈልግም ጭንቀቷ ከብሩክ ጋር መለያየቱን ለመቀበል እራሷን እንዴት እንደምታሳምን ነው።

ሳይታወቃቸው ሁለቱም ለደቂቃ ያህል ጸጥ ብለው ተቀመጡ። ብሩክም የሜላት ሁኔታ በጣም አስጨንቆታል። ለመለያየታቸው የሱ አስተዋጽኦ አለበት? ምንስ አማራጭ ነበረ? እያለ ያወጣል ያወርዳል። በዚች ስዐት መሰረት ወይስ ሜላት እያለ ማወዳደር ሳይሆን የፈለገው ያ ቀን በቀን ያስጨንቀው የነበርው የሜላት ጉዳይ መፍትሄ እንዳገኘ አድርጎ መውሰድ እንደሚችል እርግጠኛ ያለመሆኑ ነው።

ወደ ክፍሏ ለመሄድ ስላሰበች ለመጨረሻ ጊዜ ያን ለረጅም ጊዜ ታፈቅረው የነበረው ፍቅረኛዋን አይኖቹን ለማይት ፈለገች። ለመጀመሪያ ጊዜ እንደምታየው አይነት አስትያየት ትኩር ብላ በሚያሳዝን ሁኔታ አየችው። እሱም በተመሳሳይ ሁኔታ አያት። በጣም ተረበሸች። ሁኔታዎች እየተቀየሩ እንደሆነ ስለገባት ከተቀመጠችበት ፈጠን ብላ ብድግ አለች። “በል ብሩኬ ነገ እሸኝሃለሁ። መንገደኛ ስለሆንክ በጊዜ ተኛ” አለች ላለማልቀስ እየታገለች።

ከጠቀመጠበት ተነስቶ “ትንሽ መጫወት እንችላለን” አለ። ካስተያየቱ የተረዳችው ፍቅሩ እንዳለ ያልተለወጠ መሆኑን ነው።

“ደስ ይለኝ ነበር ግን ብሄድ ይሻላል” ብላ ለመሄድ ልትሰናበተው ጠጋ አለች።

“ጥሩ ሜላት አይዞሽ ለሁሉም ነገር ከጎንሽ ነኝ። ከባዱን ነገር አልፈሻል። ከጠበኩት በላይ ጠንካራ ስለሆንሽ በጣም ደስ ብሎኛል፤ ይህንንም ትወጭዋለሽ። ለጥቂት ጊዜ ነው” ብሎ በማስተዛዘን መልክ ሲያያት ተንጠልጥሎ የነበረው እንባዋ ዱብ፣ ዱብ አለ። እቅፍ አድርጎ አጽናናት። እሱም በጣም ተረባበሸ። እሱም ማልቀስ ሳይሆን ማጽናናት ስላለበት እንባውን ለመቆጣጠር ሞከረ።

“በል ብሩኬ ብላ እንደገና ለመሰነባበት ተቃቀፉ። ከንፈር ለከንፈር ተሳሳሙ። “በል ደህና እደር። ነገ ፍላይት እንዳያመልጥህ ብላ ፊቷንም ሳታዞር ወጥታ ሄደች። ብሩክ እክፍሏ እስከምትገባ እበሩ ላይ ቆሞ ጠበቃትና በሩን ዘግቶ አልጋው ላይ ዘሎ ቁጭ አለ። አይኖቹን በእጆቹ መዳፍ ሸፍኖ

ለጥቂት ደቂቃ ያህል ቆየ። እንደገና በጀርባው ተንጋሎ ጣራ ጣራውን እያየ ለግማሽ ሰዐት ያሃክል ቆየ። ብዙ ነገር አወጣ አወረደ በመጨረሻ ሻወር ለመውሰድ ወደ መታጠቢያ ቤት ገባ።

ሜላት እክፍሏ ገብታ ሻወር ወሰደች። በተቻላት መጠን ሃሳቧን ወደ ሌላ ነገር ላይ ማድረግ ብትሞክርም የሚሆን ነገር ሆኖ አላገኘችውም። የልብ ህመም የያዛት እስከሚመስላት የልብ ትርታዋ ጨምሯል።

“እንዲህ ያለ ነገር የጠፋ ለመላ

እንዴት ይለያያል ሰው ሳይጠላላ” ብሎ መስፍን አበበ ያዜመው ስንኝ ለኔ ነው ማለት ነው። ብላ አልጋዋ ውስጥ ገብታ ተኛች።

ከግማሽ ስዐት በኋላ በሯ በትንሹ ተንኳኳ። በረጅሙ ተነፈሰች “ኡፍፍ” አለች። ማነው ለማለት አልፈለገችም። “በሩ ክፍት ነው!” አለች። እንዲሰማት ትንሽ ጮክ ማለት ስለነበረባት ድምጿን ተቸግራ ስታወጣው ትንፋሽ ያጠራት ይመስላል።

ብሩክ ከፍቶ ሲገባ ልቡ በጣም ይመታል። መጠየቅ አልፈለገም ግን ማለት ስላለበት “ለምን በሩን አልቆለፍሽውም? አለ ቀስ ብሎ በሩ አጠገብ ቆሞ እንደተኛች ፍዝዝ ብሎ እያያት።

ከተኛችበት እየተነሳች ትኩር ብላ አየችው። አይን ላይን ተገጣጠሙ ሁለቱም ከመቅጽበት በሃሳብ ወደ ኋላ ሄዱ። ከቀድሞ የፍቅራቸው አለም ውስጥ ሰመጡ “እንደምትመጣ አውቅ ነበር” አለች። የመረታት ድምጽ ይመስላል። የለሊት ልብሷን ብቻ እንደለበሰች አልጋው ጫፍ ላይ ቁጭ ብላ ካንገቷ ጎንበስ አለች። ፊቷን በእጆቿ መዳፎች ሸፍና ክርኖቿን እጭኖቿ ላይ አስደግፋ በረጅሙ ተነፈሰች።

www.ingramcontent.com/pod-product-compliance
Ingram Content Group UK Ltd.
Pitfield, Milton Keynes, MK11 3LW, UK
UKHW020132250726
13967UKWH00002B/603

9 780578 862873